எரியும் சமவெளி

யுவான் ரூல்ஃபோ

எரியும் சமவெளி

ஆங்கிலம் வழி தமிழில்

இல. சுபத்ரா

எதிர் வெளியீடு

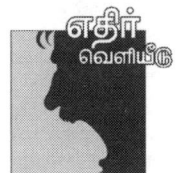

எரியும் சமவெளி
யுவான் ரூல்ஃபோ
தமிழில்: இல. சுபத்ரா

முதல் பதிப்பு: ஜனவரி 2025
இரண்டாம் பதிப்பு: அக்டோபர் 2025

எதிர் வெளியீடு,
96, நியூ ஸ்கீம் ரோடு, பொள்ளாச்சி - 642 002
தொலைபேசி: 04259 - 226012, 99425 11302

விலை: ரூ. 350

Eriyum Camaveli
The Plain in Flames
Juan Rulfo
Translated by L. Subathra

EL LLANO EN LLAMAS: © Juan Rulfo, 1953, and Heirs of Juan Rulfo.

First Edition: January 2025
Second Edition: October 2025

Published by
Ethir Veliyeedu, 96, New Scheme Road, Pollachi - 2
email: ethirveliyedu@gmail.com
www.ethirveliyeedu.com

ISBN: 978-93-48598-35-6
Cover Design: Santhosh Narayanan
Printed at Jothy Enterprises, Chennai.

All rights reserved. No part of this book may be reprinted or reproduced or utilised in any form or by any electronic, mechanical or other means, now known or hereafter invented, including photocopying and recording, or in any information storage or retrieval system, without permission in writing from the publisher.

யுவான் ரூல்ஃபோ (1917–1986)

மெக்ஸிக்கோவைச் சேர்ந்த எழுத்தாளரான யுவான் ரூல்ஃபோ திரைக்கதை ஆசிரியராகவும் புகைப்படக் கலைஞராகவும்கூட அறியப்படுகிறார். மெக்ஸிக்கப் புரட்சி மற்றும் கிறிஸ்டேரோ போர்களின் விளைவாக இவரது குடும்பத்தினர் சொத்துகளை இழந்திருக்க, ரூல்ஃபோ தன் பெற்றோரையும் சிறுவயதிலேயே பறிகொடுத்திருந்தார். சக்கர விற்பனையாளர் தொடங்கி குடியேற்ற அதிகாரி வரை ஏராளமான பணிகளைச் செய்துள்ளார்.

இந்த அரசியல், சமூக, குடும்பப் பின்னணிகள் அவரது கதைகளின் பின்புலமாக அமைய, ஹலிஸ்கோ மற்றும் அருகிலுள்ள கிராமப்புறங்கள் அவற்றின் களமாக அமைந்தன. இக்கதைகளை எழுதியதில் ரூல்ஃபோவிற்கிருந்த தேர்ச்சியும் நுட்பமும் எளிமையும் அவரை இன்றளவும் சர்வதேச அளவில் கொண்டாடப்படுகிறவர்களில் ஒருவராக நிலைபெறச் செய்திருக்கின்றன.

மெக்ஸிக்க நவீன இலக்கியத்தின் தலைசிறந்த எழுத்தாளர்களில் ஒருவராகவும், லத்தீன் அமெரிக்க இலக்கியத்தின் அடையாளமான மாய யதார்த்தத்தின் முன்னத்தி ஏர்களில் ஒருவராகவும் கருதப்படுகிற ரூல்ஃபோ குறித்து ஆவணப்படங்கள் எடுக்கப்பட்டுள்ளன. அவரது நாவல் *பெட்ரோ பராமோ* படமாக்கப்பட்டுள்ளது. அவர் எடுத்த புகைப்படங்கள் தொகுக்கப்பட்டுள்ளன.

எல்லாக் காலத்திற்குமான எல்லா இடங்களுக்குமான எழுத்தாளர் ரூல்ஃபோ.

இல. சுபத்ரா
மொழிபெயர்ப்பாளர்

பள்ளிக் கல்வித் துறையைச் சேர்ந்தவர். மொழிபெயர்ப்பாளர். திருப்பூரில் கணவர் மற்றும் இரு குழந்தைகளுடன் வசித்து வருகிறார்.

அமிதபா பக்சியின் 'பாதி இரவு கடந்துவிட்டது', அனா பர்ன்ஸின் 'ஆயன்' ஆகிய நாவல்களும், 'அது உனது ரகசியம் மட்டுமல்ல' என்கிற சிறுகதைகள் தொகுப்பும் இவரது முந்தைய மொழிபெயர்ப்பு நூல்கள். 'எரியும் சமவெளி' இவரது நான்காவது மொழிபெயர்ப்பு நூல்.

க்ளாராவிற்கு

முன்னுரை – ஆங்கில மொழிபெயர்ப்பாளர் இலன் ஸ்தவன்ஸ்	11
அவர்கள் எங்களுக்கு நிலம் தந்தார்கள்	23
கொமாத்ரே மலை	31
நாங்கள் மிகவும் ஏழைகள் என்பதே அதற்குக் காரணம்	44
அந்த மனிதன்	51
அதிகாலையில்	65
தால்பா	73
மகாரியோ	86
எரியும் சமவெளி	93
என்னைக் கொல்ல வேண்டாம் என்று அவர்களிடம் சொல்	115
லூவினா	126
அவர்கள் அவனைத் தனியாக விட்டுச் சென்ற இரவு	140
பஸோ டெல் நார்டே	146
நினைவிருக்கும்	157
நாய்கள் குரைப்பது உனக்குக் கேட்கவில்லை	162
அழிவின் நாள்	169
ஆர்க் ஏஞ்சல் மெடில்டாவின் வாரிசு	179
அனெக்லெட்டோ மொரோன்ஸ்	189
பின்னுரை – இல. சுபத்ரா	212

முன்னுரை

இலன் ஸ்தவன்ஸ்

இலக்கியத்தில் கச்சிதம் என்பது, அதிலும் குறிப்பாகச் சிறுகதை வகைமையில், கையில் அகப்படாததொரு தேடலாகும். செக்காவ், மாப்பசான், போ, பேபல் மற்றும் போர்ஹேஸின் வெகுசில கதைகளில் மட்டுமே இது எட்டப்பட்டுள்ளதாக எனக்குத் தோன்றுகிறது. வடிவத்திற்கும் உள்ளடக்கத்திற்கும் இடையே ஒத்திசைவைக் கொள்வதோடு, தான் வார்த்தைகளின் வெறும் கலவை அல்ல சரியான கலவை என்பதாக வாசகர்களை அவை எண்ணச் செய்கின்றன. அதோடு, எத்தனைமுறை ஒருவர் அக்கதையை வாசிக்கிறபோதும், அது புதியதாகவும் ஆற்றொழுக்கானதாகவும் தவிர்க்கமுடியாததாகவும் இருக்கிறது - எல்லாச் செவ்வியல் படைப்புகளும் கச்சிதமானவை அல்ல என்றாலும், திரும்பத் திரும்ப வாசிக்கத்தூண்டுவதுதான் ஒரு செவ்வியல் படைப்பின் வரையறை என்றும்கூடக் கூறலாம்.

'நாங்கள் மிகவும் ஏழைகள் என்பதே அதற்குக் காரணம்', 'நாய்கள் குரைப்பது உனக்குக் கேட்கவில்லை', 'லூவினா' போன்ற ரூல்ஃபோவின் சில கதைகளும்கூட இக் கூறுகளைக் கொண்டவைதான். அவற்றின் ஆழம் கிட்டத்தட்ட விவரித்துத் தீராததாக இருக்கிறது: வெகு சில தீற்றல்களிலேயே, ஒரு பாழ்பட்ட சிக்கலான மானுட வாழிடத்தை ரூல்ஃபோ உருவாக்கிவிடுகிறார். இந்தக் கதைகள் விழுமியம் சார்ந்த பாடங்களாகவும் உள்ளன. நாம் நமது உணர்ச்சிகளை அளவிடவும் சினத்தின் எல்லைகளைப் புரிந்துகொள்ளவும் கற்பிக்கின்றன. இவை, கலை நுட்பத்திற்கான வியத்தகு உதாரணங்களும்கூட. வார்த்தைகளின் தேர்வு ஒருபோதும் தற்செயலானவையாகத் தெரிவதில்லை. மாறாக, கதைப் பக்கங்களில் வார்த்தைகள் தேர்ந்தெடுத்துக்கொள்கிற

தங்களுக்கான இடம் துல்லியமானதாகவும், அந்த வார்த்தைகள் எங்கே இருப்பதற்கென விதிக்கப்பட்டிருக்கின்றன என்பதை அறிந்துகொள்கிற ரகசியத்தை ஆசிரியர் கண்டறிந்திருப்பதாகவும் வாசகர்களுக்குத் தோன்றுகிறது.

1986இல் மெக்ஸிகோ நகரில் தன் அறுபத்தொன்பதாவது வயதில் இறந்த, நிலையில்லா மனப்பாங்குடைய ரூல்போ ஒப்பீட்டளவில் குறைவாகவே எழுதியுள்ளார். செயலளவிலும் உரையாடல்களிலும், நீண்ட அமைதியே அவரது அடையாளமாக இருந்ததென்பது அவரை அறிந்தவர்களின் கருத்து. அவரது புனைவின் இதயத்திலும் அமைதியே குடிகொண்டுள்ளது, மிகக்குறைந்த வார்த்தைகளிலேயே மிக அதிகமானவற்றைச் சொல்லிவிடுகிற அவர் உள்ளுணர்வை வார்த்தைகளாக்கும் கடினமான திறனையும் கொண்டுள்ளார். ('பல மௌனங்களின் மனிதன்' என ரூல்ஃபோ குறித்து சூஸன் ஸாண்டாக் ஒருமுறை குறிப்பிட்டார்.)

இந்த *எரியும் சமவெளி (The Plain in Flames)* தொகுப்பில் இருக்கும் பதினேழு கதைகள் தவிர்த்து வேறு சில கதைகளையும் ரூல்போ வெளியிட்டார், ஆனால் புத்தகத்திலிருந்து நீக்கிவிடும் அளவிற்கு அவற்றை மதிப்பற்றவையாகப் பார்த்தார். ஒவ்வொருமுறை தொகுப்பு மறுபதிப்பிற்குள்ளாகும்போதும் ஏதேனும் ஒரு கதை (எடுத்துக்காட்டாக, 'பஸோ டெல் நார்டே' சிறுகதையை முழுமையும் வடிவமும் இல்லையென - அவரது வார்த்தைகளில் 'பசையற்றதாக' - கருதினார்.) நீக்கப்பட்டு பின் மீண்டும் சேர்க்கப்படும். இதைப் பற்றிக் கேட்கும்போது அவர் தன் பதிப்பாளர்களின் கவனமின்மை எனக் குறிப்பிட்டாலும் அது அவரது முடிவாக இருந்ததற்கே வாய்ப்பதிகம். ஏராளம் மறுபதிப்புகள் வரத் தொடங்கியதும் அவர் ஆங்காங்கே ஏதேனும் சொற்றொடரை மாற்றுவது, இணைச்சொல்லை இடுவது, முற்றுப்புள்ளியை மீளக் கொணர்வது எனக் கதையின் நடையில் திருத்தங்கள் செய்தார். 1953இல், அவர் தன் கதாப்பாத்திரங்களின் மானுட இயல்பினைத் தயக்கமின்றி ஆராய்வதற்கு மிகப் பொருத்தமான முப்பத்தி ஐந்து வயதில், இப்புத்தகம் வெளிவந்தது.

இரண்டு ஆண்டுகளுக்குப் பிறகு, சிறிய, ஹோமரிக் நாவலான பெட்ரோ பராமோவை அவர் வெளியிட்டார். தந்தையைத் தேடி, கொமாலா என்னும் புராணிக நகருக்குச் செல்கிறான் கதை நாயகன்,

*Edgar Lee Masters*ன் *Spoon River Anthology*யில் உள்ளதுபோல இறந்துபோனவர்களால் நிரம்பியுள்ளது அப்புனைவுக் களம். ஆனால் அங்கே ஆவிகளால் நிரம்பிய ஓர் இணை உலகம் உருவாக்கப்படுகிறது - ஒருவேளை எல்லா இலக்கியங்களும் சரியாக அதைத்தான் செய்கின்றன. எப்படியாயினும் அதன் ஆங்கில மொழிபெயர்ப்பில் ஸாண்டாக் குறிப்பிட்டதுபோல, இருபதாம் நூற்றாண்டின் மத்திக்குப் பிறகு ஸ்பெயினில் எழுதப்பட்ட இலக்கியத்தில் இந்நாவலின் தாக்கத்தைக் குறைத்து மதிப்பிடவே முடியாது. ஆனாலும், இது ஊடுருவ இயலாததாகவும் புரிந்துகொள்ளச் சிரமமானதாகவும்தான் எனக்குப் படுகிறது. இன்னொரு புராணிக நகரத்தை மையமாகக் கொண்டு எழுதப்பட்டுள்ள *One Hundred Years of Solitude* நாவலுடன் இது அடிக்கடி ஒப்பிடப்பட்டாலும் அது ரூல்ஃபோவைக் குறைத்து மதிப்பிடுவதென்றே நான் கருதுகிறேன்.

எப்படியாயினும், பெட்ரோ பராமோவின் மூலப்பதிப்பு போதுமான விவரங்களுடன் இருந்தபோதிலும், “எனக்கு அதன் தலையும் வாலும் புரியாமல் போனபோது, அதை முடித்துவிட்ட எண்ணம் உண்டானது,” எனக் குறிப்பிடும் அளவிற்கு எண்ணற்ற பக்கங்களை ரூல்ஃபோ அதிலிருந்து நீக்கியிருந்தார். அதன்பிறகு அவர், *La cordillera* (மலைத் தொடர்) என்கிற இன்னொரு நாவலுக்கான வாக்குறுதியைத் தந்திருந்தார், முழுமைபெறாத அந்நாவலின் துண்டுப் பகுதிகள் மட்டுமே எஞ்சியிருக்கின்றன. அவர் ஏராளம் திரைக்கதைகள் எழுதியுள்ளார் - 1960களின் துவக்கத்தில் எழுதப்பட்டு ரூல்ஃபோவின் நண்பர்களான காப்ரியல் கார்ஸியா மார்க்வெஸ் மற்றும் கார்லஸ் ஃபுயந்தஸினால் திரைத்தொடராக்கப்பட்ட *El gallo de oro* வும் அவற்றில் ஒன்று. பன்னிரண்டிற்கும் மேலான அபுனைவுக் கட்டுரைகளையும் ரூல்போ எழுதியுள்ளார்: சுயசரிதைக் கதைகள், கட்டுரைகள், சொற்பொழிவுகள் மற்றும் *Machado de Assiss*இன் *Posthumous Memoirs of Bras Cubas* போன்ற நூல்களுக்கான முன்னுரைகள். புகைப்படக் கலையினால் ஈர்க்கப்பட்ட அவர், ஹலிஸ்கோ நகரின் ஏராளமான கருப்புவெள்ளைப் புகைப்படங்களின் பொக்கிஷத்தை விட்டுச்சென்றுள்ளார். 1980இல் வெளிவந்த, யுவான் ரூல்ஃபோவின் மெக்ஸிகோ என ஆங்கிலத்தில் அறியப்படுகிற *Inframundo*வில் சேர்க்கப்பட்டுள்ள இப்புகைப்படங்கள், இருபதாம் நூற்றாண்டின் மிக முக்கியப் புகைப்படக் கலைஞரான *Manuel Alvarez Bravo*வின் படைப்புகளை நினைவுபடுத்துகின்றன.

என்றாலும், கதைகளில்தான் ரூல்ஃபோவின் அதிகபட்சத் திறமை பிரகாசிக்கின்றது. சிதறுண்டிருப்பதாக, சற்றுத் தொடர்பற்று இருப்பதாகத் தோன்றுகிறவை கூட அவற்றின் அடர்த்தியில் மூச்சடைக்கச் செய்வதாக இருக்கின்றன. கதைக்களன்கள் காட்சியாகின்ற நிலம் மெக்ஸிகோவாக இருந்தபோதிலும், அவற்றின் குணாதிசயமாய் அமைகின்ற அதீத வறுமையையும் கதாபாத்திரங்களைப் பிரதிபலிக்கிற இயற்கைச் சூழல்களையும், இன்னமும் நாகரீகம் சென்று சேர்ந்திராத உலகின் எந்தவொரு கிராமத்திலும் கண்டறியமுடியும். பொதுவாக லத்தீன் அமெரிக்கப் புனைவுகளின் பலவீனமாக அடையாளப்படுத்தப்படுகிற மாய எதார்த்தம் என்கிற சொல் இக்கதைகளுக்கு முற்றிலும் அந்நியமானது: ரூல்போவின் சித்திரங்களில் ஒருபோதும் மாயம் நுழைவதில்லை. இந்தக் கதைகளை விவரிப்பதற்கான கச்சிதமான சொல் பச்சை யதார்த்தம், வாழ்வில் கச்சாத்தன்மையில் மையம் கொண்டுள்ள யதார்த்தம் என்பதே ஆகும். மிகச் சிக்கனமானவையாக உள்ள இந்தக் கதைகள் ஒரு கூரிய கத்தியைக் கொண்டு மனித உறவுகளைக் கூராய்கின்றன.

உணர்வுக்கொந்தளிப்புகளுக்கான வடிகாலாக வன்முறை மேலெழும் தருணங்களை இலக்கியம் பற்றிக்கொள்கிறது. சக்கர விற்பனையாளர், பயண முகவர், குடியேற்ற எழுத்தர் உள்ளிட்ட ஏராளமான, கலவையான வேலைகளில் இருந்த பின்பே அவர் எழுத வந்தார், இலக்கியத்தில் முழுக் கவனம் செலுத்தினார். மெக்ஸிகோவின் மத்தியமேற்கு மாகாணமான ஹலிஸ்கோவிலுள்ள ஒரு சிறிய நகரமான *Apulco*வில் 1917இல் பிறந்த ரூல்ஃபோவின் குடும்பம் இருபதாம் நூற்றாண்டின் துவக்கக் காலத்தில் மெக்ஸிகோவைச் சூறையாடிய ஆயுதப் போராட்டங்களில் தன் நிலங்களை இழந்தது: முதலில், மூன்று தசாப்தங்களுக்கு மேலான *Porfirio Diaz* ஸின் சர்வாதிகாரத்தை எதிர்த்து 1910இல் *Francisco I. Madero*வினால் துவங்கப்பட்டு அடுத்த பத்தாண்டுகளைக் கலகங்கள் மற்றும் பழிவாங்குதலின் காலமாக மாற்றிய புரட்சி *(La Revolucion)*; அடுத்ததாக மோர்ரோ *(Morrow)* ஒப்பந்தம் கையெழுத்திடப்பட்டு குறிப்பாகத் தெற்கு மாகாணங்களில் கத்தோலிக்க தேவாலயங்களின் அதிகாரத்தை மட்டுப்படுத்தும் அரசின் முன்னெடுப்பு துவங்கியபோது 1926 முதல் 1929 முடிய நிகழ்ந்த க்றிஸ்தியாதா *(La Cristiada)*.

புரட்சியை மையமாகக்கொண்டு எழுந்த இலக்கியப் படைப்புகள் கணிசமானவை என்றாலும் எப்போதும் நினைவுகூரத்தக்கவையாக அவை இல்லை. *Mariano Azuela* எழுதிய *The Underdogs* என ஆங்கிலத்தில் அழைக்கப்படுகிற *Los de Abajo* என்னும் முதல்தர நாவலும் இதில் அடங்கும். ஒரு சாதாரண நாட்டுப்புறத்தானது லட்சியவாதம், கறைபடிந்த தளபதிகளால் உறிஞ்சியெடுக்கப்படும் துரோக அனுபவத்தை இது பேசுகிறது. மெக்ஸிகோவின் 'வரம்புநெறியற்ற சாலைகளி'ல் திரிந்து 'நீடு வாழ்க க்றிஸ்தோ ரே!' என்னும் முழக்கங்களின் உணர்வை உள்வாங்கிய ஆங்கிலேயர் க்ரகாம் க்ரீன் எழுதிய புகழ்பெற்ற நாவலான *The Power and the Glory* புத்தகத்தின் கதைக்களமாக க்றிஸ்டெரோ போர் இருந்திருக்கிறது.

ஆனால் ரூல்போ மட்டும்தான் (*Juan Nepomuceno Carlos Perez Rulfo Vizcaino* என்பது அவரது முழுப்பெயர்) இப்போர்களின் விளைவுகளைச் சரியான கோணத்தில் பார்த்து அவற்றை நுட்பமான நீடித்த கலையாக மாற்றியுள்ளார். இவருக்கு ஆறு வயதானபோது அவரது தந்தை கொல்லப்பட்டார். நான்கு ஆண்டுகளுக்குப் பிறகு அவரது தாய் மாரடைப்பினால் மரணமடைந்தார். முதலில் ஒரு பாட்டியிடமும் பின் ஓர் அனாதை இல்லத்திலும் அவர் வளர்ந்தார். காலப்போக்கில் அவர் உறவினர்களையும் நண்பர்களையும் வாழ்வாதாரத்திற்காகச் சார்ந்திருந்தார். இதுவும், இதுபோன்ற இன்ன பிற அனுபவங்களும் அவரில் பாதிப்பை ஏற்படுத்தின. எரியும் சமவெளி தொகுப்பிலுள்ள கதைகளில் வரும் குடும்பங்கள் வறுமையாலும் வன்முறையாலும் சிதைந்துபோய் உள்ளன. தந்தைக்கும் மகனுக்குமிடையேயான பகைமையுணர்வு 'பஸோ டெல் நார்டே' கதையின் தூண்டுகோலாய் இருக்கிறது, 'என்னைக் கொல்ல வேண்டாமென அவர்களிடம் சொல்' கதையில் அண்டைவீட்டினர் எதிரிகளாகின்றனர், மனநோயும் மதவெறியும் 'மகாரியோ' கதையில் ஆயப்பட்டுள்ளன, எரியும் சமவெளி கதை போரின் மிச்சங்கள் குறித்த ஒரு துயரார்ந்த சித்திரத்தை அளிக்கின்றது.

லூவினாவும் பஸோ டெல் நார்டேவும் இடப்பெயர்வின் பிரச்சினைகளைப் பேசுகின்றன. பெண்களால் நிரம்பிய ஒரு நகரில் இருக்கும் ஏக்கங்களின் வரைபடத்தை இது ஆய்கிறது. லூவினாவில் முன்பு வசித்த ஒருவரின் கோணத்திலிருந்து கூறப்படுகிற இக்கதை அந்நகரம் இப்போது எந்த அளவிற்கு ஆவிகளால் பீடிக்கப்பட்டுள்ளது

என்னும் வகையில் ஒரு பேய்க் கதையாக வாசிக்கப்படுவதோடு மட்டுமல்லாமல், மெக்ஸிகோவில் நிலவும் வேலையின்மை எங்ஙனம் கிராமப்புற மனிதர்களைத் தங்களது பிறப்பிடத்தைத் துறந்து வேறு நல்வாய்ப்புகளைத் தேடி அலையவைக்கிறதென்பதை, அப்பிரச்சினையின் உடல்ரீதியான உளவியல் ரீதியான மதிப்பீடுகளை ஆராய்கிறது. அதற்கு ஈடாக, பஸோ தெல் நார்டே, அப்படி வெளியேறுகிற ஒருவன் தன் அன்பற்ற இரக்கமற்ற அப்பாவிடமிருந்து விடைபெறுவதிலிருந்து அப்பயணத்தின் மறுபுறம் வரை சென்று பின் ஒரு பிரச்சினைக்குப் பின் அவன் மீண்டும் வீடு திரும்பும்வரை பயணிக்கிறது.

ரூல்ஃபோவின் கிராமப்புறங்கள் எளிமையானவையாக, தூரநிறுத்துபவையாக உள்ளன. தன் நேர்காணல்களில், 1920களின் துவக்கத்தில் தான் வளர்ந்த நகரங்களில் ஏற்பட்ட சிதைவுகளைக் குறித்து அடிக்கடி பேசியிருக்கிறார் ரூல்ஃபோ; அரசாங்கம் தன் குடிமக்களை மறந்தது குறித்து; மக்கள் தங்களது பிரச்சினைகளை, வேறு ஒருவரிடமும் பகிராமல், பேச்சென்பதே ரகசியம் போல, தாங்களே சமாளித்துக்கொண்டது குறித்து. வளர்ந்தபின்னான அவரது வாழ்வில் பெரும்பகுதியை முதலில் கௌடலஜராவிலும் பின் மெக்ஸிகோவின் தலைநகரான டிஸ்ட்ரிடோ ஃபெடரலிலும் (Guadalajara and el Distrito Federal) என நகரங்களில் கழித்திருந்தாலும், ரூல்போவின் கதைகள் எவையும் நகரத்திற்கு அருகில்கூட வருவதில்லை. ஹலிஸ்கோவிலுள்ள ஒரு நகரமான ஸான் கேப்ரியலில் தொடக்கக் கல்வி பயின்றபோது, தான் ஒரு புத்தகக் காப்பாளனாக ஆவேன் என அவர் நினைத்திருந்தார். ஆனால் ஹலிஸ்கோவின் தலைநகரான கௌடலஜராவில் வாழ்க்கை தொடர் வேலைநிறுத்தங்கள் மற்றும் வேறு பல காரணங்களால் சிரமமானதாக இருந்தது. கல்லூரிக்குச் செல்ல விரும்பிய அவர் மெக்ஸிகோவிற்கு நகர்ந்தார்.

*Academia Militar Nacional*ல் சேர்ந்த அவர், லத்தீன் அமெரிக்காவின் மிகப் பழையதும் பெரியதுமான *Universidad Nacional Autonoma de Mexico*வில் சட்டம் படிப்பது குறித்துச் சிந்தித்தார். அங்கேதான் அவர் ஓர் இலக்கிய வகுப்பில் சேர்ந்தார். 1936 வாக்கில் அவர் புனைவு எழுத ஆரம்பித்தார். பல ஆண்டுகளுக்குப் பிறகு ஒரு நேர்காணலில், மதிப்பிற்குரிய ஒருவரான ஸெலெரினோ என்னும் தன்னுடைய மாமா குறித்து அவர் நினைவுகூர்ந்தார் - குழந்தைகளுக்கான மதச்

சடங்குகளை நிகழ்த்தும் அவரை அதன்மூலம் அவர் பெறும் பணத்தைத் திருடுவதற்காகத் திருடர்கள் கொன்றுவிட்டார்கள். அந்த மாமா ரூல்ஃபோவிற்கு தன் குடும்பம் பற்றிய அனைத்துக் கதைகளையும் கூறியிருக்கிறார். ரூல்ஃபோவின் மனதில் ஆழமான பாதிப்பை ஏற்படுத்திய அந்தக் கதைகளைத்தான் அவர் இறுதியில் இலக்கியமாக மாற்றியிருக்கிறார்.

1980இல் வெளியிடப்பட்ட ஒரு கட்டுரையில், அந்தக் கதைகளை உண்டாக்கத் தேவையான மூன்று எளிமையான படிநிலைகள் பற்றிக் குறிப்பிட்டுள்ளார். முதல் சவாலாக ரூல்ஃபோ கூறுவது ஒரு கதாபாத்திரத்தை உருவாக்குவது, அடுத்தது அவன் செயல்பட முடிகிற ஒரு சூழலில் அவனைப் பொருத்துவது, மூன்றாவது அந்தக் கதாபாத்திரம் தன்னை என்னவாக வெளிப்படுத்துகிறது என்பதைக் கண்டறிவது. "இந்த மூன்று புள்ளிகளுக்கிடையேயான சமநிலைதான் ஒருவருக்குத் தேவை"யானதென அவர் கூறுகிறார். இந்த எளிமையான விதிமுறைகள் இச்செயல்பாட்டைச் சில சூத்திரங்களில் அடக்குவதாகத் தோன்றுகின்றதுதான், ஆனால் ஒருபோதும் ரூல்ஃபோவின் கதைகளை நீங்கள் அனுமானிக்கவே முடியாது. துயரத்தின் எல்லையில் இருக்கும் ஒருவன் தனது கடைசித் தன்னுரையை நிகழ்த்தி விமோசனம் வேண்டுவது மாதிரியான மேடை நிகழ்வை அவர் வடிவமைக்கிறார். ஒரே அறையில் சிக்கிக்கொண்ட, கிட்டத்தட்ட எதுவுமே பேசிக்கொள்ளாத இரண்டு தனி நபர்களது மனப்பாங்கு குறித்து ரூல்ஃபோ வெளிப்படுத்தும் அறிதலானது சாமுவேல் பெக்கெட்டின் நாடகங்களின் சாயலைக் கொண்டுள்ளன என்பது உண்மைதான். எரியும் சமவெளியில் வரும் தனிமனிதர்களின் சுதந்திரமானது மோசமான புறச்சூழல்களால் (இயற்கை, பொருளாதாரம், அரசியல், உணர்வுகள்) கட்டுப்படுத்தப்பட்டுள்ளது. என்றபோதும் ரூல்ஃபோவின் கதை நாயகர்களின் தனிக்குணமாக இருப்பது அவர்களது குறையாத கண்ணியம்: அவர்களைச் சூழ்ந்துகொள்கிற அவநம்பிக்கை எவ்வளவு நிச்சயமானதாக இருந்தபோதும் அதற்கிடையே அவர்கள் பெருமிதத்தையும் ஒருமைப்பாட்டையும் இழக்காதவர்களாக இருக்கிறார்கள்.

ரூல்ஃபோவின் ஆரம்பகால இலக்கிய முயற்சிகளில் El hijo del desaliento (மனச்சோர்வின் மகன்) என்கிற அழிக்கப்பட்ட நாவலும் உண்டு. இரண்டாம் உலகப்போரின்போது டேம்பிகோ,

வெராக்ரஸ் துறைமுகங்களில் ஜெர்மானிய, இத்தாலியக் கப்பல்களின் வருகையைக் கையாளும் பணியில் ரூல்ஃபோ இருந்தார். 1945இல் தன் எழுத்துகளை அவர் அமெரிக்கா மற்றும் பான் போன்ற பத்திரிகைகளுக்கு அனுப்பினார். அவற்றில்தான், 'அவர்கள் எங்களுக்கு நிலம் தந்தார்கள்' கதை வெளியானது. (இரண்டாவதில் அக்கதை வெளியாக அவர் அவர்களுக்குப் பணம் செலுத்த வேண்டியிருந்தது.) அவரது நண்பரும் சக பணியாளருமாகிய எஃபென் ஹெர்னாண்டஸ் இவரது இலக்கிய முயற்சிகளை ஊக்கப்படுத்தினார். நட் ஹாம்ஸன் மற்றும் செல்மா லாகர்லஃப் போன்ற நார்வே தேச எழுத்தாளர்கள், உள்நாட்டில் இருந்த வில்லியம் ஃபாக்னர் போன்றோரின் பாதிப்பு தன்னில் இருப்பதை ரூல்ஃபோ ஒப்புக்கொண்டுள்ளார். *The Sound and the Fury, Go Down, Moses* போன்ற படைப்புகளில் மட்டுமின்றி, *As I Lay Dying* நாடகத்தில் மாறுபட்ட கோணங்களில் ஃபாக்னர் காட்சிப்படுத்தியுள்ள அமெரிக்க உள்நாட்டுப் போருக்குப்பின்னதான *Deep South* தேசங்களின் நிலைக்கு ஒப்பிடத்தகுந்ததே புரட்சிக்கும் க்றிஸ்டிடா போருக்கும்பின் இருந்த மெக்ஸிகோ.

1951இல் அமெரிக்கா இதழில் வெளிவந்த 'என்னைக் கொல்ல வேண்டாமென அவர்களிடம் சொல்!' உட்பட, அடுத்தடுத்த ஆண்டுகளில் சில கதைகள் வெளியாகின. ஏழாவது கதையாக வெளியான அது *Elias Canetti* மற்றும் *Gunter Grass* இன் விருப்பமான கதையாக ஆகியது. 1952-53இல் *Centro Mexicano de Escritores*லிருந்து அவர் பெற்ற உதவித்தொகை அவர் தனது அடுத்த எட்டுக் கதைகளை முடிக்க உதவியது. மொத்தப் பதினைந்து கதைகளையும் சேர்த்து அரச பதிப்புத்துறையின் *Fondo de Cultura Economica* என்னும் பதிப்பகம் மூலம் தொகுப்பாக வெளியிட்டார். 1947இல் இந்தப் புத்தகம் சமர்ப்பிக்கப்பட்டுள்ள க்ளாராவை மணம்புரிந்தவர் அவருடன் நான்கு குழந்தைகளைப் பெற்றுக்கொண்டார் (அவர்களில் ஒருவரான யுவான் கார்லஸ் ரூல்ஃபோ தன் தந்தையைப் பற்றி உலகப் பார்வை குறித்து *Del olvido al no me acuerdo* (மறத்தலிலிருந்து நினைக்காமல் இருப்பது வரை) என்கிற அட்டகாசமானதொரு குறும்படத்தைத் தயாரித்தார். எரியும் சமவெளியின் முதல் பதிப்பு இருநூறு பிரதிகளும், சில மாதங்களுக்குப் பிறகு இரண்டாம் பதிப்பாக ஆயிரம் பிரதிகளும் அச்சடிக்கப்பட்டிருக்க அதன்பின் அமைதி சூழ்ந்துகொண்டது. கிட்டத்தட்ட பத்தாண்டுகளுக்குப் பிறகுதான் 1960இல் அச்சமய இளம்

வாசகர்கள் வந்து அரவணைத்துக்கொள்ளத் தோதாக இத்தொகுப்பு இன்னொரு பதிப்பு கண்டது.

மெக்ஸிகோ ஒரு அமைதியற்ற சூழலுக்குள் நுழைந்துகொண்டிருந்தது. ஆட்சியில் இருந்த *PRI* கட்சியில் அதீத ஊழல் புரையோடிப் போயிருந்தது. கிராமத்திலிருந்து நகரத்தை நோக்கி நகர்பவர்களின் எண்ணிக்கை கூடிக்கொண்டே சென்றது. புதிய தலைமுறையினருக்கு ரூல்ஃபோவின் கதைகள் மெக்ஸிக கிராமங்களுடன் தொடர்புபடுத்திக்கொள்ளவும், அது முன்வைத்த ஊழலை உணர்ந்துகொள்ளவும், நவீனத்துவத்தை வெற்றியாகவும் நசுக்குவதாகவும் நோக்குவதற்கும் ஒரு சட்டகத்தை நல்குவதாக இருந்தது. தேசத்தின் அடையாளம் பிளவுபட்டிருந்தது. ஒட்டுமொத்த லத்தீன் அமெரிக்க இலக்கியத்திலுமே அறுபதுகளில் ஒரு புதிய மறுமலர்ச்சிக் காலம் தோன்றியது. *Ficciones* எழுதிய, அர்ஜெண்டினாவைச் சேர்ந்த எழுத்துக்காரனாகிய *(hombre de letras)* போர்ஹேஸுடன், உலகம் முழுக்க பாதிப்பை ஏற்படுத்திய இயக்கமாக விளங்கிய *El Boom*இன் முன்னத்தி ஏராக ரூல்போ போற்றப்பட்டார். அதன் தலைவர்களில் ஒருவரான காப்ரியல் கார்ஸியா மார்க்வெஸ் தனது கதை வடிவமைப்பையும், முன்னரே குறிப்பிட்டதுபோல தன் வாழ்நாள் சாதனையான *One Hundred Years of Solitude*ஐயும் பாதித்தவற்றுள் முதன்மையானதாக ரூல்ஃபோவைக் குறிப்பிட்டுள்ளார்.

ரூல்ஃபோவின் மீதான எனது ஈர்ப்பு நான் மெக்ஸிகோவில் வாழ்ந்தபோதே தொடங்கிவிட்டது. 1980களில் எனது தலைமுறையினர் மெக்ஸிக அடையாளத்தின் மரபணுக்களை ரூல்ஃபோவின் கதைகளில் கண்டுகொண்டு அவற்றை வாழ்க்கைப்பாடமென வாசித்தார்கள். “எங்களது நிலப்பரப்பைக் குறித்து விவரணைகள் அல்லாமல் சித்திரத்தைக் கொடுத்த ஒரே ஒரு மெக்ஸிக நாவலாசிரியர் ரூல்ஃபோதான்” என ஆக்டேவியா பாஸ் ஒருமுறை குறிப்பிட்டதில் எந்த ஆச்சரியமும் இல்லை. கத்தி குறித்த உருவகத்திற்குத் திரும்புவோம்: ரூல்ஃபோவை வாசிப்பதென்பது ஒரு கறிக்கடை வல்லுநரைக் கவனிப்பதற்கு ஈடானது: அவரது கத்தி ஒரே சமயத்தில் கலாப்பூர்வமானதாகவும் கருணையற்றதாகவும் உள்ளது. ரூல்ஃபோவை மொழிபெயர்ப்பதென்பது அதே கத்தியை எடுத்துக்கொண்டு வேறொரு வகை விலங்கினை அறுக்க முயல்வதற்கு ஒப்பானதாகும்.

ஹெரால்ட் ஆகென்ப்ராமுடனான இந்தக் கூட்டு மொழிபெயர்ப்பிற்கு *Fundacion Juan Rulfo (RM Verlag, 2005)* வினால் வெளியிடப்பட்ட அறுதிப் பிரதி எடுத்துக்கொள்ளப்பட்டது. இது அதிகாரப்பூர்வப் பதிப்பின் அனைத்துப் பதினைந்து கதைகளை அதே வரிசையில் கொண்டுள்ளதோடு, 1955இல் பத்திரிகைகளில் வெளியாகி 1970இல் தொகுப்பில் சேர்க்கப்பட்ட ஆர்க்ஏஞ்சல்மெடில்டாவின் வாரிசு மற்றும் அழிவின் நாள் எனும் மேலும் இரண்டு கதைகளையும் உள்ளடக்கியுள்ளது. இந்த முயற்சியில் பின்வரும் பதிப்பாளர்களது மூன்று பதிப்புகளால் நாங்கள் பயனடைந்துள்ளோம்: *Jorge Rufi nelli (Biblioteca Ayacucho, 1977), Carlos Blanco Aguinaga (Catedra, Letras Hispanicas, 1985), and Claude Fell (Coleccion Archivos, 1992).*

ஒவ்வொரு தலைமுறையும் செவ்வியல் நூல்களில் வெவ்வேறு விடைகளைத் தேடுகின்றன. மொழிபெயர்ப்பென்பது ஓர் இறப்பற்ற நூலினை எல்லோரும் எட்டமுடிவதாக்குவதற்கான வழிகளில் ஒன்று. மொழிபெயர்ப்பாளரின் பணியானது மறுபடைப்பு உயிர்ப்புடன் வருவதற்கான பொருத்தமான மொழியைக் கண்டறிவது. எங்களுடையது முதல் மொழிபெயர்ப்பல்ல; டெக்ஸாஸ் பல்கலைக்கழகத்தில் நாற்பதாண்டுகளுக்கும் மேலாக லத்தீன் அமெரிக்க இலக்கியம் கற்பிக்கும் ஜார்ஜ் டி ஷேட் *The Burning Plain* என்பதாக இதற்கு முன் இதனை 1967இல் மொழிபெயர்த்துள்ளார். (*Juan Jose Arreola*வின் *Confabulario*வையும் இவர் மொழிபெயர்த்துள்ளார்.) நாங்கள் அதனை ஆலோசனைக்கு எடுத்துக்கொண்டோம் என்றாலும், இது குறிப்பிடத்தக்க வகைகளில் முந்தையதிலிருந்து வேறுபடுகிறது. ரூல்ஃபோவின் மெக்ஸிக ஸ்பானிஷ் மொழியில் எண்ணற்ற கிராமியச் சொற்கள் இடம்பெற்றுள்ளன, ஐக்கிய அமெரிக்காவின் இன்றைய மின்சார யுகத்தில் வெகு அரிதாகவே பயன்படுத்தப்படுகிற அச்சொற்களை மொழிபெயர்ப்பாளர் பயன்படுத்த முயன்றால் அது துருத்திக்கொண்டிருக்கும். சிறப்பான இணைச் சொற்களைக் கொணர்வதுதான் எங்களுக்குச் சவாலானதாக இருந்தது. எடுத்துக்காட்டாக, அவர் ஒவ்வொரு வாக்கியத்தையும் *it's that* என்கிற, ஒரு பதின்ம வயதினன், இன்று சில சொற்களுக்கு முன் கூறுகிற *like* போன்ற சொற்றொடருடன் தொடங்குகிறார். வேறு வார்த்தைகளில் கூறுவதானால், வரம்பற்ற வாக்கியக் கட்டமைப்பு மீது அவருக்கிருக்கிற மதிப்பினை மறு உருவாக்கம் செய்ய முயன்றுள்ளோம், மிக மறைபொருளாகவோ மிக அப்பட்டமாகவோ அன்றி சாத்தியமான ஒரு வழிமுறையைக் கையாண்டுள்ளோம்.

அத்துடன் ரூல்ஃபோவின் அமைதிக்கு ஆங்கிலத்தில் உயிர்கொடுக்க முயன்றிருக்கிறோம் - சொன்னதைச் சொல்வதில் அவருக்கிருக்கும் நுட்பத்தினைத் தேவையின்றி மறைக்காமல் அவரது லயத்தினை மீண்டும் படைக்க முயன்றிருக்கிறோம்.

El llano en llamas என்னும் ஸ்பானிய தலைப்பு மோனைகளின் விருந்தாகும். எங்களது ஆங்கிலத் தலைப்பில் நாங்கள் அந்தச் சொல் விளையாட்டைப் பிரதி செய்ய முயன்றுள்ளோம். வாய்ப்பிருக்கும் இடங்களில் அவரது தனித்துவமான வட்டார வழக்குகளுக்கு இணையான ஆங்கிலச் சொற்களைக் கண்டறிந்து மதிப்பளிக்கவும் பிற இடங்களில் அவற்றை அப்படியே பயன்படுத்தவும் செய்துள்ளோம். மக்கள்பரவல் காரணமாக, இன்றைய ஐக்கிய அமெரிக்காவில் உள்ள ஸ்பானிஷ் அறியாத வாசகர்களும்கூட இயல்பான சொல்லாடல்களைப் புரிந்துகொள்வார்கள். எனவே *escapulario, the Santo Nino, guachos, patroncito, and Si, mi general* மாதிரியான வார்த்தைகளை மொழிபெயர்க்காமல் விட்டுவிட்டோம், அந்த வார்த்தைப் பயன்பாடுகளில் ரூல்ஃபோவின் தனித்துவமான நடை குடிகொண்டுள்ளது. எல்லை தாண்டிப் பரவியுள்ள மெக்ஸிக மரபுத்தொடர்களாகும் அவை.

'நாய்கள் குரைப்பது கேட்கவில்லை' மாதிரியான ஒரு கச்சிதமான கதையினை வேறு எதனாலும் பதிலீடு செய்ய இயலாது, அஃதின்றி இந்த உலகம் குறைபட்டதாக இருக்கும் எனக் கூறி நான் இதனை முடிக்க விரும்புகிறேன். அதன் அழகு, அதன் முழுமை எல்லாமும் சேர்ந்து, அது நமது பிரபஞ்சத்தின் திட்டமிடப்பட்ட அங்கங்களில் ஒன்று என்பதாக நம்மை உணரச் செய்கிறது.

அவர்கள் எங்களுக்கு நிலம் தந்தார்கள்

ஏதேனும் மர நிழல் மட்டுமல்ல, ஒரேயொரு விதையையோ வேரையோ கூட கண்ணில் காணாமல் பல மணி நேரங்கள் நடந்து வந்த பிறகு நாய்கள் குரைப்பது உங்களுக்குக் கேட்கும்.

இந்த விளிம்புகளற்ற சாலையில் நடக்கும் போது இதன்பிறகு எதுவுமே இல்லையென்றுகூட நீங்கள் சில சமயங்களில் நினைக்கக் கூடும்; விரிசல்களாலும் வறண்ட படுகைகளாலும் பிளவுபட்டுள்ள இந்தச் சமவெளியின் இறுதியில், அதற்கு மறுபுறம் எதுவுமே இருக்காதென்றும். ஆனால் இருக்கிறது, அங்கு ஏதோ இருக்கிறது. அங்கு ஒரு கிராமம் இருக்கிறது. நாய்கள் குரைப்பதைக் கேட்கவும் காற்றில் புகை எழுவதை உணரவும் உங்களால் இயலும், மக்களின் வாசனையை ஒரு நம்பிக்கையைப் போல நீங்கள் கொண்டாடவும் முடியும்.

ஆனால் கிராமம் இன்னும் வெகு தொலைவில் இருக்கிறது. காற்றுதான் அதனை அருகில் உணரச் செய்கிறது.

நாங்கள் அதிகாலையிலிருந்து நடந்துகொண்டிருக்கிறோம். இப்போது கிட்டத்தட்ட பிற்பகல் நான்கு மணியாகிறது. யாரோ வானத்தை நிமிர்ந்து நோக்கிச் சூரியன் தொங்குகிற இடம்வரை பார்வையை எட்டிப்போட்டு,

"நான்கு மணிபோல ஆகிறது," என்று சொல்கிறார்கள்.

அந்த யாரோவின் பெயர் மெலிடன். அவனுடன் ஃபாஸ்தினோ, எஸ்தபன் மற்றும் நான். நாங்கள் நால்வர் இருக்கிறோம். நான்

அவர்களை எண்ணுகிறேன்: முன்னால் இருவர், பின்னால் இருவர். பின்னால் இன்னும் தொலைவில் பார்த்தேன். ஆனால் யாரையுமே காண இயலவில்லை. பின் நான் எனக்குள்ளே சொல்லிக்கொண்டேன்: "நாங்கள் மொத்தம் நான்கு பேர் இருக்கிறோம்." சற்று நேரத்திற்கு முன்பு பதினோரு பேர் இருந்தோம், அதற்குமுன் இருபது பேர்; ஆனால் கொஞ்சம் கொஞ்சமாக இறுதியில் இந்தச் சிறு குழு மட்டும் எஞ்சும்விதம் எல்லோரும் சிதறிப் போனார்கள்.

ஃபாஸ்டினோ சொல்கிறான்.

"மழை வரக்கூடும்."

நாங்கள் அனைவரும் தலையை உயர்த்திய போது ஒரு பெரிய கரிய மேகம் எங்களுக்கு மேல் கடந்து செல்வதைப் பார்த்தோம். "அது பெய்யக் கூடும்," என நினைத்தோம்.

என்ன நினைக்கிறோம் என்பதை நாங்கள் யாரும் சொல்வதில்லை. பேசுவதற்கான விருப்பத்தையே சற்றுமுன் நாங்கள் இழந்துவிட்டோம். வெப்பத்தினால்தான் நாங்கள் அதனை இழந்தோம். வேறு இடங்களில், பேசுவது உங்களுக்கு விருப்பமானதாக இருக்கக்கூடும், ஆனால் இங்கு அது கடினமானது. இங்கு நீங்கள் பேசினால் இப்பகுதியின் வெப்பத்தினால் வார்த்தைகள் உங்கள் நாக்கிலேயே சூடாகி உலர்ந்து இல்லாமலாகிவிடுகின்றன.

இங்கே விஷயங்கள் அப்படித்தான் இருக்கின்றன. அதனால்தான் ஒருவரும் பேச விரும்பவில்லை.

ஒரு பெரிய திரட்சியான மழைத்துளி தரையில் துளையை உண்டாக்கியபடி விழுந்து எச்சிலைப் போன்ற ஒரு குமிழை உண்டாக்கிச் செல்கிறது. அந்த ஒரு துளி மட்டுமே. பிற துளிகளும் விழ நாங்கள் காத்திருந்தோம். ஆனால் மழை பெய்யவில்லை. இப்போது நீங்கள் வானில் பார்த்தால், மழைமேகம் வெகு தொலைவில் அவசரமாக ஓடுவதைக் காண முடியும். கிராமத்திலிருந்து வரும் காற்று அவற்றை நெருக்கி நீலமலைகளின் உருவங்கள் மீது மோதும்படி செய்கின்றது.

தவறுதலாக விழுந்த அந்தத் துளியினை விழுங்கிய பூமி அதைத் தன் தாகத்திற்குள் மறையச் செய்துவிட்டது.

"எந்த முட்டாள் இந்தச் சமவெளியை இவ்வளவு பெரிதாக்கினான்? இதனால் என்ன பிரயோஜனம், ம்?"

நாங்கள் மீண்டும் நடக்கத் தொடங்கினோம். மழை பொழிவதைப் பார்ப்பதற்காக நாங்கள் நின்றோம். ஆனால் மழை பெய்யவில்லை. இப்போது நாங்கள் மீண்டும் நடக்கத் தொடங்கினோம். நாங்கள் கடந்து வந்த தொலைவை விட அதிகளவு நடந்திருப்போம் எனக் கருதுகிறேன். எனக்கு அப்படித் தோன்றுகிறது. ஒருவேளை மழை பெய்திருந்தால் எனக்கு வேறு விஷயங்கள் தோன்றியிருக்கக் கூடும். ஒட்டுமொத்தமாக, நான் சிறுவனாக இருந்த காலத்திலிருந்தே, நீங்கள் மழை என்று அழைக்கின்ற அது சமவெளியில் விழுந்து நான் பார்த்ததே இல்லை.

இல்லை, இந்தச் சமவெளியினால் எந்தப் பயனும் இல்லை. அங்கே முயல்களும் இல்லை, பறவைகளும் இல்லை. இங்கே எதுவுமே இல்லை. வெகு சில பீக் கருவேல மரங்களையும் இலை சுருண்ட ஓரிரு புற்களையும் தவிர; அவற்றைத் தவிர இங்கே எதுவுமே இல்லை.

இங்கே நாங்கள் நடந்துகொண்டிருக்கிறோம், நாங்கள் நால்வரும் கால்நடையாக. முன்பு துப்பாக்கியுடன் குதிரைகளில் நாங்கள் வந்துகொண்டிருந்தோம். இப்போது துப்பாக்கி கூட இல்லை.

துப்பாக்கி பிடுங்கப்பட்டது நல்லது என்றுதான் நான் எப்போதும் நினைக்கிறேன். ஆயுதங்களுடன் இங்கிருப்பது ஆபத்தானது. 'அந்த30' வகைத் துப்பாக்கிகள் கையிலிருப்பதைப் பார்த்தால் எச்சரிக்கையின்றி நீங்கள் கொல்லப்படக்கூடும். ஆனால் குதிரைகளின் கதை வேறு. குதிரையில் வந்திருந்தால் இந்நேரம் நாங்கள் நதியின் பசிய நீரை அருந்தி கிராமத்தின் தெருக்களினூடாக அணிவகுத்து அடுத்ததை உண்ண ஏதுவாக வயிற்றைச் சரிசெய்திருப்போம். எங்களிடமிருந்த குதிரைகள் இப்போதும் எங்களிடம் இருந்திருந்தால் இதையெல்லாம் நாங்கள் எப்போதோ செய்திருப்போம். ஆனால் துப்பாக்கியோடு அவர்கள் எங்களது குதிரைகளையும் கொண்டு சென்றுவிட்டார்கள்.

ஒவ்வொரு திசையிலும் திரும்பி நான் சமவெளியைப் பார்க்கிறேன். ஒன்றுக்கும் உதவாத இவ்வளவு பெரிய நிலத்தில் தங்களது கவனத்தை ஈர்க்க எதுவுமேயின்றி கண்கள் எல்லாப் புறமும் நகர்கின்றன. வெகு சில ஓணான்கள் மட்டுமே தலையைப் பொந்திலிருந்து வெளியே நீட்டுகின்றன, சூரியன் கொளுத்துவதைக் கண்டதும் சிறிய பாறைகளின் நிழலில் மறைய ஓட்டமெடுக்கின்றன. ஆனால் நாங்கள்? நாங்கள் இங்கு எப்போது வேலை செய்வது, சூரியனிலிருந்து காத்துக் கொள்ள நாங்கள் என்ன செய்வோம், ம்? இந்த வறட்சியான நிலத்தைத்தான் அவர்கள் எங்களுக்கு விவசாயத்திற்காகத் தந்திருக்கிறார்கள்.

அவர்கள் கூறினார்கள்:

"கிராமத்திலிருந்து இங்கு வரை, இது உங்களுடையதுதான்."

நாங்கள் வினவினோம்:

"இந்தச் சமவெளியா?"

"ஆமாம், இந்தச் சமவெளி. இந்த ஒட்டுமொத்த பிரம்மாண்ட சமவெளி."

எங்களுக்கு இந்தச் சமவெளி வேண்டாம் எனக் கூற முயல்வது போல நாங்கள் அதிர்ச்சியில் நின்றோம். நதிக்கு அருகில்தான் நாங்கள் நிலம் கோரினோம். நதியிலிருந்து படுகை வரை, காஸுரீனா மரங்களும் புல்வெளிகளும் நன்செய் நிலமும் காணப்படுகிற இடம். வறண்ட, மாட்டுத் தோல் மாதிரியான இந்தச் சமவெளி அல்ல.

ஆனால் இதையெல்லாம் சொல்வதற்கு நாங்கள் அனுமதிக்கப் படவில்லை. அந்த முகவர் எங்களிடம் பேசுவதற்காக வரவில்லை. எங்கள் கைகளில் ஆவணங்களைத் திணித்த அவன், "இவ்வளவு நிலத்தையும் நீங்கள் மட்டுமே வைத்திருக்கப்போவதை எண்ணி அஞ்சாதீர்கள்," என்றான்.

"ஆனால் இது வெறும் சமவெளி, திரு டெலிகதோ..."

"இங்கு ஆயிரமாயிரம் துண்டு நிலங்கள் உள்ளன."

"ஆனால் இங்கே தண்ணீர் இல்லை. ஒரு மடக்கு கூட இல்லை."

"மழைக்காலம் வருமே? பாசன வசதியுள்ள நிலம் உங்களுக்குத் தரப்படும் என யார் சொன்னது? மழை பெய்தால், யாரோ மேல்நோக்கி இழுத்துவிட்டதைப் போல உடனடியாகச் சோளம் விளையப்போகிறது."

"ஆனால் திரு. டெலிகதோ, இங்கே நிலம் வறண்டு கெட்டிப்பட்டுக் கிடக்கிறது. பாறைப் பரப்பான இந்தச் சமவெளியைக் கலப்பையால் கீறமுடியும் என எங்களுக்கு நம்பிக்கை இல்லை. ஒரு விதையை நட வேண்டுமானால், நாங்கள் நிலத்தைக் கோடரியைக் கொண்டு வெட்ட வேண்டும், அதன்பிறகும்கூட எதுவும் முளைக்கும் என்பதற்கு எந்த உத்திரவாதமும் இல்லை; சோளமோ வேறு எதுவோ விளையவே விளையாது."

"அதை எழுதிக்கொடு. இப்போது போ. நிலப்பிரபுக்களை வேண்டுமானால் நீ தாக்கிப் பேசலாம், உனக்கு நிலம் தருகிற அரசாங்கத்தை அல்ல."

"நில்லுங்கள் திரு. டெலிகதோ. நாங்கள் மத்திய அரசை எதிர்த்து எதுவும் கூறவில்லை. எல்லாம் இந்தச் சமவெளி சம்பந்தமானதுதான். உங்களால் ஒன்றும் செய்ய முடியாததைக் குறித்து நீங்கள் ஒன்றும் செய்ய முடியாது. அதைத்தான் நாங்கள் சொல்லிக்கொண்டிருக்கிறோம். இருங்கள், விளக்கமாகச் சொல்கிறோம், நாம் முதலில் இருந்து தொடங்கலாம்..."

ஆனால் அவன் கவனிக்க விரும்பவில்லை.

அப்படித்தான் அவர்கள் எங்களுக்கு நிலம் தந்தார்கள். இந்த வெப்பமான பரப்பில் நாங்கள் ஏதேனும் நடவேண்டும் என்றும் அங்கு ஏதேனும் வேர்பிடித்து வளருமா என்று பார்க்க வேண்டுமெனவும் எதிர்பார்க்கிறார்கள். ஆனால் எதுவுமே விளையாது. பருந்துகள் கூட வெகு உயரத்தில் வேகமாகப் பறப்பதை நீங்கள் அடிக்கடி காண இயலும்; பிடிமானமின்றி விழப்போவது போல நீங்கள் நடக்கிற, எதுவுமே அசையாத, இந்த வெளுத்த கெட்டிப்பட்ட மண்ணை அவை விரைவாகக் கடந்துவிட முயல்வது போல் இருக்கும்.

மெலிடன் சொல்கிறான்.

"இதுதான் அவர்கள் நமக்குத் தந்துள்ள நிலம்."

ஃபாஸ்டினோ வினவுகிறான்:

"என்ன?"

நான் எதையும் பேசவில்லை. யோசிக்கிறேன்,"மெலிட்டனுக்குப் புத்தி கலங்கிவிட்டது. வெப்பம்தான் அவனை இவ்வாறு பேசுமாறு செய்திருக்கும். தொப்பியினூடாக உள்ளே சென்ற வெப்பம் அவனது தலையைச் சூடாக்கிவிட்டது. இல்லையென்றால் இப்போது சொல்வதையெல்லாம் அவன் ஏன் சொல்லப் போகிறான்? காற்றடித்தால் தூசு எழும் அளவிற்குக் கூட இங்கே மண் இல்லை."

மெலிடன் மீண்டும் ஆரம்பித்தான்.

"இதனால் ஏதேனும் பயன் இருக்கக்கூடும். ஒருவேளை இங்கு பெட்டைக் குதிரைகளை மேய்க்க இயலும்."

"எந்தக் குதிரைகள்?" என வினவினான் எஸ்தபன்.

இதுவரை நான் எஸ்தபனைச் சரியாகக் கவனித்திருக்கவில்லை. இப்போது அவன் பேசியதும் அவனைப் பார்த்தேன். தொப்புள்வரை நீளும் ஓர் அங்கியை அவன் அணிந்திருக்க, அதற்கடியிலிருந்து கோழி போன்ற ஒன்று துருத்திக்கொண்டிருந்தது.

ஆமாம், அது ஒரு சிவப்புக் கோழி, எஸ்தபன் அதனைத் தன் அங்கிக்கடியில் வைத்திருக்கிறான். அதன் உறக்கச் சடவான கண்களையும் கொட்டாவி விடுவது போல் பிளந்த வாயையும் நீங்கள் பார்க்க முடியும். நான் அவனிடம் வினவினேன்:

"ஏய், தெபன், நீ அந்தக் கோழியை எங்கிருந்து பிடித்தாய்?"

"இது என்னுடையது." என்றான் அவன்.

"ஆனால் முன்பு அது உன்னிடம் இல்லையே. அதனை நீ எங்கு வாங்கினாய், ம்?"

"நான் இதனை வாங்கவில்லை, இது எனக்குச் சொந்தமானது."

“அப்படியானால் நாம் சாப்பிடுவதற்காக அதனைக் கொண்டு வந்தாயா?”

“இல்லை. நான் அதனை வளர்ப்பதற்காகக் கொண்டு வந்தேன். இதற்குத் தீவனம் போட யாரும் இல்லாமல் என் வீடு காலியாக இருக்கிறது; அதனால்தான் நான் அதனைக் கொண்டு வந்தேன். தூரமாகச் செல்கிற போதெல்லாம் நான் இதனை எடுத்துவந்து விடுவேன்.”

“அங்கே அப்படித் திணித்து வைத்திருந்தால் அதற்கு மூச்சு முட்டும். வெளியே எடுத்துக் கொஞ்சமாவது காற்றை அனுமதி.”

“அதனை எடுத்துக் கையருகில் வைத்துக்கொண்ட அவன் சூடான காற்றை ஊதினான். பிறகு, “நாம் உச்சிக்கருகே வந்து விட்டோம்,” என்றான்.

எஸ்தபன் என்ன சொன்னான் என்பது அதன் பிறகு எனக்குக் கேட்கவில்லை. மலையிலிருந்து இறங்குவதற்காக நாங்கள் ஒருவர் பின் ஒருவரென வரிசை அமைத்திருந்தோம், எஸ்தபன் முன்னால் முதலில் இருந்தான். கோழியின் கால்களைப் பிடித்து, அது பாறை முகடுகளில் மோதிவிடாதபடி அடிக்கடி வீசிக்கொண்டே செல்வதை என்னால் காண முடிந்தது.

நாங்கள் கீழே இறங்க இறங்க நல்ல நிலங்கள் தென்பட ஆரம்பித்தன. கோவேறு கழுதைகள் கீழிறங்கும்போது எழுவதைப் போல தூசி எழும்புகிறது. ஆனால் தூசி அப்புவது எங்களுக்குப் பிடிக்கும். அது எங்களுக்குப் பிடிக்கும். பதினோரு மணி நேரங்களாக வறண்ட சமவெளியில் நடந்த பின்னர், இங்கே மண்ணைப் போன்ற சுவைகொண்ட இந்தப் புழுதி எங்கள் மேல் பட்டு எங்களை மூடிக்கொள்வது எங்களுக்கு மிகுந்த மகிழ்ச்சியை அளித்தது.

நதிக்கு மேலே கேஸுரீனா மரங்களின் பசுமையான உச்சிக்கு மேலே பச்சைச் சக்கலக்கா பறவைகளின் கூட்டம் வட்டமடிக்கின்றது. அதுவும் எங்களுக்குப் பிடித்தது.

இப்போது உங்களால் நாய்கள் குரைப்பதைக் கேட்க முடியும், ஏனென்றால் கிராமத்திலிருந்து வருகின்ற காற்று அத்தனை விதமான சப்தங்களையும் பரப்பியபடி பள்ளத்தாக்கில் சுழல்கிறது.

முதலில் தென்பட்ட வீடுகளை நாங்கள் நெருங்கியதும் எஸ்தபன் தன் கோழியை மீண்டும் அணைத்துக்கொண்டான். மரத்துப்போன அதன் கால்களில் மீண்டும் ரத்தம் பாயும்படி கட்டை அவிழ்த்த பிறகு அவனும் அவனது கோழியும் டெபமெஸ்க்விட் மரத்திற்குப் பின்னால் காணாமலாகிறார்கள்.

"இங்கேதான் நான் விடைபெற வேண்டும்!" என்கிறான் எஸ்தபன்.

நாங்கள் தொடர்ந்து கிராமத்தின் உள்ளாகச் சென்றோம்.

எங்களுக்கு அவர்கள் வழங்கிய நிலம் மேலே வெகு தொலைவில் இருக்கிறது.

◎

கொமாத்ரே மலை

மறைந்த டோரிகோ சகோதரர்கள் எப்போதுமே எனக்கு நல்ல நண்பர்களாய் இருந்திருக்கிறார்கள். ஒருவேளை ஸபோத்லானில் அவர்கள் அதிகம் விரும்பப்படாமல் இருந்திருக்கலாம். ஆனால் என்னைப் பொருத்தவரை, இறப்பதற்கு முன்பு வரையிலும்கூட அவர்கள் எப்போதுமே நல்ல நண்பர்களாகத்தான் இருந்திருக்கிறார்கள். அதோடு, ஸபோத்லானில் அவர்கள் விரும்பப்படவில்லை என்கிற விஷயத்திற்கு இப்போது எந்த முக்கியத்துவமும் இல்லை, ஏனென்றால் என்னையும் கூட அங்கே யாரும் விரும்பவில்லை. மேலும், கொமாத்ரே மலையில் வாழ்ந்த எங்கள் யாரையுமே ஸபோத்லானில் வசித்தவர்கள் சாதகமானவர்களாகப் பார்க்கவில்லை என்பதை நான் புரிந்து கொள்கிறேன். இது நெடுங்காலத்திற்கு முந்தையது.

இன்னொரு புறம் பார்த்தால், டோரிகோ சகோதரர்கள் கொமாத்ரே மலையில் யாருடனுமே சுமுகமாக இருக்கவில்லை. எப்போதுமே அங்கு சச்சரவுகள் இருந்துகொண்டே இருந்தன. அதுமட்டுமின்றி, அந்த நிலத்தின், அந்த நிலத்திலிருந்த வீடுகளின் உடைமையாளர்கள் அவர்கள்தான் என்பதையும் சொல்லித்தான் ஆக வேண்டும். நிலம் பங்கு பிரிக்கப்பட்டபோது, அங்கு வாழ்ந்த எங்கள் அறுபது பேருக்குமே அது சமமாகப் பிரித்துத் தரப்பட்டது. அப்போது வெறும் ஒரு கற்றாழைத் தோட்டமும் ஒரு பங்கு நிலமும் மட்டும்தான் டோரிகோ சகோதரர்களுக்குக் கிடைத்தது. ஆனால் அங்குதான் பெரும்பாலான வீடுகள் ஆங்காங்கே அமைந்திருந்தன. அதையும் தாண்டி கொமாத்ரே

மலை டோரிகோ சகோதரர்களுக்குச் சொந்தமானதாக இருந்தது. நான் வேலை செய்த துண்டு நிலமும் கூட அவர்களைச் சேர்ந்ததுதான்: ஒடிலானையும் ரெமிஜியோ டோரிகோவையும் சேர்ந்தது. கீழே காணமுடிகிற ஒன்றரை டசன் பச்சை மலையும் கூட அவர்களுடையதுதான். அதனை யாரும் உறுதி செய்யத் தேவையில்லை. விஷயங்கள் அப்படித்தான் என்பதனை எல்லோரும் அறிந்திருந்தனர்.

அதையும் மீறி அப்போதிருந்து மக்கள் கொமாத்ரே மலையை விட்டு வெளியேறத் தொடங்கினர். அடிக்கடி யாரேனும் வெளியேறுவார்கள்; உயரமான கம்பம் இருக்கும் இடத்தில் இருக்கிற கால்நடைப் பண்ணையைக் கடக்கிற அவர்கள், ஒருபோதும் திரும்பி வராதபடிக்கு ஓக் மரங்களுக்குள்ளே காணாமலாகிவிடுவார்கள். அவர்கள் வெளியேறுவார்கள், அவ்வளவுதான்.

ஒருவரையும் திரும்பி வராதபடி செய்கிற அந்த மலைக்குப் பின்னே என்ன இருக்கிறதெனக் கண்டுபிடிக்க நானும் ஆர்வத்துடன் சென்றிருப்பேன்; ஆனால் மலையிலிருந்த எனது துண்டு நிலம் எனக்குப் பிடித்திருந்தது, அதோடு, நான் டோரிகோ சகோதரர்களின் நல்ல நண்பனும்கூட.

ஒவ்வொரு ஆண்டும் நான் சிறிது சோளமும் சிறிது பீன்ஸுேம் பயிரிட்ட எனது துண்டு நிலமானது, சரியாக மலையின் மேல்பகுதியில், காளையின் தலை என்றழைக்கப்படுகிற பள்ளத்தாக்கினை நோக்கிச் சரிவு இறங்குகிற இடத்தில் அமைந்துள்ளது.

அந்த இடம் அசுத்தமாயில்லை, ஆனால் மழை பெய்யத் தொடங்கினால் மண் சகதியாக மாறி, காலத்தினோடு சேர்ந்து வளர்கிற அடிமரத்தின் தோற்றத்தையொத்த உறுதியான கூர்மையான பாறைகள் ஆங்காங்கே எழுந்துவிடும். ஆனாலும் கூட சோளம் நன்றாகவே வளர்ந்தது, அதன் பரல்கள் இனிப்பாக இருந்தன. தான் சாப்பிடுகிற எல்லாவற்றிலும் தெகுஸ்க்விட் தாது உப்பினைத் தூவிக்கொள்கிற டோரிகோ சகோதரர்கள் எனது சோளத்துடன் அதனைச் சேர்ப்பதில்லை; காளையின் தலை எனும் பெயர்கொண்ட நிலத்திலிருந்து வரும் எனது

சோளக்கதிரில் ஒருபோதும் அதனை முயன்றதில்லை, அதைச் சேர்ப்பது குறித்து அவர்கள் பேசியதுகூட இல்லை.

இவை எல்லாவற்றையும் தாண்டி, இவை எல்லாவற்றினாலும், கீழேயிருக்கிற அந்தப் பச்சை மலைகள் உண்மையிலேயே சிறந்தவையாக இருந்தும் கூட, மக்கள் தொடர்ந்து காணாமலாகிக்கொண்டே இருந்தார்கள். ஸபோத்லானை நோக்கி அவர்கள் செல்லவில்லை, எப்போதும் ஓக் மரங்களின் வாசனையையும் மலையின் சப்தத்தையும் நிரம்பச் சுமந்தபடி காற்று வருகிற அந்த இன்னொரு புறத்தை நோக்கிச் சென்றார்கள். ஒருவரிடமும் ஒன்றும் சொல்லாமல் யாரிடமும் சண்டையிடாமல் மௌனமாகக் கிளம்புவார்கள். டோரிகோ சகோதரர்களுடன் சண்டையிட்டு, அவர்கள் தங்களுக்குச் செய்த தீமைகளுக்கெல்லாம் பழிவாங்க அவர்கள் நிச்சயமாக மிகுந்த விருப்பம் கொண்டிருந்தார்கள்; ஆனால் அவர்களிடம் அதற்கான உறுதி இல்லை.

நிச்சயமாக அதுதான் நடந்தது.

விஷயம் என்னவென்றால் டோரிகோ சகோதரர்கள் இறந்தபிறகும் கூட ஒருவரும் திரும்பி வரவில்லை. நான் தொடர்ந்து காத்திருந்தேன். ஆனால் யாரும் திரும்பவில்லை. ஆரம்பத்தில் நான் அவர்களது வீடுகளைப் பார்த்துக்கொண்டேன்; கூரைகளைச் சரிசெய்து சுவர்களிலிருந்த ஓட்டைகளில் மரக்கிளைகளை வைத்தேன்; ஆனால் அவர்கள் வரத் தாமதமாவதைப் புரிந்து கொண்ட நான், அவற்றை அப்படியே விட்டுவிட்டேன். தவறாமல் வந்த ஒரே விஷயம் ஆண்டின் மத்தியில் வருகிற புயல் மழைதான், அத்துடன் பிப்ரவரியில் உங்களது படுக்கை விரிப்புகளைப் பறக்கச் செய்யும்படி வீசுகிற கடும்காற்று. காகங்களும் அடிக்கடி வரும், யாரும் குடியேறாத நிலத்தில் இருக்கிறோம் என நினைக்கிறாற்போல மிகத் தாழப் பறக்கிற அவை சத்தமாகக் கரையும்.

டோரிகோ சகோதரர்கள் இறந்தபிறகு விஷயங்கள் அப்படித்தான் சென்றன.

முன்பெல்லாம், இங்கிருந்து, இப்போது நான் அமர்ந்திருக்கிற இடத்திலிருந்து ஸ்போத்லானை மிகத் தெளிவாகக் காண

முடியும். பகலிலும் இரவிலும் எந்த நேரத்திலானாலும் தொலைவில் ஸ்போத்லானின் சிறிய வெளிச்சப் புள்ளியைக் காண முடியும். ஆனால் இப்போது ஜாரிலாக்கள் மிக அடர்த்தியாக வளர்ந்துவிட்டதால் எவ்வளவுதான் காற்று அவற்றைப் பக்கவாட்டில் இருபுறமும் அசைத்தாலும் உங்களால் அவற்றினூடாக எதையும் காண இயலாது.

அதேபோல் டோரிகோ சகோதரர்களும் இங்கு வந்து மணிக் கணக்கில் இரவு வரை அமர்ந்து சோர்வே அடையாமல் அந்த இடத்தையே பார்த்துக்கொண்டிருப்பார்கள் - ஸ்போத்லானில் மிக மகிழ்ச்சியாக இருக்கப் போவதைக் குறித்த அவர்களது சிந்தனையை அது தூண்டியது போல. ஆனால் அவர்கள் அதைக் குறித்துச் சிந்திக்கவில்லை என்பதை நான் பின்புதான் தெரிந்து கொண்டேன். அவர்கள் சாலையை மட்டும்தான் பார்ப்பார்கள். அந்த அகண்ட மணற்பாதையை அதன் துவக்கத்திலிருந்து அது அர்த்தச் சந்திர மலையின் பைன் மரங்களுக்குள் சென்று மறையும்வரை உங்கள் கண்களால் தொடர்ந்து செல்ல முடியும்.

ரெமிஜியோ டோரிகோ பார்க்கிற தூரத்திற்குப் பார்க்க முடிகிற எவரையுமே நான் எப்போதும் சந்தித்ததில்லை. அவன் ஓர் ஒற்றைக் கண்ணன். ஆனால் அவனிடமிருந்த அந்தக் கரிய பாதி மூடிய விழி, கையால் தொட்டுவிட முடிகிற நெருக்கத்திற்கு விஷயங்களை அவனுக்குக் கொணர்ந்து விடுவது போல் தோன்றியது. எனவே அங்கிருந்து அந்தச் சாலையில் என்ன பொருட்கள் நகர்கின்றன என்பதை அறிவதிலும் அவனுக்குப் பெரிய வேறுபாடு இருந்திருக்கவில்லை. யாரையேனும் பார்ப்பதில் அவனது கண்கள் மகிழ்ச்சியடைகிற சமயங்களில் அந்த இருவரும் தங்களது கண்காணிப்புத் தளத்திலிருந்து எழுந்து கோமாத்ரே மலையிலிருந்து சில காலம் காணாமலாகிவிடுவார்கள்.

இங்கிருந்த எல்லாமும் மற்றொன்றாக மாறிய நாள்கள் அவை. தங்களது சிறிய விலங்குகளை மலையின் சிறிய குகைகளிலிருந்து ஓட்டிவந்து பட்டியில் கட்டிவைப்பார்கள் மக்கள். அவர்களிடம் செம்மறி ஆடுகளும் வான் கோழிகளும் இருந்ததே அப்போதுதான் எங்களுக்குத் தெரியும். அதிகாலையில் முற்றத்தில் எத்தனை குவியல் மக்காச்சோளமோ, மஞ்சள் பூசணியோ தேறும் என்பதை எளிதாகக் காண இயலும். மலையைக் கடந்த காற்று

மற்ற சமயங்களைவிட அதிகக் குளிராக இருக்கும்; ஆனால் அங்கிருந்த அனைவரும் காலநிலை இனிமையாக இருந்ததென ஏன் கூறினார்கள் என்பதை நீங்கள் ஒருபோதும் அறிய மாட்டீர்கள். எல்லா அமைதியான இடங்களையும் போல, எப்போதும் கொமாத்ரே மலையில் அமைதி நிலவி வருவது போல சூரியோதயத்தில் சேவல்கள் கூவுவதை நீங்கள் கேட்க முடியும்.

அதன் பிறகு டோரிகோக்கள் திரும்பி வருவார்கள். அவர்கள் வரும் முன்பே அவர்களது வருகை அறிவிக்கப்பட்டுவிடும், அவர்களைக் காண ஓடிச் செல்லும் அவர்களது நாய்கள் அவர்களைக் கண்ட பிறகே குரைப்பதை நிறுத்தும். அந்தக் குரைப்புச் சத்தத்தைக் கொண்டுதான் அவர்கள் வருகிற திசையையும் தொலைவையும் எல்லோரும் கணக்கிடுவார்கள். பிறகு எல்லோரும் ஓடிச்சென்று தங்களது பொருட்களை மீண்டும் ஒளித்து வைப்பார்கள்.

அது எப்போதுமே அப்படித்தான். மறைந்த டோரிகோக்கள் திரும்பி வந்த ஒவ்வொரு முறையும் உண்டான அச்சம்.

ஆனால் நான் ஒருபோதும் அவர்களுக்கு அஞ்சியதில்லை. அவர்கள் இருவருக்குமே நான் நல்ல நண்பனாய் இருந்தேன், அவர்கள் செய்கிற வேலைகளில் ஈடுபடும் அளவிற்குச் சற்றுப் பிந்திப் பிறந்திருக்கலாம் என்றும்கூட நான் விரும்பியதுண்டு. எப்படியாயினும் இனி என்னால் அதிகம் பயனில்லை. ஒரு கோவேறு கழுதையோட்டியைக் கொள்ளையடிக்க அவர்களுக்கு நான் உதவிய தினத்தில்தான் இவ்வாறு உணர்ந்தேன். என்னிடம் ஏதோ குறை இருக்கிறதென நான் புரிந்துகொண்டேன்: எனக்கிருந்த வாழ்க்கை முழுவதும் ஏற்கெனவே முடிந்துவிட்டது போலவும் இனி என்னால் அதனை நீட்டிக்க இயலாது என்பது போலவும். அதைத்தான் நான் புரிந்துகொண்டேன்.

சில சர்க்கரைச் சாக்குகளை நகர்த்த டோரிகோக்கள் எனது உதவியைக் கோரியது மழைக்காலத்தின் மத்தியில்தான். நான் சற்றுப் பயந்தேன். கால்களுக்கடியில் குழி தோண்டுவது போலப் பெய்து கொண்டிருந்த மழை அதற்கு முதற்காரணம். நான் எங்கே செல்கிறேன் என்பது எனக்கே தெரியாமல் இருந்தது இரண்டாவது. எப்படியாயினும், அன்று தேவையான அளவு

கொமாத்ரே மலை | 35

நடப்பதற்கான தெம்பு என்னிடம் இல்லை என்பதை என்னால் உணர முடிந்தது.

நாங்கள் செல்கிற இடம் வெகுதொலைவில் இல்லை என டோரிகோ சகோதரர்கள் கூறினர். "பதினைந்து நிமிடத்தில் நாம் அங்கு இருப்போம்," என்று என்னிடம் கூறினார். ஆனால் நாங்கள் *அர்த்தச் சந்திர* மலையை அடைந்தபோது இருட்டத் தொடங்கியிருந்தது. கோவேறு கழுதையோட்டியின் இடத்தை நாங்கள் அடைந்தபோது இரவாகி வெகுநேரமாகியிருந்தது.

யார் வருகிறார்கள் என்பதைப் பார்ப்பதற்காகக் கோவேறு கழுதையோட்டி நிற்கவில்லை. நிச்சயம் அவன் டோரிகோ சகோதரர்களை எதிர்பார்த்திருக்கிறான். அதனால்தான் எங்களது வருகை அவனை ஆச்சரியப்படுத்தவில்லை. அப்படித்தான் எனக்குத் தோன்றியது. ஆனால் முன்னும் பின்னுமாக இழுத்து நாங்கள் சர்க்கரைச் சாக்குகளை வண்டியில் ஏற்றிய மொத்த நேரமும் கழுதையோட்டி அசைவின்றிப் புல்லின் மீது மல்லாந்து கிடந்தான். எனவே நான் அதனை டோரிகோ சகோதரர்களிடம் கூறினேன்.

"அவன் அங்கே படுத்துக்கொண்டா இருக்கிறான்? பார்த்தால் இறந்துவிட்டது போலவோ என்னவோ தெரிகிறது," என அவர்களிடம் கூறினேன்.

"இல்லை, அவன் வெறுமனே உறங்கிக்கொண்டுதான் இருக்க வேண்டும்," என்றனர் அவர்கள்.

"அவன் பார்க்கட்டும் என்றுதான் விட்டு வைத்தோம். ஒருவேளை அவன் காத்திருந்து சோர்ந்து உறங்கிப் போயிருக்கலாம்."

அவனருகே சென்று அவனை எழுப்புவதற்காக விலாவில் ஓர் உதை விட்டேன்; ஆனால் அவன் எழுந்து கொள்ளவில்லை.

"அவன் இறந்துவிட்டான்," என்றேன் மீண்டும் அவர்களிடம்.

"இல்லை, அதை நம்பாதே. ஓடிலான் ஒரு தடியால் அவனது தலையில் அடித்ததால் சற்று நினைவின்றி இருக்கிறான், பிறகு அவன் எழுந்துகொள்வான். காலைச் சூரியன் வந்து சற்றே வெப்பத்தை உணர்ந்தவுடன் அவசரமாக எழுந்து அவன் நேரே

வீட்டிற்குத் திரும்பிச் செல்வதை நீயே பார்ப்பாய். அந்தச் சாக்கினை இங்கே இழு, நாம் போகலாம்," என்றுதான் அவர்கள் என்னிடம் கூறினார்கள்.

இறுதியாக நான் அந்த இறந்தவனுக்கு ஓர் உதை தந்தபோது உலர்ந்த மரக்கட்டையை உதைத்தாற் போல் இருந்தது. பிறகு நான் மூட்டையை என் முதுகில் ஏற்றிக்கொண்டு நடக்கத் தொடங்கினேன். டோரிகோ சகோதரர்கள் என்னைப் பின்தொடர்ந்தனர். நெடுநேரத்திற்கு, விடியும் வரை, அவர்கள் பாடுவது எனக்குக் கேட்டது. விடிந்த பிறகு அது எனக்குக் கேட்கவில்லை. சூரிய உதயத்திற்குச் சற்றுமுன் வருகிற காற்று அவர்களது பாடலைக் கொண்டுசென்றுவிட்டதால் அவர்கள் என்னைத் தொடர்கிறார்களா என்பதை எல்லாப்புறமிருந்தும் எழுந்த நாய்களின் குரைப்பொலியை நான் கேட்கும் வரை என்னால் அறிந்துகொள்ள இயலவில்லை.

அப்படித்தான், கொமாத்ரே மலையில் என் வீட்டருகே அமர்ந்து தினந்தோறும் பிற்பகலில் டோரிகோ சகோதரர்கள் என்ன மாதிரியான பொருட்களை வெறித்துக்கொண்டிருந்தார்கள் என்பதை நான் அறிந்துகொண்டேன்.

ரெமிஜியோ டோரிகோவைக் கொன்றது நான்தான்.

அச்சமயத்தில் குடியிருப்புகளில் வெகுசில ஆட்கள் மட்டுமே எஞ்சியிருந்தார்கள். முதலில் அவர்கள் ஒவ்வொருவராகச் சென்றார்கள்; ஆனால் கடைசியில் இருந்தவர்கள் வாகனங்களில் கிளம்பிவிட்டார்கள். பனி பொழியவிருப்பதை உணர்ந்து அதன் முன்பே பணம் சம்பாரித்துக் கிளம்பிவிட்டார்கள். கடந்த ஆண்டுகளில் விளைச்சலை ஒரே இரவில் பனிபொழிந்து அழித்திருந்தது. அந்த ஆண்டும்தான். அதனால்தான் அவர்கள் கிளம்பிவிட்டார்கள். அடுத்த ஆண்டும் அப்படியேதான் இருக்குமென அவர்கள் நிச்சயம் நினைத்திருப்பார்கள், அதோடு பருவகாலத்தின் சீரழிவினை ஒவ்வொரு ஆண்டும், டோரிகோ சகோதரர்களின் சீரழிப்பை எல்லா நேரத்திலும் தொடர்ந்து பொறுத்துக்கொள்ள அவர்கள் விரும்பவில்லை என்பதுபோல் தோன்றியது.

எனவே நான் ரெமிஜியோ டோரிகோவைக் கொன்றபோது, கொமாத்ரே மலை ஏற்கெனவே மக்களின்றி காலியாகி இருந்தது.

இது அக்டோபர் சமயத்தில் நிகழ்ந்தது. அன்று நிலவு பெரியதாகவும் ஒளிமிகுந்தும் இருந்தது எனக்கு நினைவிருக்கிறது, டோரிகோ வந்தபோது நான் எனது வீட்டிற்கு வெளியே அமர்ந்து அந்த நிலவொளியின் உதவியுடன் ஏராளம் ஓட்டைகள் கொண்டிருந்த ஒரு சாக்கினைத் தைத்துக்கொண்டிருந்தேன்.

அவன் குடித்திருக்க வேண்டும். எனக்கு முன்னால் நின்ற அவன் எனக்குத் தேவையாயிருந்த நிலவொளியை மறைத்தபடியும் விலகியபடியும் ஒரு புறத்திலிருந்து மறுபுறமாகத் தள்ளாடிக் கொண்டே இருந்தான்.

“கள்ளத்தனமாய் நடந்துகொள்வது சரியல்ல,” என்றான் வெகுநேரம் கழித்து. “எல்லாம் நேரிடையாக இருப்பதையே நான் விரும்புகிறேன், ஒருவேளை உனக்கு அதில் விருப்பமில்லை என்றாலும் மோசம்தான். ஏனென்றால் அவற்றை நேர்படுத்தவே நான் வந்துள்ளேன்.”

நான் தொடர்ந்து சாக்கினைத் தைத்தேன். ஓட்டைகளைத் தைத்தேன், நிலவொளி பட்டபோது கோணூசி நன்றாகச் செயல்பட்டது. நிச்சயமாக அதனால்தான் அவன் சொல்வதை நான் கவனிக்கவில்லை என அவன் கருதியிருக்கிறான்.

“உன்னிடம்தான் நான் பேசுகிறேன்,” என அவன் வெறிபிடித்தாற் போலக் கத்தினான். “நான் ஏன் இங்கு வந்திருக்கிறேன் என்பது உனக்கு நிச்சயம் தெரியும்.”

அவன் என்னிடம் நெருங்கிவந்து கிட்டத்தட்ட என் முகத்தின்மேல் கத்தியபோது நான் சற்றுப் பயந்துவிட்டேன். என்றாலும் கூட அவனது கோபத்தின் தீவிரத்தை அறிந்துகொள்ள அவனது முகத்தைப் பார்க்க முயன்று அவன் ஏன் அங்கு வந்திருக்கிறான் என்று கேட்க விரும்புவதைப் போல அவனையே வெறித்தேன்.

அதற்குப் பலனிருந்தது. சற்று அமைதியடைந்து நிதானமான அவன், என்னைப் போன்றவர்களுக்குச் சற்று அதிர்ச்சி அளிக்கத்தான் வேண்டியிருக்கிறது என்றான்.

"நீ செய்திருக்கிற விஷயத்திற்குப் பிறகு, உன்னுடன் பேசும்போதே என் வாய் உலர்ந்துவிடுகிறது," என்றான்.

"ஆனால் என்னைப் போலவே, என் சகோதரனும் உனக்கு நல்ல நண்பனாய் இருந்தான். உன்னை நான் காண வந்ததற்கு அது ஒன்றுதான் காரணம். ஒடிலானின் மரணத்திற்கு நீ எப்படி விளக்கம் அளிக்கப்போகிறாய் என்பதைக் கேட்பதற்கு."

இப்போது அவனை என்னால் தெளிவாகக் கேட்க முடிந்தது. சாக்கினை ஒருபுறம் வைத்த நான் வேறெதுவும் செய்யாமல் தொடர்ந்து அவன் பேசுவதை கேட்டுக் கொண்டிருந்தேன்.

அவனது சகோதரனைக் கொன்றதற்காக என்னைக் குற்றப்படுத்துகிறான் என்பதைப் புரிந்துகொண்டேன். ஆனால் அது நானில்லை. யார் அதைச் செய்தது என்பது எனக்கு நினைவில் இருக்கிறது, அதை அவனுக்கு விளக்கியிருப்பேனும்கூட. ஆனால் விஷயங்கள் எப்படி நடந்தன என்பதை அவனிடம் சொல்வதற்கு அவன் எனக்கு எந்த இடமும் அளித்ததாகத் தெரியவில்லை.

"ஒடிலானும் நானும் நிறையவே சண்டையிடுவோம்," அவன் தொடர்ந்தான். "அவன் விஷயங்களைக் கற்றுக்கொள்வதில் சற்றுப் பின்தங்கியவன்தான், எல்லோரிடமும் சண்டையிட விரும்புவான், ஆனால் ஒருபோதும் அது அதற்குமேல் சென்றதில்லை. சில அடிகளுக்குப் பிறகு அவன் அமைதியாகி விடுவான். அதைத்தான் நான் தெரிந்துகொள்ள விரும்புகிறேன்: அவன் உன்னை ஏதேனும் சொன்னானா, அல்லது உன்னிடமிருந்து எதையேனும் எடுத்துக்கொள்ள முனைந்தானா அல்லது என்ன நடந்தது. ஒருவேளை அவன் உன்னை அடிக்க நினைத்து நீ அதற்கு முன்பே அதைச் செய்துவிட்டாயா. அதைப் போலத்தான் ஏதோ நிகழ்ந்திருக்க வேண்டும்."

இல்லை என்று சொல்வதற்கு, அதனுடன் எனக்கு எந்தச் சம்பந்தமும் இல்லை என்று சொல்வதற்கு நான் தலையை அசைத்தேன்...

"கவனி," டோரிகோ என்னை இடையில் நிறுத்தினான். "அன்று ஒடிலான் தன் சட்டைப் பையில் பதினான்கு பெஸோக்கள்

வைத்திருந்தான். அவனை நான் சென்று தூக்கியபோது அதனைத் தேடினேன், ஆனால் அந்தப் பதினான்கு பெஸோக்கள் இல்லை. ஆனால் நேற்று நீ உனக்கு ஒரு போர்வை வாங்கியிருப்பதைக் கண்டறிந்தேன்.”

அது உண்மைதான், நான் எனக்கு ஒரு போர்வை வாங்கினேன். குளிர்காலம் விரைந்து வருவதை அறிந்த நான் எனது அங்கி முழுக்கக் கந்தலாகி இருந்ததால், ஒரு போர்வை வாங்க ஸபோத்லானுக்குச் சென்றேன், அதற்காகத்தான் நான் என் ஒரு ஜோடி ஆடுகளை விற்றேன். ஒடிலானின் பதினான்கு பெஸோக்களைக் கொண்டு அதனை நான் வாங்கவில்லை. சாக்கு முழுவதும் ஓட்டைகளாய் இருப்பதை அவன் கண்டானே. எனக்குத் தோதாக அந்தச் சிறிய ஆடு நடக்காததால் நான் அதனைச் சாக்கில் இடவேண்டியிருந்தது, அதனால்தான் அது.

“ஒடிலானுக்கு நடந்ததற்கு நான் பழிவாங்க விரும்புகிறேன் என்பதை உனக்கு முதலும் கடைசியுமாகச் சொல்லிக்கொள்கிறேன், அவனைக் கொன்றது யாராய் இருந்தாலும் சரி, அவனைக் கொன்றது யார் என்பதும் எனக்குத் தெரியும்,” என்று அவன் குரல் சரியாக என் தலைக்கு மேல் ஒலித்தது.

“அப்படியானால் அது நானா?” என வினவினேன்.

“பிறகு வேறு யார்? நானும் ஒடிலானும் பிரச்சினைகளைக் கிளப்பினோம்தான், அல்லது நீ அதை எப்படி விவரித்தாலும் சரி; நாங்கள் யாரையும் கொன்றதில்லை என்றும் நான் கூறவில்லை; ஆனால் இவ்வளவு குறைவான பணத்திற்காக அதைச் செய்ததில்லை. அதை என்னால் உறுதியாகக் கூற முடியும்.”

பட்டிக்கு மேலே நிறைந்து ஒளிர்ந்துகொண்டிருந்த அக்டோபரின் பெரிய நிலவு ரெமிஜியோவின் நீண்ட நிழலை என் வீட்டின் சுவரில் விழும்படி செய்தது. ஹதோர்ன் மரத்தை நோக்கிச் சென்ற அவன் எப்போதும் நான் அங்கு வைத்திருக்கும் அருவாளை எடுப்பதை என்னால் காணமுடிந்தது. கையில் அதனைப் பற்றியபடி என்னை நோக்கி அவன் வருவதையும் கண்டேன்.

ஆனால் எனக்கு முன்பிருந்து அவன் விலகிச் சென்றபோது, நான் சாக்கில் குத்திவைத்திருந்த கோணூசி மீது நிலவொளி

பளீரென்று விழுந்தது. ஏனென்று தெரியவில்லை, ஆனால் நான் அந்த ஊசியின் மீது மிகுந்த நம்பிக்கைகொள்ள ஆரம்பித்தேன். அதனால்தான் ரெமிஜியோ டோரிகோ என்னிடம் திரும்பி வந்தபோது நான் அந்த ஊசியை எடுத்து எதற்கும் காத்திராமல் அவனது தொப்புளுக்கு அருகில் குத்தினேன். அது எவ்வளவு தூரம் செல்லுமோ அவ்வளவு ஆழத்திற்கு அதனை அழுத்தினேன். அதனை அப்படியே விட்டுவிட்டேன்.

உடனடியாகவே, வயிற்று வலி வந்தது போலச் சுருங்கிய அவன் கொஞ்சம் கொஞ்சமாக முழங்கால்கள் மடிய தரையில் அமர்ந்து, பலவீனமாக, கண்களில் பயம் வெளிப்பட ஸ்தம்பித்துப் போனான்.

சட்டென நிமிர்ந்து அருவாளால் என்னைத் தாக்கிவிடுவான் என்றும்கூட ஒரு நொடி எனக்குத் தோன்றியது; ஆனால் அவன் மனதை மாற்றிக்கொண்டிருக்க வேண்டும், அல்லது என்ன செய்வதென்று தெரியாமலாகியிருக்கும், அருவாளைக் கீழே விட்ட அவன் மீண்டும் சுருண்டுகொண்டான். அவ்வளவுதான் அவன் செய்தான்.

நலமின்றிப் போனதைப் போல அவனது முகத்தில் துயரம் படிவதைக் கண்டேன். நெடுங்காலமாக அப்படி ஒரு துயரமான பார்வையை நான் காணவில்லை, எனக்கு இரக்கம் தோன்றியது. அதனால்தான் அந்த ஊசியைத் தொப்புளிலிருந்து உருவி, சற்று மேலே, அவனது இதயம் இருக்கும் என நான் கருதிய இடத்தில் குத்த முடிவு செய்தேன். ஆமாம், அது அங்கே இறங்கியது, தலை துண்டிக்கப்பட்ட கோழியைப் போல வெறும் இரண்டு மூன்று முறைகள் மட்டும் துடித்த அவன் அதன்பிறகு அசைவின்றிப் போனான்.

நான் அவனிடம் பேசியபோது அவன் இறந்திருக்கக் கூடும்:

"பார் ரெமிஜியோ, என்னை மன்னித்துவிடு. ஆனால் ஒடிலானை நான் கொல்லவில்லை. அல்கராஸ்தான் அதைச் செய்தது. அவன் இறந்தபோது நான் அருகில்தான் இருந்தேன், அவனை நான் கொல்லவில்லை என்பது எனக்கு நன்றாக நினைவிருக்கிறது. அது அவர்கள்தான், ஒட்டுமொத்த அல்கராஸ் குடும்பம். அவர்கள் அனைவரும் அவன் மீது பாய்வதை நான் உணர்ந்தபோது ஒடிலான் இறந்துகொண்டிருந்தான். ஏன் என்று உனக்குத் தெரியுமா?

முதலில் ஒடிலான் ஸபோத்லானிற்கே சென்றிருக்கக்கூடாது. அது உனக்குத் தெரியும். ஏராளமான மனிதர்கள் அவனைக் குறித்த ஏராளமான விஷயங்களை நினைவில் கொண்டிருக்கும் அந்த நகரில் இப்போதோ எப்போதோ அவனுக்கு ஏதேனும் நிகழத்தான் செய்திருக்கும். போலவே அல்கராஸ்களுக்கும் அவனைப் பிடிக்கவில்லை. அவர்களுடன் சென்று சேர்வதன் மூலம் தான் என்ன செய்வதாக அவன் நினைத்துக்கொண்டான் என்பது உனக்கும் தெரியாது, எனக்கும் தெரியாது.

"எல்லாம் திடீரென நிகழ்ந்துவிட்டது. நான் எனது கம்பளியை வாங்கிக்கொண்டு கிளம்ப எத்தனித்தபோது உன் சகோதரன், அல்கராஸ் குடும்பத்தின் ஒருவர் மீது வாய் நிறைய மென்ற மெஸ்கலைத் துப்பினான். அவன் வேடிக்கைக்காகத்தான் அதைச் செய்தான். அவர்கள் எல்லோரையுமே அது நகைக்கச் செய்ததிலேயே அவன் அதனை வெறுமனே வேடிக்கைக்காகத்தான் செய்தான் என்பது தெளிவாகிவிட்டது. ஆனால், அவர்கள் அனைவரும் குடித்திருந்தார்கள். ஒடிலானும் அல்கராஸ்களும் அவர்கள் எல்லோரும். சட்டென அவர்கள் அவன் மீது பாய்ந்தார்கள். தங்களது கத்திகளை எடுத்து அவனைக் குத்தியவர்கள், ஒடிலான் எதற்கும் பிரயோஜனமின்றிப் போகும்வரை அவனைத் தொடர்ந்து தாக்கினார்கள். அப்படித்தான் அவன் இறந்தான்.

"இதிலிருந்தே நீ அறிந்துகொள்ளலாம், அவனைக் கொன்றது நானல்ல. அதற்கும் எனக்கும் எந்தச் சம்பந்தமும் இல்லை என்பதை நீ புரிந்துகொள்ள நான் விரும்புகிறேன்."

இதைத்தான் நான் இறந்த ரெமிஜியோவிடம் சொன்னேன்.

காலி அறுவடைப் பையுடன் நான் கொமாத்ரே மலைக்குத் திரும்பியபோது நிலவு ஏற்கெனவே ஓக் மரங்களுக்குப் பின்னால் மறைந்திருந்தது. அதைத் தூர வைக்கும் முன்பு அதிலிருக்கும் ரத்தம் போகும்படி பலமுறை ஆற்று நீரில் முக்கி எடுத்தேன். அடிக்கடி அது எனக்குத் தேவைப்படப் போகிறது, ஒவ்வொரு முறையும் அதில் ரெமிஜியோவின் ரத்தத்தைப் பார்ப்பதற்கு எனக்கு விருப்பம் இருந்திருக்காது.

ஸபோத்லானின் பண்டிகைக் காலமான அக்டோபரில்தான் இது நிகழ்ந்ததென நினைவு. அது அக்டோபரில்தான் என்று

உறுதியாகக் கூறமுடியும், ஏனெனில் ஸபோத்லானில் அவர்கள் வானவேடிக்கை நிகழ்த்திக்கொண்டிருக்க, ஒவ்வொரு முறை அது வெடித்தபோதும், நான் ரெமிஜியோவை எறிந்த இடத்திலிருந்து ஒரு பெரிய பருந்துக் கூட்டம் மேலே எழுந்தது.

அதுதான் எனக்கு நினைவிருக்கிறது.

நாங்கள் மிகவும் ஏழைகள் என்பதே அதற்குக் காரணம்

மோசம் என்பதிலிருந்து படுமோசத்தை நோக்கிப் போய்க்கொண்டிருக்கிறது இங்கு எல்லாமே. கடந்தவாரம் எனது அத்தை ஜெஸிந்தா மரணித்து, நாங்கள் அவளை அடக்கம் செய்து துயரத்திலிருந்து சற்றே விடுபட ஆரம்பித்திருந்த சனிக்கிழமை, மழை பேய்போல் கொட்டியது. ஒட்டுமொத்த பார்லி அறுவடையையும் களத்தில் காய வைத்திருந்ததால் அது என் தந்தையை மிகுந்த வருத்தத்திற்குள்ளாக்கிவிட்டது.

பேரலைகளெனத் திடீரெனப் பெய்ய ஆரம்பித்திருந்த மழை கையளவு தானியத்தை எடுத்துப் பத்திரப்படுத்தக்கூட எங்களுக்கு நேரம் தரவில்லை; அந்த நேரத்தில் வீட்டிலிருந்த அத்தனை பேருமே குடிலுக்கு அடியில் நெருக்கியடித்தவாறு, வானிலிருந்து கொட்டிய குளிர்ந்த நீர் அப்போதுதான் அறுவடை செய்யப்பட்ட மஞ்சள் பார்லி முழுவதையும் எரித்துக்கொண்டிருப்பதை வெறுமனே காண மட்டுமே முடிந்தது.

என் சகோதரி தாட்சாவின் பன்னிரண்டாவது பிறந்தநாளான நேற்றுத்தான், அவளது புனிதர் தினத்திற்கு என் அப்பா அவளுக்குப் பரிசாக வழங்கிய பசுவும்கூட ஆற்றுவெள்ளத்தில் அடித்துச் செல்லப்பட்டுவிட்டதென்பதை நாங்கள் அறிந்துகொண்டோம்.

மூன்று இரவுகளுக்கு முந்தைய விடியலில்தான் ஆற்றுமட்டம் உயரத்தொடங்கியது. நான் ஆழ்ந்து உறங்கிக்கொண்டிருந்தபோதும்

அதன் ஆர்ப்பரிப்பான ஒலி என்னை எழுப்பிவிட்டது. என் வீட்டில் கூரையே இடிந்துவிழப் போகிறதென்பது போலெண்ணிய நான் கையில் போர்வையுடனே குதித்தெழுந்தேன். பின்பு அது ஆற்றுநீரின் சப்தம்தான் என்பதை அறிந்ததாலும் அச்சப்தம் என்னைத் தாலாட்டியதாலும் மீண்டும் நான் உறங்கிப் போனேன்.

நான் எழுந்துகொண்டபோது காலை வானமானது கனத்த மேகங்களால் நிரம்பியிருக்க, விடாமல் மழைபெய்து கொண்டிருப்பதான தோற்றமே எங்கும் காணப்பட்டது. நதியின் ஓசை எப்போதையும்விட அதிகமாகவும் வெகு அருகிலும் ஒலித்தது. ஒரு தீயை நுகரமுடிவதுபோல நதியை, அதன் சேற்று நீரில் அழுகிய மணத்தை உங்களால் உணரமுடியும்.

நாங்கள் வெளியே சென்ற நேரத்திற்கெல்லாம் நதி அதன் கரைகளை மீறீ மெதுவாக நடுவீதியை நோக்கி வரத் தொடங்கியிருந்தது. லா டம்போரா என எல்லோராலும் அழைக்கப்படுகின்ற பெண்ணின் வீட்டிற்குள் அது சட்டென நுழைந்திருந்தது. பட்டிக்குள் பாய்ந்து அகண்ட கணவாய்க்குள் வெளியேறிய நீர் தெறிக்கும் சப்தத்தைக் கேட்க முடிந்தது. நதியின் ஒரு பகுதியாக மாறிவிட்டிருந்த அவ்விடத்தில் அங்குமிங்கும் நடந்த லா டம்போரா, நீரலை பாயாத ஏதேனும் ஓரிடத்தில் ஒளியும் விதமாகத் தன் கோழிகளைத் தெருவில் எறிந்தாள்.

மறுபுறமிருந்த வளைவில் என் அத்தை ஜெஸிந்தாவின் தானியக் களத்தில் நின்றிருந்த புளிய மரத்தையும் நதிதான் - எப்போதென எவரும் அறியார் - அடித்துச் சென்றிருக்க வேண்டும். இப்போது அவ்விடத்தில் புளியமரமே இல்லை. நகரத்தில் இருந்த ஒரே ஒரு மரம் அதுதான். அதனால்தான் இத்தனை ஆண்டுகளில் அதிகபட்சமாக ஆறு உயர்ந்தது இம்முறைதான் என மக்கள் நினைக்கிறார்கள்.

பிற்பகலில் நானும் என் சகோதரியும், தொடர்ந்து மேலும் அடர்த்தியாகவும் அழுக்காகவும் அலையலையாய் வந்துகொண்டிருந்த வெள்ளத்தைக் காணச் சென்றோம், பாலம் இருந்திருக்க வேண்டிய இடத்தை அது ஏற்கெனவே மீறியிருந்தது. அந்த ஒட்டுமொத்த நிகழ்வையும் கொஞ்சமும் சலிப்பின்றி அங்கேயே பல மணி நேரங்கள் இருந்து நாங்கள் பார்த்துக்

கொண்டிருந்தோம். கீழே ஆற்றுக்கருகே மிகுந்த சப்தமாக இருந்ததால் எல்லோரும் எதையோ பேச முயல்வதைப் போல வாயைத் திறந்து மூடுவதை மட்டுமே எங்களால் காண முடிந்தது; ஒரு வார்த்தையும் காதில் விழவில்லை. என்ன பேசுகிறார்கள் என்பதைக் கேட்கும் பொருட்டு நாங்கள் அதன்பிறகு மேலே ஏறி வந்தோம். எனவே நதியைப் பார்த்தபடி நதி ஏற்படுத்திய சேதங்களைப் பற்றிப் பேசிக்கொண்டிருந்த மக்களை நோக்கி நாங்கள் மேலே ஏறி வந்தோம். என் சகோதரி தாட்சாவின் பசுவாகிய ஸெர்பண்டினாவையும் நதி இழுத்துச் சென்றிருந்ததை நாங்கள் அங்கேதான் அறிந்துகொண்டோம். ஒரு வெண் காதும் ஒரு சிவப்புக் காதும் அழகிய கண்களும் கொண்ட அதனை என் தந்தை அவளுக்குப் பிறந்தநாள் பரிசாக வழங்கியிருந்தார்.

தான் தினசரி கடக்கிற ஆறு அல்ல அது என்பது தெரிந்திருந்தும் ஸெர்பண்டினா ஏன் அதனைக் கடக்க முடிவுசெய்தாள் என்பது எனக்குத் தெரியவில்லை. ஸெர்பண்டினா அந்த அளவிற்கு முட்டாள் ஒன்றும் கிடையாது. அப்படிச் சென்று செத்திருந்தால் அவள் தூக்கத்தில்தான் நடந்திருக்க வேண்டும். பட்டியின் கதவைத் திறந்து வெளியே அனுப்புவதற்காகச் செல்லும் நான்தான் பெரும்பாலான சமயங்களில் அவளை எழுப்புவேன். இல்லாவிட்டால் நாள் முழுவதையும், கண்களை மூடி, உறங்கும்போது பசுக்கள் பெருமூச்சுவிடுகிற அதே விதத்தில் சிறிதும் அசைவின்றி பெருமூச்சுவிட்டவாறு அங்கேயேதான் அவள் கழித்திருப்பாள்.

அவள் அப்படித்தான் உறங்கிப் போயிருந்திருப்பாள். ஒருவேளை தன் பக்கவாட்டில் நீர் மோதுவதை உணர்ந்துதான் அவள் விழித்திருப்பாள். அதைக் கண்டு அஞ்சி பின்னால் செல்ல முயன்று, ஆனால் எங்கேயும் நகரமுடியாதவாறு அந்த அடர்த்தியான கரிய அழுக்குச் சேற்றில் சிக்கிக்கொண்டிருப்பாள். உதவி கோரி அவள் வீறிட்டிருக்கவும் கூடும்.

எப்படி வீறிட்டாளோ! தெய்வத்திற்குத்தான் தெரியும்.

ஒரு பசுவினை வெள்ளம் இழுத்துச் செல்வதைப் பார்த்ததாகக் கூறிய ஒரு மனிதனிடம், அதனுடன் ஒரு கன்றும் இருந்ததா எனக் கேட்டேன். தான் அப்படி எதையும் பார்த்ததாகத்

தனக்குத் தெரியவில்லை என அவன் கூறிவிட்டான். தான் நின்றுகொண்டிருந்த இடத்திற்கு வெகு அருகில், காற்றில் மிதக்கும் கால்களுடன் சென்ற பசுவானது சற்று தூரத்தில் தலைகீழாகப் புரண்டு, பின் அதன் கொம்போ கால்களோ அங்கே பசு இருப்பதற்கான எவ்வித அடையாளமோ இல்லாமல் போய்விட்டது என்று மட்டும்தான் அவன் கூறினான். ஏராளமான மரங்கள் வேர்களுடனும் பிறவற்றுடனும் நீரில் மிதந்து சென்றன, எரிப்பதற்கு அவற்றைச் சேகரிக்க முயல்வதில் கவனமாய் இருந்துவிட்டதால், இழுத்துச் செல்லப்பட்டவை விலங்குகளா மரங்களா என்பதை அவனால் காண இயலவில்லை.

எனவே அந்தக் கன்று உயிரோடு இருக்கிறதா அல்லது அவனது அம்மாவுடன் சேர்ந்து நதியோடு சென்றுவிட்டதா என்பது எங்களுக்குத் தெரியவில்லை. அவன் அவளோடு சென்றிருந்தால் கடவுள் அவர்கள் இருவரையும் காக்கட்டும்.

வீட்டில் என்ன பிரச்சினை என்றால், கையில் இப்போது எதுவுமே இல்லாமல் ஆகிவிட்ட என் சகோதரி தாட்சாவிற்கு இனி என்ன ஆகும். என் மூத்த இரண்டு அக்காக்களும் வீட்டைவிட்டு ஓடி வேசிகள் ஆனது போல் ஆகாமல் இருக்க, தாட்சாவிடம் சிறிது முதலீடு இருக்க வேண்டும் என்பதற்காக, ஸெர்பண்டினாவைப் பெறுவதென்பதே மிகச் சிரமமான காரியமாக இருந்தது என் தந்தைக்கு, அது கன்றாக இருந்தபோதிலிருந்தே.

நாங்கள் ஏழைகளாகவும் அவர்கள் இருவரும் கேடுகெட்டவர்களாகவும் இருந்ததால்தான் அவர்கள் தவறான பாதையைத் தேர்ந்தெடுத்தார்கள் என என் தந்தை கூறுவார். சிறுவயதிலிருந்தே அவர்கள் குறை கூறிக்கொண்டே இருப்பார்கள். வளர்ந்த உடனேயே மோசமான ஆண்களுடன் சுற்றத் தொடங்கிய அவர்கள், அவர்களிடமிருந்து எல்லாவிதமான தீய பழக்கங்களையும் கற்றுக் கொண்டனர். பின்னிரவில் ஒரு ஆண் ஏற்படுத்துகிற விசில் சத்தத்தை மிக வேகமாகக் கற்றுக்கொள்ளவும் புரிந்துகொள்ளவும் செய்த அவர்கள், விடிகிறவரை வெளியே சுற்றினார்கள். ஆற்றில் இருந்து தண்ணீர் எடுத்து வரவேண்டிய சில சமயங்களில், திடீரெனப் பட்டிக்கு வந்துவிடும் அவர்கள் அங்கே தரையில் நிர்வாணமாகத் தங்கள் மேல் ஆளுக்கு ஒரு ஆணுடன் நெளிந்து கொண்டிருப்பார்கள்.

கடைசியில் என் அப்பா அவர்களை வெளியே விரட்டி விட்டார். எவ்வளவு முடியுமோ அவ்வளவு தூரம் அவர்களைப் பொறுத்துக்கொண்ட அவர், எல்லை மீறியபோது கதவை நோக்கிக் கைகாட்டினார். ஆயுட்லாவிற்கோ அல்லது எங்கேயோ சென்ற அவர்கள் தற்போது வேசிகள்.

எனவேதான் பசு தன்னுடன் இல்லாததன் வறுமையை உணர்கிற தாட்சா, தான் இன்னமும் வளர்ந்து கொண்டிருக்கிற இக்காலத்தில் தன்னை ஆதரிக்க எதுவும் இல்லையென்றும் தன் மீது எப்போதும் அன்பு கொண்டிருக்கும் ஒரு நாகரீகமான மனிதனைத் திருமணம் செய்துகொள்ள முடியாதென்றும் கருதுவாள், தனது இரண்டு அக்காக்கள் போல் ஆகிவிடுவாள் என்று என் அப்பா திகிலடைந்து விட்டார். அது இப்போது சிரமமானதாகத்தான் ஆகவிருக்கிறது. அவளிடம் மாடு இருந்தபோது அது வேறு விஷயம். அழகான அந்த மாடும் சொந்தமாகும் என்பதற்காகவேனும் அவளைத் திருமணம் செய்யும் தைரியம் கொண்ட யாரேனும் ஒருவராவது இருந்திருப்பார்கள்.

கன்று உயிரோடு இருக்கக்கூடும் என்பதே இப்போது எங்களது ஒரே நம்பிக்கை. அம்மாவின் பின்னே நதியைக் கடக்க வேண்டும் என அவன் நினைக்காமலும் இருந்திருக்கலாம். ஒருவேளை அது அப்படிச் சென்றிருந்தால் என் சகோதரி தாட்சா வேசி ஆவது, இதோ இவ்வளவு இடைவெளியில்தான் இருக்கிறது. அப்படி நடப்பதை அம்மா விரும்பவில்லை.

இப்படி மோசமான மகள்களைத் தந்து கடவுள் ஏன் தன்னைத் தண்டித்தார் என அம்மாவிற்குத் தெரியவில்லை. ஏனென்றால் அவரது குடும்பத்தில் அவரது பாட்டியின் காலத்தில் இருந்தே ஒருபோதும் மோசமான மனிதர்கள் இருந்ததில்லை. கடவுள் மீதான பயத்துடன் வளர்க்கப்பட்ட அவர்கள் அனைவரும் பணிவானவர்களாகவும் ஒருவரையும் காயப்படுத்தாதவர்களாகவும் இருந்தார்கள். எல்லோருமே அப்படித்தான் இருந்தார்கள். அவரது இரு மகள்களும் இந்தக் கெட்ட குணங்களை எங்கே கற்றார்கள் என யாருக்குத் தெரியும்? அவரால் கண்டறிய முடியவில்லை. தன் மூளையை அலசிப் பார்த்த அவரால் தான் எங்கே தவறு செய்தோம் என்பதைக் கண்டறிய முடியவில்லை; அல்லது அடுத்தடுத்து இரண்டு மோசமான மகள்களைப்

பெற்றெடுக்கும்படி தான் என்ன தவறு செய்தோம் என்பதும் அவருக்குத் தெரியவில்லை. அவரால் இதனைப் புரிந்துகொள்ள இயலவில்லை. ஒவ்வொரு முறை அவர்களைப் பற்றி நினைக்கும் போதும் அவர், "கடவுள் அவர்களைக் காப்பாற்றட்டும்," என அழுதுகொண்டே கூறுவார்.

ஆனால் இப்போது செய்வதற்கு எதுவுமில்லை என்று என் அப்பா கூறுகிறார். இப்போது பிரச்சினையில் இருப்பது இன்னமும் இங்கே இருக்கிற மகள்தான் - தாட்சாதான். அவள் மேலும் மேலும் வளர்ந்துகொண்டே இருக்கிறாள். அவளது முலைகள் ஏற்கெனவே வெளியே தெரியத் தொடங்கிவிட்டன, அப்படியே அவளது சகோதரிகளுடையதைப் போலவே ஆவதற்கான தோற்றமும் கொண்டுள்ளன: கூராக, நிமிர்ந்து, வடிவமாக, கவனம் ஈர்ப்பதாக.

"ஆமாம், அவள் போகும்போதெல்லாம் அவர்கள் அவளை வெறிப்பார்கள்," என்கிறார் அவர். "எல்லாம் மோசமாகத்தான் முடியும்; எல்லாம் மோசமாகத்தான் முடியும் என்பதை இப்போதே என்னால் காண முடிகிறது."

அதனால்தான் என் அப்பா அச்சமடைந்திருக்கிறார்.

ஆறு தன் பசுவினைக் கொன்றுவிட்டதால் அது திரும்ப வராதென்பதை நினைக்கும் போது தாட்சா அழுகிறாள். இங்கே எனக்கு வெகு அருகில், தன் இளஞ்சிவப்பு ஆடையில், பள்ளத்தாக்கின் உச்சியில் இருந்து நதியைப் பார்த்தபடி, அழுவதைக் கட்டுப்படுத்த இயலாமல் நிற்கிறாள். என்னவோ நதியே அவளுக்குள்தான் இருக்கிறதென்பது போல, அழுக்கு நீர் அவள் முகத்தில் பொங்கிப் பொங்கி வழிந்துகொண்டே இருக்கிறது.

நான் அவளைக் கைகளால் அரவணைத்து ஆறுதல் கூற முயல்கிறேன், ஆனால் அவளுக்கு அது புரியவில்லை. அவள் மேலும் அதிகமாக அழுகிறாள். நதிக் கரையையொட்டி எழுவது போன்ற ஒரு சப்தம் அவளது உதடுகளிலிருந்து எழ, அவள் நடுங்குகிறாள், முழு உடலும் நடுங்குகிறது. இதனிடையே வெள்ளத்தின் உயரம் அதிகரித்துக்கொண்டே செல்கிறது. தாட்சாவின் ஈர முகத்தில், அழுகிய பொருட்கள் கீழிருந்து

தெறிக்கின்றன. திடீரெனப் பெருகத் தொடங்கிவிட்டது போல, சீரழிவிற்கு மிக அருகில் அவள் சென்றுவிட்டாள் என்னும்படி, அவளது இரண்டு சிறிய முலைகளும் தொடர்ந்து உயர்ந்தும் தாழ்ந்தும் கொண்டிருக்கின்றன.

①

அந்த மனிதன்

மணலில் புதைந்த அந்த மனிதனது பாதங்கள் ஒரு விலங்கின் குளம்பினால் ஏற்படுத்தப்பட்டது போன்ற வடிவற்ற சுவடுகளைப் பதித்தன. கற்களை மிதித்து ஏறிய அவை, பாதை செங்குத்தான போது சற்றே நிதானித்துவிட்டுப் பின் தொடுவானை அடையும் எண்ணத்துடன் மேலே ஏறின.

"தட்டையான பாதங்கள்," என்றான் அவனைப் பின்தொடர்ந்த மனிதன். "ஒரு விரல் இல்லை. அவனது இடது பாதத்தில் பெருவிரல் இல்லை. அதைப் போன்றவர்கள் இங்கே அதிகம் இருக்கமாட்டார்கள். எனவே இது சுலபமாக இருக்கும்."

களைகளுக்கும் முட்புதர்களுக்கும் தரையில் படர்ந்திருந்த செடிகளுக்கும் இடையே அந்தப் பாதை சென்றது. எறும்பின் பாதையைப் போல அது அவ்வளவு குறுகலாய் இருந்தது. எந்தத் திருப்பங்களும் இன்றி அது வானை நோக்கிச் சென்றது. தொலைவில் கண்காணாமல் போய்விடுகிற அது, இன்னும் தொலைவிலான வானத்திற்கடியில் மீண்டும் தென்படும்.

ஒரு போதும் விலகிவிடாமல் அந்தப் பாதையிலேயே தொடர்ந்து கொண்டிருந்தன அந்தப் பாதங்கள். குதிகாலின் காய்ப்பேறிய தோலில் தன் எடையைத் தாங்கி, பாறைகளைப் பாத நகங்களால் சிராய்த்தபடி நடந்த அவன் ஒவ்வொரு தொடுவானத்திலும் தன் குறிக்கோளை மனதில் கொணர்ந்தவாறு "என்னுடையதல்ல, அவனுடையது," எனச் சொல்லிக்கொண்டான். பிறகு, யார் பேசியது என்பதைக் காணத் தலையைத் திருப்பினான்.

காற்றின் சிறிய ஓசை கூட இல்லை, முறிந்த கிளைகளினூடாக அவன் எழுப்பிய சப்தத்தின் எதிரொலி மட்டுமே. தன் பாதையின் தொலைவை எண்ணி அயர்வுற்றவன், அடிகளைக் கணக்கிட்டவாறு, மூச்சையும்கூட அடக்கியபடி, "நான் எதை எண்ணிக் கிளம்பினேனோ, அதை நோக்கித்தான் போய்க் கொண்டிருக்கிறேன்," என மீண்டும் கூறினான். பேசுவது தான்தான் என்பதை உணர்ந்துகொண்டான்.

"மலையை அளந்தவாறு அவன் இங்கேதான் ஏறினான்", என்றான் அவனைப் பின்தொடர்ந்த மனிதன். "தன் வெட்டுக் கத்தியால் அவன் கிளைகளை வெட்டினான். அவனுக்குப் பித்துப் பிடித்திருக்கிறதென்பது தெளிவாகத் தெரிகிறது. நரம்புக் கோளாறுகள் எப்போதுமே தங்கள் சுவடுகளை விட்டுச் செல்கின்றன. அவனுக்கும் அதுதான் நேர்ந்திருக்கிறது."

நேரம் சென்றுகொண்டே இருந்ததாலும், ஒவ்வொரு தொடுவானத்திற்குப் பின்பும் அடுத்தது எழுந்துகொண்டே இருந்ததாலும் அவன் ஏறுகின்ற மலை முடிவே இல்லாதது போல் தோன்றியதாலும் அவன் நம்பிக்கை இழக்கத் தொடங்கினான். வெட்டுக் கத்தியை எடுத்து வேர்களைப் போலக் கடினமாக இருந்த கிளைகளை வெட்டியதோடு, தரையிலிருந்த புற்களையும் சீவினான். வாயில் திரண்ட அழுக்கான கபத்தினைக் கோவத்தோடு மண்ணில் துப்பினான். பற்களை உறிஞ்சி மீண்டும் துப்பினான். அவனுக்கு மேலே வானம் அமைதியாக இருந்தது, இலைகளற்ற கலபாஷ் மரங்களின் விளிம்புகளினூடாக நிச்சலனமான மங்கலான மேகங்கள் தென்பட்டன. இது இலைகளின் காலம் அல்ல. முட்களும் உலர்ந்த ஜரிகைத் தண்டுகளுமாக இது வறண்ட பருவம். மிகுந்த எரிச்சலுடன் புதர்களைச் சீவினான்: "இது போன்ற வேலைகளால் அது உடைந்துவிடும். சீக்கிரம் நீ தனியாகக் கிளம்புவதே மிக நல்லது."

அவனது குரலே அவனுக்குப் பின்னாலிருந்து கேட்டது.

"அவனது கோபமே அவனைக் காட்டிக்கொடுத்து விட்டது" என்றான் பின்தொடர்ந்தவன். "தான் யாரென்பதை அவன் எங்களுக்குச் சொல்லிவிட்டான். இப்போது அவன் எங்கே என்று தேடுவதுதான் பாக்கி. அவன் ஏறிய பாதையில் நானும்

ஏறி முடித்து, அவன் இறங்கிய பாதையில் இறங்கி, அவன் சோர்வுறும் வரை அவனைப் பின்தொடர்வேன். நான் எங்கே நிறுத்துகிறேனோ, அங்கேயே அவன் இருப்பான். முழங்காலிட்டு அவன் மன்னிப்பு கோருவான். ஒரு துப்பாக்கிக் குண்டு அவனது தலையைத் துளைக்கும்படி செய்வேன்... நான் உன்னைக் கண்டடைகிற போது அதுதான் நடக்கும்."

இறுதியாக அவன் அங்கே சென்றடைந்தான். சாம்பல் வண்ண, இரவின் மேகங்களால் பாதி ஒளிர்கிற, தூய வானம் மட்டுமே அங்கிருந்தது, மறுபுறம் பூமி தொலைவில் வீழ்ந்திருந்தது. தனக்கு முன்பிருந்த வீட்டினை அவன் பார்த்தான், அணைந்து கொண்டிருக்கும் நிலக்கரியிலிருந்து கடைசிப்புகை வந்து கொண்டிருந்தது. அப்போதுதான் புரண்டிருந்த மென்மையான மண்ணில் இறங்கினான். தன் வெட்டுக் கத்தியின் கைப்பிடியால் அதன் கதவைத் தன்னையுமறியாமல் தட்டினான். ஒரு நாய் வெளியே வந்து அவனது முழங்காலில் நக்கியது, இன்னொன்று வாலை ஆட்டியபடி அவனைச் சுற்றி ஓடியது. இரவானதால் மூடப்பட்டிருந்த அந்தக் கதவை அவன் தள்ளினான்.

அவனைப் பின்தொடர்ந்து வந்த மனிதன் கூறினான்: "தன் பணியை அவன் சிறப்பாகச் செய்தான். அவர்களை அவன் எழுப்பக்கூட இல்லை. ஒரு மணிவாக்கில், ஆழ்ந்த உறக்கத்தின் சமயத்தில் அவன் அங்கே சென்றிருக்கவேண்டும்; கனவுகள் அப்போதுதான் துவங்கும்; உடலின் சோர்வு அவநம்பிக்கைகளின் கட்டுக்களைத் தளர்த்தி விடுவித்து, வாழ்வை இரவின் கரங்களுக்குள் ஒருவர் நழுவ விடுகிற அத்தருணத்தில் - 'ஆன்மா சாந்தி அடையட்டும்' என்பது போன்ற சமயத்தில்."

"நான் அவர்கள் அனைவரையும் கொன்றிருக்கக் கூடாது," என்றான் அந்த மனிதன். "அவர்கள் **அனைவரையும்** கொன்றதையாவது தவிர்த்திருக்கலாம்." அப்படித்தான் அவன் சொன்னான்.

முழுவதும் குளிர்க்காற்று நிரம்பியிருக்க, சாம்பலாய் இருந்தது விடியல். புற்களில் வழுக்கியபடி அவன் கீழிறங்கி மறுபுறத்திற்குச் சென்றான். குளிரில் கைகள் மரத்துப் போனதும் அதுவரை இறுகப் பற்றியிருந்த வெட்டுக் கத்தியைக் கீழே விட்டான். அதனை அங்கேயே விட்டான். வறண்ட செடிகளுக்கிடையே

அந்த மனிதன் | 53

ஓர் உயிரற்ற சர்ப்பத்தின் துண்டு போல அது பளபளத்துக் கிடப்பதை அவன் கண்டான்.

மலைகளுக்கிடையே ஒரு புதிய பாதையை உருவாக்கியபடி நதியைத் தேடி அவன் கீழே சென்றான்.

வெகு கீழே, மலர்ந்திருக்கும் சைப்ரஸ் மரங்களுக்கிடையே அமைதியாகத் தன் அடர்ந்த அலைகளை மோதியபடி நதி சென்றுகொண்டிருக்கிறது. முன்னே செல்கிற அது பின் தன் பாதையிலேயே திரும்புகிறது. பச்சை நிலத்தின் மீது ஒரு முறுக்கப்பட்ட பாம்பு போல அது சென்று சென்று மீள்கிறது. ஆனால் அது எந்த ஓசையையும் எழுப்பவில்லை. அங்கே அதனருகில் நீங்கள் உறங்க முடியும் - உங்கள் மூச்சொலி மட்டுமே கேட்கும், நதியினுடையது அல்ல. உயர்ந்த சைப்ரஸ் மரங்களிலிருந்து கீழே இறங்கும் கொடிகள் நதிக்குள் மூழ்கிக் கைகோத்து ஒருபோதும் நதி பிரித்தெடுக்காத சிலந்தி வலைகளை உருவாக்குகின்றன.

சைப்ரஸின் மஞ்சள் நிறத்தைக் கொண்டு அவன் நதியின் பாதையைக் கண்டுகொண்டான். அது அவனது செவியில் விழவில்லை. நிழல்களுக்குக் கீழே அது வளைவதை மட்டுமே அவனால் காண முடிந்தது. சக்கலகா பறவைகள் வருவதை அவன் கண்டான். முந்தைய பிற்பகலில் அவை சூரியனைப் பின்தொடர்ந்து கூட்டமாக ஒளியின் பின்னால் சென்றிருந்தன. இப்போது சூரியன் இங்கே வரவிருந்ததால் அவையும் திரும்பி வர ஆரம்பித்திருந்தன.

மூன்று முறை அவன் தனக்குச் சிலுவையிட்டுக் கொண்டான். “என்னை மன்னித்து விடுங்கள்,” என்றான் அவற்றிடம். அதன்பிறகு அவன் வேலையைத் தொடங்கினான். மூன்றாவதை அவன் அடைந்தபோது, அவனது கண்களிலிருந்து தாரைதாரையாக நீர் பெருகியது, அல்லது அது வியர்வையாகவும் இருக்கலாம். கொல்வது என்பது மிகக் கடினமான காரியம். மனித உடல் சிரமமானது. தன்னைக் கைவிடும்போது கூட அது தற்காத்துக் கொள்ள முயல்கிறது. அதோடு வெட்டுக்கத்தியிலும் வலுவில்லை. “நீங்கள் என்னை மன்னித்தாக வேண்டும்”, என்றான் அவன் மீண்டும் அவற்றிடம்.

"கரையிலிருந்த மணலில் அவன் அமர்ந்தான்", என்றான் அவனைப் பின்தொடர்ந்தவன். "இங்கே அமர்ந்த அவன் நெடுநேரத்திற்கு அசையவேயில்லை. மேகங்கள் கலைந்து செல்லும் வரை அவன் காத்திருந்தான். ஆனால், அன்றோ அதற்கு மறுநாளோ சூரியன் வரவேயில்லை. எனக்கு நினைவிருக்கிறது. எங்களது புதிய சிசு இறந்து நாங்கள் அவனைப் புதைக்கச் சென்றது ஞாயிறு அன்றுதான். வானம் சாம்பல் நிறமாய் இருந்தது என்பதும், நாங்கள் கொண்டு சென்ற மலர்கள் சூரியனின் இன்மையை உணர்ந்தது போல வெளிறித் தலைகவிழ்ந்திருந்தன என்பதும் மட்டும்தான் எனக்கு நினைவிருக்கிறது, நாங்கள் அன்று கவலை கொண்டிருக்கவில்லை."

"இங்கேயே அந்த மனிதன் காத்துக்கொண்டிருந்தான். அவனது சுவடுகள் அங்கிருந்தன: புதர்களுக்கருகே அவன் உண்டாக்கிய கூடு; ஈரமான மண்ணில் அவனது உடலின் சூடு உண்டாக்கத் தொடங்கிய ஒரு கிணறு."

"நான் பாதையிலிருந்து விலகியிருக்கக் கூடாது", என நினைத்தான் அம்மனிதன். "நான் இந்நேரம் அங்கே சென்றிருப்பேன். ஆனால் எல்லோரும் நடக்கிற பாதையில் நடப்பது, அதுவும் எனது இந்தச் சுமையுடன், ஆபத்தானது. என்னைக் காண்கிற எல்லோருக்குமே இந்தச் சுமையும் எளிதில் கண்ணில் பட்டுவிடும். ஏதோ ஒரு விசித்திரமான வீக்கம் போல அது பட்டவர்த்தனமாகத்தான் இருக்கும்: அப்படித்தான் எனக்குத் தோன்றுகிறது. என் விரலில் ஒரு வெட்டு ஏற்பட்டபோது, எல்லோரும் பார்க்கும் முன்பு நான் அதைப் பார்த்திருக்கவில்லை. எனக்கு விருப்பமில்லாவிட்டாலும் எல்லாமும் இப்போது அப்படித்தான் இருக்கின்றன! நான் சில அடையாளங்களைக் கொண்டிருக்க வேண்டியது அவசியம். இந்தச் சுமையின் காரணமாக நான் அப்படித்தான் உணர்கிறேன், அல்லது இந்த முயற்சிகளால் நான் சோர்வுற்றிருக்க வேண்டும்." அதன்பிறகு அவன் சொன்னான்: "அவர்கள் அத்தனை பேரையும் நான் கொன்றிருக்கக் கூடாது. நான் கொல்ல நினைத்திருந்த அந்த ஒருவனோடு திருப்தியடைந்திருக்க வேண்டும்; ஆனால் அது இருளாக இருந்தது, எல்லா வடிவங்களும் ஒன்றேபோல் தெரிந்தன… எப்படியாயினும் மொத்தமாகப் புதைப்பது அவர்களுக்கு மலிவாகத்தான் இருக்கும்."

"நான் சோர்வடையும் முன்பே நீ சோர்வடைந்துவிடுவாய். நீ போகவிரும்பும் இடத்திற்கு உனக்கு முன்பே நான் சென்றடைந்து விடுவேன்," என்றான் அவனைப் பின்தொடர்ந்த மனிதன். "நீ யார், எங்கிருந்து வருகிறாய், எங்கே செல்கிறாய், உனது நோக்கங்கள் என்ன என்பது போன்ற எல்லாவற்றையும் என்னால் நினைவிற்குக் கொண்டுவர முடியும். நீ செல்லும் முன்பே நான் அங்கு சென்றுவிடுவேன்."

"இந்த இடம் இல்லை," என்றான் நதியைப் பார்த்துக் கொண்டிருந்த மனிதன். "நான் அதனை இந்த இடத்தில் கடந்து, பிறகு அந்த இடத்தில் கடந்து, இறுதியில் இதே கரைக்கு வந்தாலும் வந்துவிடுவேன். என்னை ஒருவரும் அறியாத, என்னைப் பற்றி ஒருவருக்கும் தெரியாத, நான் இதுவரை சென்றிராத மறுகரைக்கு நான் செல்ல வேண்டும்; பிறகு அங்கே சென்றடையும்வரை நான் நேராக நடப்பேன். அங்கிருந்து யாராலும் என்னை ஒருபோதும் வெளியேற்ற முடியாது."

காதைச் செவிடாக்கும் கரைச்சலோடு மேலும் சில சக்கலக்கா கூட்டங்கள் தலைக்கு மேல் பறந்து சென்றன.

"இன்னும் கீழே நான் நடந்து செல்வேன். இங்கே நதி குழப்பமாக இருக்கிறது, நான் வர விரும்பாத இடத்திற்கு அது மீண்டும் என்னை அழைத்து வந்துவிடக் கூடும்,"

"யாரும் உன்னைக் காயப்படுத்த மாட்டார்கள் மகனே. உன்னைக் காப்பதற்காக நான் இங்கு இருக்கிறேன். அதற்காகத்தான் நான் உனக்கு முன்பே பிறந்தேன், உனது எலும்புகள் உறுதியாகும் முன்பு எனது எலும்புகள் உறுதியாகின."

அவனால் அவனது குரலைக் கேட்க முடிந்தது, தன் வாயிலிருந்து மெதுவாக எழும் தன் சொந்தக் குரலை. அது ஏதோ தவறாக, எந்தப் பொருளும் இன்றி ஒலிப்பதாக அவனுக்குத் தோன்றியது.

அவன் எதற்காக அதனைச் சொல்லியிருக்கக் கூடும்? அவனது மகன் இப்போது அவனைப் பார்த்து நகைக்கக்கூடும். அல்லது அதற்கு மாறாகவும் இருக்கலாம். "எங்களது இறுதி மணித்தியாலத்தில் அவனைத் தனியாக விட்டுச் சென்றதற்காக, என்னை முற்றிலும் வெறுக்கக் கூடும். ஏனென்றால் அது

என்னுடையதாகவும்தான் இருந்தது; அது என்னுடையது மட்டும்தான். அவன் எனக்காகத்தான் வந்தான். அவன் உன்னைத் தேடி வரவில்லை, நான்தான் அவனது பயணத்தின் இலக்காக இருந்தேன்: மரணித்து மண்ணில் தோய்ந்து உதைக்கப்பட்டு வடிவம் இழக்கும் வரை மிதிக்கப்பட்ட என் முகத்தைக் காண்பது, அதைத்தான் நான் அவனது சகோதரனுக்குச் செய்தேன். ஆனால் நான் அதனை முகத்திற்கெதிராகச் செய்தேன், ஹோரஸே அல்கான்சியா, அவனுக்கு முன், உனக்கு முன். அப்போது நீ பயத்தில் அழவும் நடுங்கவும் மட்டுமே செய்தாய். அப்போதிருந்தே நீ யார் என்பதும் நீ என்னைத் தேடி வருவாய் என்பதும் எனக்குத் தெரியும். ஒரு மாதம் முழுக்க, இரவும் பகலும் ஒரு கொடுஞ்சர்ப்பம் போல மறைந்தும் தவழ்ந்தும் நீ வருவாய் என்பதை அறிந்து உனக்காகக் காத்திருந்தேன். ஆனால் நீ அங்கு தாமதமாக வந்தாய். நானும் அங்கு தாமதமாகத்தான் சென்றேன். உனக்குப் பின்புதான் அங்கு வந்தேன். புதிதாகப் பிறந்த குழந்தையைப் புதைக்கும் வேலையில் இருந்துவிட்டேன் நான். இப்போது எனக்குப் புரிகிறது. பூக்கள் ஏன் என் கையில் வாடித் தொங்கின என்பது இப்போது எனக்குப் புரிகிறது.”

“நான் அவர்கள் அனைவரையும் கொன்றிருக்கக் கூடாது,” அவன் தொடர்ந்து யோசித்தான். *“மூன்றாவதின் சுமையையும் என் முதுகில் ஏற்றியது சரியில்லை. இறந்தவர்கள் உயிருடன் இருப்பவர்களை விடக் கனமானவர்கள்; அவர்கள் உங்களை நசுக்கிவிடுவார்கள். அவனருகில் செல்லும்வரை நான் அவர்களை ஒவ்வொருவராகத் தொட்டுப் பார்த்திருக்க வேண்டும்; அவனது மீசையை வைத்து நான் அவனை அடையாளம் கண்டிருக்க முடியும்; இருட்டாக இருந்ததெனினும் அவன் எழும் முன்பே அவனை எங்கே குத்துவதென எனக்குத் தெரிந்திருக்கும்.... போகட்டும், நான் செய்ததுதான் சரியானது. துக்கம் அனுஷ்டிக்க யாரும் மீதம் இருக்கமாட்டார்கள், நான் நிம்மதியாக வாழலாம். இரவு என்னை ஆக்கிரமிக்கும் முன்பு இங்கிருந்து எப்படிக் கிளம்புவதென்பதுதான் இப்போதைய பிரச்சினை.”*

பிற்பகலில், நதியின் குறுகிய பகுதியில் அம்மனிதன் நுழைந்தான். நாள் முழுதும் சூரியன் வந்திருக்கவில்லை. ஆனால் வெளிச்சம்

நிழலை எதிர்திசைக்குக் கொணர்ந்திருந்தது; பிற்பகல் ஆகியிருந்ததை அவன் அப்படித்தான் அறிந்துகொண்டான்.

"நீ சிக்கிக்கொண்டாய்", என்றான் அவனைப் பின்தொடர்ந்து தற்போது நதிக்கரையில் அமர்ந்திருந்த மனிதன். "நீ உன்னைப் பொறியில் சிக்கவைத்துவிட்டாய். முதலில் அந்தத் தீய செயலைச் செய்ததன் வழியாகவும் தற்போது உனது சிறையிலேயே உன்னை அடைத்துக் கொண்டதன் வழியாகவும். உன்னை அங்குவரை தொடர்வதில் எனக்கு எந்தப் பயனும் இல்லை. நீ சிக்கிக் கொண்டது தெரிந்ததும் நீ திரும்பி வந்துதான் ஆக வேண்டும். இங்கேயே நான் உனக்காகக் காத்திருப்பேன். துப்பாக்கிக் குண்டினை உன் உடலில் எங்கே பாய்ச்ச வேண்டும் என முடிவு செய்வதன் வழியாக, எனது இலக்கின் மீது கவனத்தைக் குவிப்பதற்கு அந்த நேரத்தைப் பயன்படுத்திக்கொள்வேன். என்னால் பொறுமையாக இருக்க முடியும், ஆனால் உன்னால் முடியாதென்பது எனக்குச் சாதகமான விஷயம். என் இதயம் தன் ரத்தத்தினால் துடிக்கிறது, சுழல்கிறது; ஆனால் உன்னுடையது நொறுங்கிச் சுருங்கி அழுகிக்கொண்டிருக்கிறது. அதுவும் எனக்குச் சாதகமான அம்சம்தான். நாளை நீ இறந்துவிடுவாய், அல்லது நாளை மறுநாள், இல்லையெனில் இன்னும் எட்டு நாள்களில். காலத்தைப் பற்றிக் கவலையில்லை. என்னால் பொறுமையாக இருக்க முடியும்."

உயர்ந்த சுவர்களுக்கிடையே நதி அடைக்கப்பட்டிருப்பதைக் கண்ட அந்த மனிதன் நின்றான். "நான் திரும்பிச் சென்றாக வேண்டும்," என்றான்.

அப்பகுதியில் இருந்த நதி அகலமாகவும் ஆழமாகவும் தடுப்பதற்குப் பாறைகள் எதுவும் இன்றியும் இருந்தது. அடர்ந்த அழுக்கு எண்ணெயைப் போல அது தன் பாதையில் வழுக்கிச் செல்கிறது. மேலும் அடிக்கடி அது தன் நீர்ச்சுழிப்பில் சில கிளைகளை எந்தப் புகாரின் ஒலியும் எழாதவாறு விழுங்கி உள்ளுறிஞ்சிக் கொண்டது.

"மகனே", என்றான் அமர்ந்து காத்துக்கொண்டிருந்த மனிதன். "உன்னைக் கொன்ற மனிதன் இந்த நிமிடத்திலிருந்து உயிருடன் இல்லை என நான் உன்னிடம் சொல்வதில் எந்தப் பலனும்

இருப்பதாகத் தெரியவில்லை. அதனால் எனக்கு என்ன பயன்? நான் அப்போது உன்னுடன் இல்லை என்பதுதான் விஷயம், அவ்வளவுதான். அவளுடனும் இல்லை, அவனுடனும் இல்லை, யாருடனும் இல்லை; ஏனென்றால் புதிய சிசு என்னிடம் எந்த நினைவையும் விட்டுச் செல்லவில்லை."

நதியின் மேல்பகுதி நோக்கி அவன் வெகு தூரம் நடந்தான்.

அவனது ரத்தம் கொதித்தது. *"முதலாமவன் தன் மரண ஓசையின் மூலம் மற்றவர்களை எழுப்பிவிடுவான் என நான் நினைத்தேன்; அதனால்தான் நான் அவசரப்பட்டேன்."* "அவசரத்தினை மன்னித்துவிடுங்கள்" என்றான் அவர்களிடம். நீர் கலகலக்கும் ஒலி உறங்கிக்கொண்டிருப்பவர்களின் குறட்டையொலி போல் இருப்பதாக அவனுக்குத் தோன்றியது; அதனால்தான் மேகம் சூழ்ந்த அந்த இரவின் குளிரினூடாக வெளியேறி நடந்த போது அவன் மிகுந்த அமைதியடைந்தான்.

அவன் அங்கு வந்தபோது, எங்கிருந்தோ தப்பியோடுவது போல் தெரிந்தான். அவனது முழங்கால் வரை சகதி அப்பி இருந்ததால் அவனது கால் சட்டையின் நிறத்தைக் கூட உங்களால் கணிக்க இயலாது.

அவன் நதிக்குள் குதித்த போதுதான் முதலில் நான் பார்த்தேன். உடலை ஒரு முறை குலுக்கிக்கொண்டவன் அதன்பின் கைகளை அசைக்காமல் நீருக்கடியில் நடந்து செல்பவனைப் போலத் தன்னை நீர்ச்சுழல் இழுத்துச் செல்ல அனுமதித்தான். அதன்பின் தவழ்ந்து சென்று கரையில் ஏறியவன் ஆடைகளைக் கழற்றிக் காய வைத்தான். குளிரில் அவன் நடுங்குவதை நான் பார்த்தேன். காற்றும் மேகமுமாய் இருந்தது அப்போது.

என் முதலாளியின் செம்மறி ஆடுகளைக் காவல் காத்துக் கொண்டிருந்த நான் அதன் வேலியின் மேலே எட்டிப் பார்த்தேன். யாரோ தன்னைக் கண்காணிக்கிறார்களென அவன் அறியாவண்ணம் நான் அங்கே சென்று அவனைக் கவனிப்பேன்.

கைகளை உயர்த்தி உடலை விறைப்பாக்கித் தளர்த்தி அது நன்றாக உலரும்படி காற்றை அனுமதித்தான். அதன்பின் சல்லடை போலிருந்த சட்டையையும் காற்சட்டையையும்

அணிந்துகொண்டான். அவனிடம் வெட்டுக்கத்தியோ வேறு எந்த ஆயுதமோ இல்லை. வெறும் துப்பாக்கி உறை மட்டுமே ஒரு அநாதையைப் போல அவனது இடுப்பில் தொங்கிக் கொண்டிருந்தது.

சுற்றிலும் திரும்பித் திரும்பிப் பார்த்த அவன் பின் அங்கிருந்து கிளம்பிவிட்டான். எனது ஆடுகளைக் கிளப்புவதற்காக நான் எழுந்துகொள்ள முயன்றபோது மீண்டும் அவனைப் பார்த்தேன். அதே குழப்பத்துடனிருந்தான்.

திரும்பிச் செல்லும் வழியில் பாதியிலேயே அவன் மீண்டும் நதியில் குதித்துவிட்டான்.

"இவன் என்ன செய்கிறான்?" என எனக்கு நானே கேட்டுக் கொண்டேன்.

அதன்பின் எதுவுமில்லை. அவன் மீண்டும் நதிக்குள் சென்றான், காற்றாடியைப் போல நீர்ச்சுழி இழுத்துச் சுழற்ற அவன் கிட்டத்தட்ட மூழ்கிப் போனான். கைகளைப் பலமுறை அசைத்தும் அவனால் அதனைக் கடக்க இயலாமல், நதியின் கீழ்ப் பகுதிக்கு இழுத்துச் செல்லப்பட்டு, கரையேறி அவன் குடலே வெளியேறிவிடும் என நினைக்குமளவு ஏராளமான நீரைக் கக்கினான்.

மீண்டும் நிர்வாணமாகித் தன்னை முன்புபோல் உலர்த்திக் கொண்டவன் வந்த வழியிலேயே மேலேறினான்.

இப்போது அவர்கள் அவனை என்னிடம் அளித்தால் நன்றாக இருக்கும். அவன் என்ன செய்தான் என்பது அப்போதே எனக்குத் தெரிந்திருந்தால் பாறைகளில் அவனது தலையை மோதிச் சிதைத்திருப்பேன். அதைக் குறித்து வருந்தவும் கூட மாட்டேன்.

அவன் ஒரு தப்பிச் செல்லும் குற்றவாளி என்பதை அப்போதே அறிந்திருந்தேன். அவனது முகத்தைப் பார்த்தாலே தெரியும். ஆனால் நானொன்றும் ஆருடம் சொல்பவன் கிடையாது திரு லிஸென்ஸியாதோ. நான் ஆடுகளைப் பார்த்துக்கொள்கிறவன் அவ்வளவுதான், மேலும் சில சூழல்களில் பயமுடையவன் என்றும் வைத்துக்கொள்ளுங்கள். நீங்கள் சொல்வதைப் போல

நான் அவனைத் திடீரென எதிர்பாராமல் தாக்கியிருக்கலாம்தான், அவன் தலைக்கு ஒரு கல்லை நன்றாகக் குறிவைத்திருந்தாலே அவனைச் சாய்த்திருக்கலாம்தான். நீங்கள் சொல்வதில் எந்த ஐயமும் இல்லை.

அவன் எத்தனை மரணங்களுக்குக் காரணம் என்பதை இப்போது நீங்கள் சொல்லும்போது என்னால் என்னை மன்னித்துக் கொள்ளவே இயலவில்லை. கொலைகாரர்களைக் கொல்வது எனக்குப் பிடிக்கும்தான், நம்புங்கள். ஆனால் அது என்னுடைய பழக்கமெல்லாம் இல்லை; ஆனால் தீமையின் குழந்தைகளை அழித்து கடவுளுக்கு உதவுவது இனிமையானதாகத்தான் இருக்கும்.

விஷயம் என்னவென்றால், எல்லாமே அங்கேயே முடிந்து விடவில்லை. மறுநாள் அவன் மீண்டும் வந்ததை நான் பார்த்தேன். அப்போதும் எனக்கு எதுவும் தெரிந்திருக்கவில்லை, நான் மட்டும் அறிந்திருந்தால்!

முந்தைய நாளைவிட அவன் மெலிந்து காணப்பட்டான், கந்தலான சட்டைக்கு வெளியே அவனது எலும்பு கிட்டத்தட்ட துருத்திக்கொண்டிருந்தது, அது அவனென்றே நான் நினைக்கவில்லை, அந்த அளவிற்குத்தான் அவனை அடையாளம் காண முடிந்தது.

அவனது பார்வையை வைத்துத்தான் நான் அவனை அடையாளம் கண்டேன். காயம்பட்டது போலக் கடுமையாய் இருந்தது. எதையோ கொப்பளிக்க முயல்பவர்கள் போல அவன் வாய் நிறைய நீரை எடுத்துக்கொண்டதைப் பார்த்தேன். ஆனால் அவன் உண்மையில் ஒரு கை நிறைய தேரைகளை அள்ளி விழுங்கியிருந்தான். ஏனென்றால் அவன் நீரருந்திய சேறான குட்டை ஆழம் குறைந்தது, அங்கே ஏராளமான தேரைகள் அடைத்துக்கொண்டிருந்தன. அவன் பசியாய் இருந்திருப்பான்.

குகையைப் போன்ற இரண்டு கரிய குழிகளைக் கொண்ட அவனது கண்களைப் பார்த்தேன். என்னை நெருங்கி வந்த அவன், “அவை உனது ஆடுகளா?” என வினவினான். “இல்லை,” என்றேன் நான். “அவை அவற்றைப் படைத்தவருடையவை.”

அவன் அதனை ரசிக்கவில்லை. சிரிக்கவும்கூட இல்லை. இருப்பதிலேயே வலிமையான ஆட்டினை இழுத்துக் கைகளால் தலைகீழாகத் திருப்பியவன் அதன் காம்பினைச் சப்ப ஆரம்பித்தான். நான் நின்ற இடத்திலிருந்தே அந்த விலங்கு கதறுவதைக் கேட்க முடிந்தது; ஆனால் அவன் அவளை விடவில்லை, வாய் வலித்து ஓயும் வரை அவன் மீண்டும் மீண்டும் சப்பிக்கொண்டே இருந்தான். இன்னொன்றும் சொல்கிறேன், அவன் கடித்த இடங்களில் தொற்று ஏற்பட்டுவிடக்கூடாது என்பதற்காக ஆட்டின் மடியில் க்ரியோலினா கூடத் தடவினேன்.

ஒட்டுமொத்த உர்குதி குடும்பத்தினையும் அவன் கொன்று விட்டான் என்றா சொல்கிறீர்கள்? தெரிந்திருந்தால் நான் அவனை ஒரு விறகால் அடித்தாவது பிடித்துவைத்திருப்பேன்.

ஆனால் யாருக்கும் தெரியவில்லை. மனிதர்கள் மலைமேல் தனியாக வசிக்கிறார்கள், ஆடுகள் மட்டுமே அவர்களுக்குத் துணை, ஆடுகள் புறணி பேசுவதில்லை.

அடுத்த நாள் அவன் மீண்டும் வந்தான். நான் சென்ற அதே நேரத்தில் வந்தான். நாங்கள் நட்பாகக் கூடச் செய்தோம்.

அவன் அந்த இடத்தைச் சேர்ந்தவனில்லை என்றும் எங்கோ வெகு தொலைவிலிருந்து வருவதாகவும் கூறினான்; ஆனால் கால்கள் ஓய்ந்துவிட்டதால் தொடர்ந்து செல்ல இயலவில்லை என்றான். “நடந்து நடந்து சென்றும் நான் எங்கேயும் போய்ச் சேரவில்லை. என் கால்கள் பலவீனமாகி மடங்கிக்கொள்கின்றன. என் வீடு வெகுதொலைவில் இருக்கிறது, அந்த மலைகளுக்கும் அப்பால்.” இரண்டு நாட்களாகக் காட்டுச் செடிகளைத் தவிர வேறெதையுமே தான் உண்ணவில்லை என்றான், அதைத்தான் அவன் கூறினான்.

உர்குதி குடும்பத்தினைக் கொன்றபோது அவன் எந்த இரக்கமும் காட்டவில்லையென்றா சொல்கிறீர்கள்? தெரிந்திருந்தால் வாயைப் பிளந்தபடி, என் ஆட்டின் பாலை உறிஞ்சிய போதே நான் அவனுக்குத் தீர்ப்பு வழங்கியிருப்பேன்.

ஆனால் அவனைப் பார்த்தால் தீயவன்போல் தெரியவில்லை. தன் மனைவியையும் குழந்தைகளையும் பற்றி என்னிடம்

சொன்னான். அவர்கள் எவ்வளவு தொலைவில் இருக்கிறார்கள் என்றும் சொன்னான். அவர்களைப் பற்றி நினைத்தபோது மூக்கை உறிஞ்சினான்.

அவன் ஒரு கம்பியைப் போல மெலிந்திருந்தான். நேற்றுத்தான் அவன் மின்னல்தாக்கிய ஒரு விலங்கினை உண்டான். அதில் பாதியை நிச்சயமாக எறும்புகள் உண்டிருந்தன, மீதியை அவன் நான் ரொட்டி சுடுவதற்காக மூட்டிய வெப்பத்தில் வாட்டி முழுவதுமாகத் தின்று முடித்தான். துளி சதையின்றி எலும்பினை மட்டுமே மிச்சம் வைத்தான்.

"அந்த விலங்கு ஒரு நோயினால் இறந்தது", என்றேன் அவனிடம்.

ஆனால் அவன் அதைக் கவனித்ததாகத் தெரியவில்லை. அது மொத்தத்தையும் விழுங்கினான். மேலும், அவன் பசியாக இருந்தான்.

ஆனால் அவர்களது வாழ்வை அவன் முடித்துவிட்டான் என்று சொல்கிறீர்கள். எனக்கு மட்டும் தெரிந்திருக்க வேண்டும். அறியாமையோடும் நம்பிக்கையோடும் இருப்பது எப்படி இருக்குமென உங்களுக்குத் தெரியுமா. நான் வெறும் ஆடு மேய்ப்பவன் மட்டுமே. அதைத் தாண்டி எனக்கு அதிகமாக எதுவும் தெரியாது. எனது ரொட்டிகளையே எனது தட்டில் இருந்து எடுத்து உண்டான் என்றும் நான் உங்களிடம் சொல்ல வேண்டி இருக்கிறது!

இப்போது எனக்குத் தெரிந்ததை உங்களிடம் சொன்னதால், நான் ஒரு உடந்தையாகிவிடுகிறேனா? யார் அப்படி நினைப்பார்கள்? அவன் ஒளிந்துகொள்ள உதவியதற்காக என்னைச் சிறைக்கு அனுப்புவார்கள் என்றா சொல்கிறீர்கள்? அந்தக் குடும்பத்தைக் கொன்றது நானில்லையே. அந்தச் சேறு நிரம்பிய குட்டையில் ஒருவன் இறந்துகிடக்கிறான் என்பதை மட்டுமே நான் உங்களிடம் சொல்ல வந்தேன். எப்போது, எவ்விதம், அவன் பார்க்க எப்படி இருந்தான் என்றெல்லாம் வினவினீர்கள். அதையெல்லாம் சொன்னதால் இப்போது நான் உடந்தையாகிவிட்டேன். யார் அப்படி நினைப்பார்கள்?

அந்த மனிதன் | 63

நம்புங்கள் திரு லிஸன்ஸியாதோ, அவன் யாரென்று மட்டும் எனக்குத் தெரிந்திருந்தால், அவனைக் கொல்வதற்கான ஒரு வழியைக் கண்டறிந்திருப்பேன். ஆனால் எனக்கு என்ன தெரியும்? நான் ஒன்றும் ஆருடம் சொல்பவன் இல்லையே.

சாப்பிடுவதற்கு ஏதேனும் வேண்டுமெனக் கேட்ட அவன் கண்ணீர் உகுத்தபடி தன் குழந்தைகளைப் பற்றிக் கூறினான்.

இப்போது அவன் இறந்துவிட்டான். அவன் தன் உடைகளை நதியிலிருக்கும் பாறையில் காய வைத்திருக்கிறான் என்றுதான் நினைத்தேன்; ஆனால் அது அவன்தான், முகம் நீரில் மூழ்க ஒட்டுமொத்தமாகக் குப்புறக் கிடந்தான். குப்புற விழுந்து தலையை உயர்த்த முடியாததால்தான் அவன் நீரைக் குடித்துவிட்டான் என நான் முதலில் நினைத்தேன், ஆனால் அவன் வாயிலிருந்து வெளிவந்து ரத்தம் உறைந்திருந்ததையும், யாரோ சல்லடையிட்டதைப் போல அவன் பின்தலை முழுவதும் துளைகளாக இருந்ததையும் பிறகுதான் பார்த்தேன்.

நான் அதையெல்லாம் கண்டுபிடிக்கப் போவதில்லை. எதையும் குறைக்கவோ கூட்டவோ செய்யாமல், நடந்ததை அப்படியே சொல்லத்தான் வந்தேன். நான் ஆடு மேய்ப்பவன், எனக்கு வேறு எதைப் பற்றியும் தெரியாது.

⓪

அதிகாலையில்

காலைப் பனியின் ஈரப்பதத்திலிருந்து விழித்தெழுகிறது ஸான் கேப்ரியல். மக்களின் கதகதப்பை நாடி நகரின் மேல் உறங்கியிருந்தன இரவுமேகங்கள். இப்போது கதிரவன் எழவிருப்பதால் தன் போர்வையைச் சுருட்டிக்கொண்டு எழுகிற மூடுபனி, கூரைகளின்மேல் வெண் கீற்றுகளை விட்டுச் செல்கிறது. கண்ணுக்குப் புலப்படாத சாம்பல் நிற மஞ்சு, மரங்களிலிருந்தும் ஈரமண்ணிலிருந்தும் மேகங்களால் மேல்நோக்கி ஈர்க்கப்படுகிறது; உடனே மறைந்தும் போகிறது. பின்னணியில் சமையலறைகளில் ஓக் விறகின் வாசனையுடன் எழுகிற கரிய புகை வானத்தைச் சாம்பலால் மூடுகிறது.

வெகு தொலைவில் மலைகள் இன்னமும் வெயில் விழாதிருக்கின்றன.

தகைவிலாங்குருவியொன்று வீதியினைக் கடக்கிறது; அதிகாலையின் முதல் சத்தம் உங்கள் காதில் விழுகிறது.

விளக்குகள் அணைக்கப்பட்டன. சூரியோதயத்தின் வண்ணங்களிடையே, தூக்கச் சடவுடன், இன்னும் கொஞ்சமெனக் குறட்டை விட்டுக்கொண்டிருந்த நகரத்தைப் பழுப்பு வண்ணப் படலமொன்று சூழ்ந்துகொண்டது.

ஜிகில்பன்னிற்குச் செல்கிற, அத்தி மரங்கள் கரைகட்டியிருக்கும் சாலையில் ஒரு பசுவின் மீது அமர்ந்து கறவைப் பசுக்களை

ஓட்டியபடி வருகிறான் கிழவன் எஸ்தபன். வெட்டுக்கிளிகள் முகத்தில் மோதிவிடாதபடி உயரத்தில் அமர்ந்திருக்கிறான் அவன். தொப்பியால் கொசுக்களை விரட்டும் அவன் தன் பொக்கை வாயால் அடிக்கடி சீழ்க்கையடிக்க முயன்று பசுக்கள் பின்தங்கிவிடாதபடி பார்த்துக்கொள்கிறான். புற்களிலிருக்கும் பனித்துளி மேலே தெறிக்கும்விதம் மென்றபடி, தொடர்ந்து நடக்கின்றன அவை. விடியல் வெளுத்துக்கொண்டிருக்கிறது. ஸான் கேப்ரியலின் அதிகாலை மணியோசையைக் கேட்டதும் பசுவிலிருந்து இறங்கி முழங்காலிட்டு, விரித்த கைகளால் சிலுவைக்குறி இடுகிறான்.

காட்டின் நடுவிலிருந்து ஓர் ஆந்தை அலறியதும், மீண்டும் பசுவின்மீது தாவுகிற எஸ்தபன், மென்காற்று தன் அச்சங்களை அணைத்துவிடத் தோதாகச் சட்டையைக் கழற்றிவிட்டுத் தன் பாதையில் தொடர்ந்து செல்கிறான்.

நகரத்தின் நுழைவாயிலில் இருக்கும் கம்பித் தடத்தைக் கடக்கும் மாடுகளை "ஒன்று, இரண்டு, மூன்று," என எண்ணுகிறான். காதுகளைப் பற்றி அவற்றுள் ஒன்றை நிறுத்தும் அவன், அதன் மூக்கை இழுத்தபடி சொல்கிறான்: "இன்று உன் கன்றினை அவர்கள் இழுத்துச் செல்லப் போகிறார்கள், முட்டாளே. வேண்டுமானால் அழுதுகொள். ஆனால் இன்றுதான் உன் கன்றினை நீ கடைசியாகப் பார்ப்பாய்." சலனமற்று அவனைப் பார்க்கிற பசு வாலால் அவனை உதறிவிட்டுத் தொடர்ந்து நடக்கிறது.

அதிகாலையின் கடைசி மணியை அவர்கள் ஒலிக்கிறார்கள்.

தகைவிலாங்குருவிகள் ஜிகில்பன்னிலிருந்து வருகின்றனவா அல்லது ஸான் காப்ரியலிலிருந்து வெளியேறுகின்றனவா என்பதை அவர்கள் அறியார்கள்; எல்லோரும் அறிந்ததெல்லாம், அவை குறுக்கு மறுக்காகப் பறக்கின்றன என்பதும் பறப்பதை நிறுத்தாமலேயே சேறு நிறைந்த குட்டைகளில் தங்கள் மார்பை நனைத்துக்கொள்கின்றன என்பதும் மட்டும்தான்; சில தம் அலகுகளில் எதையோ எடுத்துச் செல்கின்றன. இறகுகளில் சேற்றைச் சுமந்தபடி மேலெழுகிற அவை சாலையைக் கடந்து சோம்பலான தொடுவானில் மறைந்துபோகின்றன.

நீல மலைகளின் சரிவுகளில் ஒட்டிக்கொண்ட சாம்பல் திட்டுகளெனக் காட்சியளிக்கும் வெகுதொலைவில், மேகங்கள் மேலே ஏறியிருந்தன.

வானிலூடாகச் சர்ப்பங்களென நெளிந்தோடும் வண்ணங்களைக் காண்கிறான் கிழவன் எஸ்தபன்: சிவப்பு, செம்மஞ்சள், மஞ்சள். நட்சத்திரங்கள் வெண்மையாகின்றன. அவற்றின் இறுதி மினுக்கமும் அணைந்துவிட, புல்லின் நுனியில் பனித்துளிகளை இட்டபடி முழுதாக எழுகிறது சூரியன்.

"குளிர்க்காற்று பட்டதால் என் வயிறு விறைத்திருந்தது. ஏனென்று எனக்கு நினைவில்லை. பண்ணையின் வாசலுக்கு நான் சென்றபோது அதை யாரும் திறக்கவில்லை. கதவின்மீது நான் தட்டிய கல்லும்கூட உடைந்துவிட்டது. ஆனால் ஒருவரும் வெளியே வரவில்லை. என் முதலாளி டான் ஐஸ்தோ இன்னும் உறங்கிக்கொண்டிருக்கக்கூடும் என நினைத்தேன். பசுக்களிடம் நான் ஒரு வார்த்தையும் பேசவில்லை, எதையும் விளக்கவுமில்லை; என்னைப் பார்த்துப் பின்தொடர்ந்துவிடாதபடி, அவை அறியாமல் நான் அங்கிருந்து நகர்ந்தேன். வேலி உயரம் குறைவாய் இருக்கும் ஓர் இடத்தைத் தேடிய நான் அங்கே ஏறி மறுபுறம் சில கன்றுகளுக்கிடையே விழுந்தேன். வாசல் கைப்பிடியை நான் உயர்த்தியபோதுதான், முதலாளி டான் ஐஸ்தோ, உறங்கும் மார்கரிட்டாவைக் கைகளில் ஏந்தியபடி வைப்பறையிலிருந்து வெளியே வந்து என்னைக் கவனியாமல் தொழுவத்தைக் கடந்து சென்றார். கிட்டத்தட்ட காணாமலாகிவிடும் அளவிற்குச் சுவற்றில் ஒட்டிக்கொண்டு என்னை மறைத்துக்கொண்டேன் நான், அவர் நிச்சயம் என்னைக் கவனிக்கவில்லை. அல்லது அப்படித்தான் நான் நினைத்தேன்."

பாலைக் கறந்தபடி ஒவ்வொரு மாடாக உள்ளே அனுப்பினான் கிழவன் எஸ்தபன். கன்றில்லாததைக் கடைசியாக நிறுத்தியிருந்தான்; இரக்கம்கொண்டு இறுதியாக அவன் உள்ளே விடும்வரை தொடர்ந்து அவள் கத்திக்கொண்டே இருந்தாள். அவளிடம் அவன் சொன்னான், "இறுதியாக ஒருமுறை அதனைப் பார்த்துக்கொள், நக்கிக்கொள்; அது ஏதோ சாகக்கிடக்கிறதென்பதைப் போல

அதனைப் பார். இப்போது நீ மீண்டும் ஈனப்போகிறாய், ஆனால் இன்னமும் இந்தப் பெரியதைப் பற்றியே அலட்டிக் கொண்டிருக்கிறாய்." கன்றிடம் சொன்னான்: "இப்போதே இவற்றை அனுபவித்துக்கொள், இனிமேல் இவை உன்னுடையவையல்ல; புதிதாகப் பிறக்கப்போகிற ஒன்றிற்கானது போல மென்மையானது இது என்பதைப் புரிந்துகொள்வாய்." நான்கு காம்புகளிலிருந்தும் அது பாலை உறிஞ்சுவதைப் பார்த்ததும், "மொகரையப் பேத்துருவேன், முரட்டுப் பயலே" என்றான்.

"திடீரென என் முதலாளி டான் ஜஸ்தோ அங்கே வந்து என்னை உதைத்து அமைதிப்படுத்தியிருக்காவிட்டால் நான் அவனது மூக்கைத் தகர்த்திருப்பேன். கட்டுப்பாடின்றி மூட்டுகள் உடைந்து நான் கற்களின்மேல் மயங்கிவிழும்வரை அவர் தொடர்ந்து விடாமல் என்னை அடித்துக்கொண்டே இருந்தார். அந்த முழுநாளும் நான் மிகுந்த வலியில் இருந்ததும் வீக்கங்களால் நகரவே முடியாமல் ஆனதும் எனக்கு நினைவிருக்கிறது. அப்போதும், இப்போதும்கூட, எவ்வளவு வலி.

"அதன்பிறகு என்ன நடந்தது? நான் அறிந்திருக்கவில்லை. மீண்டும் அவரிடம் நான் வேலைக்குச் செல்லவில்லை. நான் மட்டுமல்ல, வேறு எவரும்கூட. ஏனென்றால், அன்றே அவர் இறந்துவிட்டார். உங்களுக்குத் தெரியாதா? இதைச் சொல்ல என் வீட்டிற்கு அவர்கள் வந்தபோது நான் கட்டிலில் படுத்திருக்க, என் மனைவி என்னருகில் அமர்ந்து என் புண்களுக்கு மருந்திட்டுக் கட்டிக்கொண்டிருந்தாள். அவர்கள் என்னிடம் சொல்ல வந்தார்கள். நான் அவரைக் கொன்றுவிட்டேன் என்றார்கள், அந்த விஷயத்தை என்னிடம் கூறியபோது அவர்கள் அப்படித்தான் சொன்னார்கள். இருக்கலாம், தாராளமாக; ஆனால் எனக்கு அது நினைவில்லை. அண்டை வீட்டினனைக் கொல்வது ஏதேனும் தடயத்தை விட்டுவரும், அப்படித்தானே? நிச்சயமாக, அதிலும் குறிப்பாக அது உங்கள் எஜமானனாக இருக்கும்போது. ஆனால் அவர்கள் என்னை இங்கே சிறையில் வைத்திருப்பதற்கு ஏதேனும் காரணம் இருக்க வேண்டும், இல்லையா? இருந்தாலும், பாருங்கள், ஆமாம், நான் கன்றினைத் தாக்கியதும் என்மீது என் முதலாளி பாய்ந்ததும் எனக்கு நினைவிருக்கிறது, என் நினைவாற்றலுக்கு அந்நிகழ்வு வரை எந்தப் பிரச்சினையும்

இல்லை; அதன்பிறகு எல்லாமே மூட்டமாகிவிட்டது. திடீரென நான் உறங்கிவிட்டாற்போலத் தோன்றியது, பிறகு நான் விழித்தபோது இங்கே என் கட்டிலில் இருக்க, என்னுடைய மனைவி அருகில் அமர்ந்து, நானொரு அடிபட்ட கிழவன் அல்ல, ஒரு குழந்தை என்பதுபோல என் துயரத்தில் என்னை ஆற்றுப்படுத்திக்கொண்டிருந்தாள். "வாயைக் கொஞ்சம் மூடேன்," என்றும்கூட நான் அவளிடம் சொன்னேன். அவளிடம் அதைச் சொன்னது எனக்கு மிக நன்றாகவே நினைவிருக்கிறது; என்றால், ஒருவரைக் கொன்றது எப்படி எனக்கு மறந்துபோகும்? ஆனாலும் அவர்கள் நான்தான் டான் ஜஸ்தோவைக் கொன்றேன் என்கிறார்கள். எதை வைத்துக் கொன்றேன் என்கிறார்கள்? கல்லினைக்கொண்டு, அப்படித்தான், இல்லையா? சரி, நல்லது. கத்தியைக்கொண்டு என்று ஒருவேளை கூறியிருந்தால் அவர்கள் புத்திகெட்டவர்களாய்த்தான் இருந்திருப்பார்கள். ஏனென்றால், குழந்தையாய் இருந்த போதிலிருந்தே நான் கத்தி வைத்துக்கொண்டதில்லை, இன்றைக்கெல்லாம் அது நீண்ட காலமாகிவிட்டது.

சத்தம் எதுவும் எழுந்துவிடாதபடி மருமகள் மார்கரிட்டாவைப் படுக்கையில் கிடத்தினான் ஜஸ்தோ ப்ரம்பிளா. இரண்டு ஆண்டுகளாக முடமாகி அசைவற்றுக் கந்தலான உடலுடன் அடுத்த அறையில் உறங்கிக்கொண்டிருந்தாள் அவனது சகோதரி; ஆனால் அவள் எப்போதும் விழிப்புடன் இருப்பாள். அதிகாலையில் சிறிது நேரம் மட்டுமே அவள் உறங்குவாள்; ஆனால் அப்போது தன்னை மரணத்திற்கு ஒப்புக்கொடுத்துவிட்டாற்போல் உறங்குவாள்.

இப்போது சூரியன் மேலெழுகிற சமயத்தில் அவள் எழுந்து கொள்வாள். உறங்கிக்கொண்டிருக்கும் மார்கரிட்டாவின் உடலை ஜஸ்தோ ப்ரம்பிளா படுக்கையில் கிடத்தியவுடன் அவள் விழிக்க ஆரம்பித்துவிடுவாள். மகள் சுவாசிக்கும் சப்தத்தைக் கேட்டவுடன், "நேற்றிரவு நீ எங்கிருந்தாய் மார்கரிட்டா?" என வினவுவாள். மகளை எழுப்பிவிடும்படியான கூச்சல்களை அவள் தொடங்கும்முன், ப்ரம்பிளா சப்தமின்றி அந்த அறையைவிட்டு வெளியேறினான்.

அப்போது காலை ஆறு மணி.

கிழவன் எஸ்தபனுக்குத் தொழுவத்தின் கதவைத் திறந்துவிடுவதற்காக அவன் வெளியே சென்றான். தானும் மார்கரிட்டாவும் இரவினைக் கழித்த வைப்பறைக்குச் சென்று படுக்கையினை நீவிவிட நினைத்தான். "பாதிரியார் ஒப்புதல் அளித்தால் நான் அவளைத் திருமணம் செய்துகொள்வேன்; ஆனால் இதுகுறித்து நான் கேட்டாலே அவர் அவதூறு பரப்பிவிடுவார். இதை ஒரு முறையற்ற உறவு என்றுகூறி எங்கள் இருவரையும் விலக்கிவைப்பார். இதை ரகசியமாக வைத்திருப்பதே நல்லது." கிழவன் எஸ்தபன் இரும்பு போன்ற தன் கரங்களால் கன்றின் வாயில் அறைந்து தலையில் உதைத்ததைப் பார்த்தபோது அவன் இவ்வாறுதான் யோசித்துக் கொண்டிருந்தான். ஏற்கெனவே பலமாக அடிபட்டுவிட்டதைப் போலத் தோன்றிய கன்று நிற்க இயலாமல் தடுமாறி குளம்புகளைத் தரையில் இடறிக்கொண்டிருந்தது.

ஓடிச்சென்று அந்தக் கிழவனது கழுத்தைப் பற்றியவன் பாறைகளின்மீது தள்ளி, உதைத்து, தானே நினைத்திராத கீழான வார்த்தைகளால் ஏசினான். அதன்பின் அனைத்தும் மங்கலாகி அவன் தொழுவத்தின் கல்பாவிய தரையில் மோதி விழுந்தான். எழுந்துகொள்ள முயன்ற அவன் மீண்டும் விழுந்தான், மூன்றாவது முயற்சியில் அவனிடம் எந்த அசைவுமில்லை. அவன் கண்களைத் திறக்க முயன்றபோது ஒரு பெரிய கரிய மேகம் அவனது பார்வையை மறைத்தது. அவன் எந்த வலியையும் உணரவில்லை, ஒரு கரிய பொருள் மட்டும் தொடர்ந்து அவனது சிந்தையை இருளச் செய்ய, இறுதியில் பூரண இருள் நிறைந்தது.

கிழவன் எஸ்தபன் எழுந்தபோது பகலவன் ஏற்கெனவே உச்சிக்கு வந்திருந்தது. முனகியபடி அவன் தடுமாறினான். எப்படி அவன் கதவைத் திறந்து தெருவிற்கு வந்தான் என்பது எவருக்கும் தெரியவில்லை. மூடிய கண்களுடன் சாலை நெடுக குருதியைச் சிந்தியபடி அவன் எப்படி வீட்டிற்கு வந்தான் என்பதும் அவர்களுக்குத் தெரியவில்லை. வீட்டிற்குச் சென்ற அவன் கட்டிலில் படுத்து மீண்டும் உறங்கிப் போனான்.

ஏராளம் அறிவுரைகளை வழங்கித் தன் அன்னை தன்னை வேசி என அழைத்ததற்காக அழுதபடி மார்கரிட்டா, ஜஸ்தோ பிரம்பிளாவைத் தேடித் தொழுவத்திற்கு வந்தபோது காலை பதினோரு மணி இருந்திருக்கும்.

ஜஸ்தோ ப்ரம்பிளா இறந்துகிடப்பதைக் கண்டாள்.

"ம், நான் அவரைக் கொன்றதாகச் சொல்கிறார்கள். இருக்கலாம். சினத்தினாலும்கூட அவர் இறந்திருக்கலாம். அவர் ஆத்திரக்காரராக இருந்தார். எல்லாமே அவருக்கு மோசமாகத்தான் தெரிந்தது. தொழுவம் அழுக்கு; நீர்த்தொட்டியில் தண்ணீர் இல்லை; பசுக்கள் மிக மெலிந்திருந்தன. எல்லாமே அவருக்கு மோசமாகத்தான் தெரிந்தது; நான் சதைப் பற்றின்றி இருக்கிறேன் என்பதுகூட அவருக்குப் பிடிக்கவில்லை. எதுவுமே சாப்பிடாமல் நான் வேறெப்படி இருக்க முடியும். என் முழுநேரமும் மாடுகளை மேய்ப்பதிலேயே கழிகிறது. அவருக்கென சிறிது மேய்ச்சல் நிலம் இருக்கிற ஜிகில்பன்னிற்கு நான் அவற்றை ஓட்டிச் செல்வேன்; அவை உண்டு முடிக்கிறவரை காத்திருந்துவிட்டு, அதிகாலையில் இங்குவந்து சேரும்விதம் அவற்றை மீண்டும் ஓட்டிவருவேன். அது ஒரு முடிவற்ற புனித யாத்திரை போல் தோன்றியது.

"இப்போது பாருங்கள், என்னைச் சிறையில் அடைத்திருக்கிற அவர்கள், நான் டான் ஜஸ்தோவிற்கு எதிராகக் குற்றம் இழைத்ததாகக் கூறி அடுத்தவாரம் என்னை விசாரிக்கக்கூடும். எனக்கு அது நினைவில் இல்லை; ஆனால் அது அப்படி இருக்கலாம் என்றே கருதுகிறேன். ஒருவேளை நாங்கள் இருவருமே ஒருவரை ஒருவர் கொன்றுகொண்டிருக்கிறோம் என்பதை அறியாத அளவிற்குக் கண்மூடித்தனமாக இருந்திருக்கலாம். அது அப்படி இருக்கலாம் என்றே நினைக்கிறேன். என்னுடைய வயதில் நினைவுத்திறன் நம்மை ஏமாற்றிவிடுகிறது; அதனால்தான் நான் கடவுளுக்கு நன்றி சொல்கிறேன். என்னுடைய எல்லாப் புலன்களையும் அவர் எடுத்துக்கொண்டுவிட்டால், உண்மையில் இழப்பதற்கு என்னிடம் பெரிதாக எதுவும் இருக்காது. எனது ஆன்மாவைப் பொருத்தவரை, அதையும் நான் அவருக்கே ஒப்புக்கொடுக்கிறேன்."

ஸான் கேப்ரியல் மீது மீண்டும் மூடுபனி இறங்கிக்கொண்டிருந்தது. நீல மலைகளின் மேல் சூரியன் இன்னும் ஒளிர்ந்துகொண்டிருந்தது. பழுப்புப் படலமொன்று நகரத்தைச் சூழ்ந்துகொண்டது. அதன்பின் இருள் வந்தது. துக்கம் அனுஷ்டிக்கும்பொருட்டு, அந்த இரவில் அவர்கள் யாரும் விளக்கினை ஒளிரவிடவில்லை. விளக்குகள் அனைத்திற்கும் டான் ஜஸ்தோதான் உடைமையாளர். அதிகாலை வரை நாய்கள் ஊளையிட்டுக்கொண்டிருந்தன. இறந்தவரின் உடலுக்காக அவர்கள் இரவெல்லாம் துக்கம் விசாரித்துக்கொண்டிருந்தபோது தேவாலய ஜன்னல்களின் வண்ணக் கண்ணாடிகளை மெழுகுவர்த்திகள் ஒளிரச் செய்தன. இரவுநேரத்தின் பாதிக்கனவில் பெண்களின் குரல்கள் உரக்கப் பாடிக்கொண்டிருந்தன: "விடுதலை பெறுங்கள், விடுதலை பெறுங்கள், விடுதலை பெறுங்கள், துயருற்ற ஆன்மாக்களே," முழு இரவும், அதிகாலை வரை, அதிகாலை மணியோசை இடையிடும் வரை, இறந்தவருக்காக மணி ஒலித்துக்கொண்டிருந்தது.

⓪

தால்பா

அம்மாவின் கைகளில் விழுந்து நெடுநேரமாகச் சப்தமின்றித் தேம்பிக்கொண்டிருந்தாள் நடாலியா. நெடுநாள்களாக அந்தத் தேம்பல்களைத் தனக்குள்ளே கட்டுப்படுத்திக்கொண்டிருந்த அவள், தற்போது நாங்கள் ஜென்ஜண்ட்லானிற்குத் திரும்பி அவளது அம்மாவைப் பார்த்துவிட்டதால் தனக்கு ஆறுதல் தேவைப்படுகிறதென்பதை உணர்ந்திருக்கலாம்.

ஆனால் முன்பு, மிகக் கடினமான மற்றும் கடின உழைப்புடன் கூடிய நாள்களுக்குப் பின்பு, நானும் அவளும் மட்டும், வேறு யாருடைய உதவியுமின்றி நாங்கள் இருவர் மட்டும், தால்பாவின் நிலத்தில், டனிலோவைச் சூழ்ந்திருந்த மரணத்தின் வாசனை யாரையும் இனிமேல் அச்சுறுத்தாதபடி முழுமையாகப் புதைப்பதற்காகக் கைகளால் மண்ணை வெளியே அள்ளி, ஆழமான குழியைத் தோண்டி, அவனை அவசரமாகக் கல்லறைக்குள் மறைத்த அச்சமயத்தில்கூட அவள் அழவில்லை.

அதற்குப் பிறகும்தான். துளி கூட ஓய்வின்றி, எங்களது ஒவ்வொரு அடியும் டனிலோவின் கல்லறை மீதான தப்படி என்பதைப் போல, இரவில் உறக்கத்தில் தடுமாறிப் பாதையைத் துழாவியபடியே நாங்கள் திரும்பி வந்தபோதும் கூட. தனது இதயம் உள்ளுக்குள் கொந்தளித்துக்கொண்டிருப்பதை அவள் உணராதபடி அதை யாரோ இறுக்கிச் சிறைப்படுத்திவிட்டது போல, நடாலியா கெட்டிப்பட்டுப் போனதுபோல் இருந்தது. ஒரே ஒரு துளி கண்ணீர் கூட அவளது விழியிலிருந்து விழவில்லை.

அம்மாவைப் பற்றிக்கொண்டு அழுவதற்காக அவள் வந்திருக்கிறாள்; தன் துக்கத்தை, தான் துயருற்றிருக்கிறேன் என்பதை அவளுடன் பகிர்ந்துகொள்வதற்காக. எங்கள் எல்லோரிடமும்கூட. ஏனென்றால் எங்களது பாவத்தினைத் துடைக்கும் துணியினை அவள் முறுக்கிப் பிழிவது போல, நானும் எனக்குள்ளும் அவளது தேம்பலை உணர்ந்தேன்.

ஏனென்றால், விஷயம் டனிலா சாண்டோஸ் குறித்ததா? அது எங்கள் இருவருக்கிடையிலானது: நடாலியாவும் நானும், நாங்கள்தான் அவனைக் கொன்றோம். அவன் இறக்கட்டும் என்பதற்காக நாங்கள் அவனைத் தால்பாவிற்கு அழைத்துச் சென்றோம். அதுபோலவே அவன் இறந்தான். அவ்வளவு நீண்ட பயணத்தை அவனால் தாங்க முடியாதென எங்களுக்குத் தெரிந்திருந்தது; ஆனால் அதே காரணத்திற்காக நாங்கள் அவனை அழைத்துச் சென்றோம், சீக்கிரமே அவன் ஒழிந்துவிடுவான் எனக் கருதியபடி எங்கள் இருவரிடையே அவனை வைத்து உந்திக்கொண்டு சென்றோம். அதைத்தான் நாங்கள் செய்தோம்.

தால்பாவிற்குச் செல்கிற திட்டம் என் சகோதரன் டனிலோவுடையதுதான். வேறு யாரும் அதைப் பற்றிச் சொல்லும் முன்பே அவன் அதை முன்வைத்தான். யாராவது தன்னை அங்கு அழைத்துச் செல்லவேண்டுமென்று பல ஆண்டுகளாகக் கேட்டுக்கொண்டிருந்தான். பல ஆண்டுகளாக, தன் கைகால் முழுவதும் ஊதா நிறக் கொப்புளங்களுடன் கண்விழித்த அந்த நாளிலிருந்து. அந்தக் கொப்புளங்கள் பிறகு புண்களாகி அவற்றிலிருந்து ரத்தத்திற்குப் பதிலாகக் கோபல் மரப்பிசின் போன்ற கெட்டியான நீர் ஒழுக ஆரம்பித்ததிலிருந்து. அந்த சமயத்தில், இனி இதற்கு எந்த மருந்தும் இல்லை என்பது குறித்துத் தான் எவ்வளவு அஞ்சுகிறேன் என அவன் எங்களிடம் கூறியது எனக்கு நன்றாக நினைவிருக்கிறது. அதனால்தான் அவன் தால்பாவின் கன்னிமாதாவினைக் காண விரும்பினான்; தன் பார்வையினால் அவர் இவனது புண்களை ஆற்றுவதற்காக. தால்பா வெகுதொலைவில் இருக்கிறது என்பதையும் பல நாள்களுக்குப் பகலில் சூரிய வெப்பத்திலும் மார்ச் இரவின் குளிரிலும் நாங்கள் நீண்டதூரம் நடக்க வேண்டியிருக்கும்

என்பதை அறிந்திருந்தும் அவன் எப்படியாயினும் அங்கு செல்ல விரும்பினான். ஒருபோதும் ஆறாத காயங்களிலிருந்து விடுபடுவதற்கான தீர்வை கன்னிமாதா அவனுக்குத் தருவார். அதை எப்படிச் செய்யவேண்டுமென அவருக்குத் தெரியும்: எல்லாவற்றையும் கழுவி, ஒரு சுத்தமான எழுது பலகையைப் போல, மழைக்குப் பிந்தைய நிலத்தைப் போல எல்லாவற்றையும் புதிதாக்க. அங்கே, அவருக்கு முன்பு, இவனது துயரங்களெல்லாம் ஓய்ந்துவிடும்; எதுவுமே ரணமாகாது, ஒருபோதும் மீண்டும் ரணம் தோன்றாது. அப்படித்தான் அவன் நினைத்தான்.

அவனை அழைத்துச் செல்வதற்காக நடாலியாவும் நானும் அதைத்தான் பற்றிக்கொண்டோம். டனிலோ என் சகோதரன் என்பதால் நான் அவனுடன் செல்லவேண்டியிருந்தது. எப்படியாயினும் நடாலியாவும் உடன்வர வேண்டியிருந்தது, ஏனென்றால் அவள் அவனது மனைவி. அவள், அவனுக்கு உதவ வேண்டியிருந்தது, அவனது கைகளை எடுத்து, பயணம் முழுவதும், திரும்பிவரும் வழியிலும்கூட, தனது நம்பிக்கையைச் சுமந்துவரும் அவனது எடையைத் தன் தோள்களில் அவள் தாங்க வேண்டியிருந்தது.

நடாலியாவின் மனதிற்குள் என்ன இருந்ததென எனக்கு முன்பே தெரியும். எனக்கு அவளைப் பற்றிக் கொஞ்சம் தெரிந்திருந்தது. எடுத்துக்காட்டாக, மதிய வெயிலின் கற்கள் போலத் திண்மையும் வெம்மையுமான அவளது திரட்சியான கால்கள் பல காலமாகத் தனித்திருக்கின்றன என்பது எனக்குத் தெரிந்திருந்தது. அது எனக்கு முன்பே தெரிந்திருந்தது. நாங்கள் பலமுறை ஒன்றாக இருந்திருக்கிறோம்; ஆனால் டனிலோவின் நிழல் எப்போதும் எங்களைப் பிரித்துவிடும்: கொப்புளங்கள் கொண்ட அவனது கை எங்களுக்கிடையே நுழைந்து, தொடர்ந்து தன்னைக் கவனித்துக் கொள்வதற்காக நடாலியாவை அழைத்துச் செல்வதுபோல எங்களுக்குத் தோன்றும். அவன் உயிரோடிருந்தவரை எப்போதுமே அப்படித்தான் தோன்றும்.

நடந்ததைக் குறித்து நடாலியா இப்போது வருந்துகிறாள் என்பது எனக்குத் தெரியும், நானும்தான்; ஆனால் அது எங்களைப் பாவத்திலிருந்து காக்காது, மீண்டும் ஒருபோதும் எங்களுக்கு நிம்மதியும் கிடைக்காது. டனிலோ சாவை எதிர்நோக்கித்தான்

இருந்தான் என்பதால் அவன் எப்படியாயினும் இறந்திருப்பான் என்பதோ, அவ்வளவு தொலைவில் இருக்கும் தால்பாவிற்குச் சென்றும்கூட அவனுக்குக் குணமாகவில்லை என்பதோ எங்களை எந்தவிதத்திலும் அமைதிப்படுத்தவில்லை; அங்கே இறந்ததைப் போலவே அவன் இங்கேயும் இறந்திருப்பான் என்பது கிட்டத்தட்ட உறுதிதான் எனினும், சாலையில் அனுபவித்த சித்திரவதையும், கூடுதலாக இழந்த குருதியும், கோவமும் எல்லாமும் இங்கே இறந்திருக்கக்கூடிய நாளைவிடச் சற்று முன்னதாகவே அங்கே அவனை இறக்கச் செய்திருக்கக்கூடும். இதில் மோசமானது என்னவென்றால், அங்கே அவன் தொடர்ந்து செல்ல விரும்பாதபோதும், முன்னே செல்வதால் எந்தப் பயனும் இல்லை என நினைத்து வீட்டிற்குத் திரும்பி அழைத்துச் செல்லச் சொன்னபோதும் நடாலியாவும் நானும் தொடர்ந்து அவனை அங்கே செலுத்தினோம். இப்போது திரும்பிச் செல்ல முடியாதெனக் கூறி, அவன் தொடர்ந்து நடக்கும்படி தரையிலிருந்து தூக்கி வைத்தோம்.

"இந்த இடத்திலிருந்து தால்பாதான் ஜென்ஜண்ட்லானை விடப் பக்கம்." அப்படித்தான் நாங்கள் அவனிடம் கூறினோம். ஆனால் அப்போது தால்பா வெகுதொலைவில் இருந்தது; பலநாள்கள் தொலைவில்.

அவன் இறக்கவேண்டும் என்றுதான் நாங்கள் விரும்பினோம். ஜென்ஜண்ட்லானிலிருந்து கிளம்புவதற்கு முன்பும், தால்பாவை நோக்கிய பயணத்தில் சாலையில் கழித்த ஒவ்வொரு இரவிலும்கூட நாங்கள் அதைத்தான் விரும்பினோம் என்பதைத் தனியாகச் சொல்லத் தேவையில்லை. எங்களால் இப்போது புரிந்துகொள்ள முடியாத ஒன்று அது; ஆனால் அந்த சமயத்தில் நாங்கள் அதைத்தான் விரும்பினோம். அது எனக்கு நன்றாக நினைவிருக்கிறது.

அந்த இரவுகள் எனக்கு நன்றாக நினைவில் இருக்கின்றன. முதலில் எங்களுக்கு ஓகோட் பைன் ஒளி தரும். பிறகு அது சாம்பலான பிறகு, நடாலியாவும் நானும் வானிலிருந்து வரும் ஒளியிலிருந்து ஒளிந்துகொள்ளும்விதம் ஏதேனும் நிழலைத் தேடுவோம். அப்படித்தான் நாங்கள் கிராமத்தின் தனிமையை நெருங்கி டனிலோவின் கண்களிலிருந்து வெகுதொலைவில் இரவுக்குள் மறைந்துபோவோம். அந்தத் தனிமை எங்கள்

இருவரையும் ஒருவரோடொருவர் நெருங்கும்படி செய்யும். அது நடாலியாவின் உடலை என் கைகளில் கிடத்தி அதன்மூலம் அவள் விடுதலை அடைவாள். தான் ஆசுவாசம் கொள்வதுபோல் உணர்வாள்; பல விஷயங்களை மறந்துபோகிற அவள், தன் உடல் மிகப்பெரிய ஆறுதலை உணர, அப்படியே உறங்கிப்போவாள்.

நாங்கள் உறங்கிய நிலம் எப்போதுமே கதகதப்பானதாக இருந்து விட்டது. நடாலியாவின் - என் சகோதரனின் மனைவி - தேகமும் பூமியின் வெப்பத்தால் உடனே தகித்துவிடும். அந்த இரண்டு வெப்பங்களும் ஒன்றாக எரிந்து ஒருவரை அவரது கனவுகளிலிருந்து எழுப்பிவிடும். பின் என் கைகள் அவளுக்குப் பின்னால் செல்லும்; அவளது தணலின் மீது அது மேலும் கீழும் அலைபாயும்; முதலில் மென்மையாக, ஆனால் அதன்பிறகு அவளது ரத்தத்தைப் பிழிந்து எடுக்க விரும்பியதைப் போல அவை அவளைச் சுற்றி இறுக்கிக்கொள்ளும். இது திரும்பத் திரும்ப, எல்லா இரவுகளிலும் சூரிய உதயத்தில் குளிர்ந்த காற்றுவந்து எங்கள் உடலின் நெருப்பை அணைக்கும் வரை நிகழும். டனிலோவைக் குணமாக்குவதற்காகக் கன்னிமாதாவிடம் அழைத்துச் சென்றபோது தால்பாவின் சாலை ஓரத்தில் நடாலியாவும் நானும் அதைத்தான் செய்தோம்.

இப்போதெல்லாம் முடிந்துவிட்டது. டனிலோ வாழ்விலிருந்தும் கூடத் தப்பிவிட்டான். அருவருப்பான நீரினால் நஞ்சடைந்த அந்த உடலுடன், கைகளிலும் கால்களிலும் இருக்கும் ஒவ்வொரு துளையிலும் அது வழிய, தொடர்ந்து வாழ்ந்துகொண்டிருப்பது தனக்கு எவ்வளவு சிரமமாய் இருந்தது என்பது குறித்துக்கூட அவன் இனிமேல் எதுவும் சொல்ல இயலாது. இவ்வளவு பெரிய புண்கள், மெதுவாக, மிக மெதுவாகத் திறந்து இறுதியில் அழுகிப்போன நாற்றத்துடன் காற்றுக் குமிழ்களை வெளியிட்டு எங்கள் அனைவரையும் அச்சுறுத்தின.

ஆனால் இப்போது அவன் இறந்துவிட்டதால் எல்லாம் வேறுமாதிரியானதாகத் தெரிகின்றன. இப்போது நடாலியா அவனை எண்ணி அழுகிறாள், அவன் எங்கே இருந்தாலும் இப்போது அவளது ஆன்மா முழுக்க நிரம்பியிருக்கும் குற்ற உணர்வைக் காண வேண்டியிருக்கலாம். இந்தக் கடந்த சில நாள்களாக அவள் டனிலோவின் முகத்தை நினைவில்

காண்பதாகக் கூறுகிறாள். அவனுடைய அவயங்களில் அவளுக்குப் பயனுள்ளதாய் இருந்தது அது ஒன்றுதான்: டனிலோவின் முகம், வேதனையைத் தாங்கிக்கொள்ளும் முயற்சியில் வியர்த்து ஈரப்பதமாய் இருக்கும். அது அவளது வாயை நெருங்கி கூந்தலுக்குள் ஒளிந்து, மிக பலவீனமாக ஒலிக்கும் ஒரு குரலில் தன்னைக் காக்கும்படி கெஞ்சுகிறது. இறுதியாகத் தான் குணமாகிவிட்டதாக அவன் சொல்லியதாக அவள் கூறுகிறாள்; அவனுக்கு இப்போதெல்லாம் எந்த வலியும் இல்லை.

"இப்போது என்னால் உன்னுடன் இருக்க முடியும் நடாலியா. நான் உன்னுடன் இருக்க உதவிசெய்," என அவன் சொல்லியதாகக் கூறுகிறாள்.

அவனைப் புதைப்பதற்காக ஆழமாக நாங்கள் தோண்டிய அந்தக் குழியில் அவனைப் புதைத்துவிட்டு அப்போதுதான் நாங்கள் தால்பாவிலிருந்து கிளம்பியிருந்தோம்.

அப்போதிருந்து நடாலியா என்னை மறந்துவிட்டாள். நிலவினால் ஒளியூட்டப்பட்ட ஒரு சிறு குட்டை போல அவளது கண்கள் பிரகாசிப்பதை நான் அறிவேன். திடீரென அவை மங்கிவிட்டன, தரையோடு சேர்த்துத் தைத்துவிட்டாற்போல அவளது பார்வையே துடைத்தெறியப்பட்டுவிட்டது. அவள் வேறெதையுமே பார்த்ததுபோல் தெரியவில்லை. அவளுக்கிருந்ததெல்லாம் அவளது டனிலோ மட்டும்தான்: அவன் உயிருடனிருந்தபோது அவள் பார்த்துக் கொண்ட, அவன் இறக்கவேண்டியிருந்தபோது அவள் புதைத்த டனிலோ.

தால்பாவின் பிரதானச் சாலைக்குச் சென்றுசேர எங்களுக்கு இருபது நாள்கள் ஆயின. அதுவரை நாங்கள் மூவரும் தனியாகத்தான் இருந்தோம். மக்கள் எங்கெங்கிருந்தோ அங்கு வந்து எங்களுடன் சேர்ந்துகொண்டே இருந்தனர்; அந்த அகண்ட சாலையில் ஒரு நதியின் அலையைப் போல எங்களைப் பின்னால் தள்ளி, நாங்கள் ஏதோ தூசி இழைகளால் ஒருவரோடொருவர் பிணைக்கப்பட்டுள்ளது போல எல்லாப்புறமுமிருந்து எங்களைத் தள்ளினர். ஏனென்றால் சோள உமியைப் போன்ற ஒரு வெண்புழுதி மக்கள் திரளிலிருந்து சுழன்று மேலே சென்று பின் கீழிறங்கும்; ஆனால் நடக்கிற அனைத்துப் பாதங்களும்

அதனைக் கீழே இறக்கிப் பின் மேலெழுப்பும்; எனவே எங்களுக்கு மேலேயும் கீழேயும் புழுதி எப்போதுமே இருந்துகொண்டிருந்தது. அந்த பூமிக்கு மேலே வெறுமையான, மேகங்களற்ற, வெறும் தூசி மட்டுமே தெரிந்த வானம் இருந்தது; ஆனால் தூசியால் எந்த நிழலும் உண்டாவதில்லை.

சூரியனிலிருந்தும் சாலையின் வெள்ளை ஒளியிலிருந்தும் ஓய்வெடுக்க நாங்கள் இரவு வரை காத்திருக்க வேண்டியிருந்தது.

அதன்பின் நாள்கள் நீளமாக ஆரம்பித்தன. நாங்கள் ஜென்ஜண்ட்லானிலிருந்து பிப்ரவரி மத்தியில் கிளம்பினோம், இப்போது மார்ச் ஆரம்பித்திருந்தது, சூரியோதய நேரத்திலேயே நிகழ்ந்தது. அந்தியில் எங்களால் கண்களைச் சற்று மூடக்கூட இயலாது. சற்று முன்தான் கீழே சென்று மறைந்தது போல் தெரிந்த அதே சூரியன் எங்களை உடனேயே எழுப்பிவிடும்.

அவ்வளவு கூட்டத்தினூடே நடந்த போதல்லாமல் வேறெப்போதும் வாழ்க்கை அவ்வளவு மெதுவானதாகவும் அதிக வன்முறை நிரம்பியதாகவும் இருப்பதாக நான் உணர்ந்ததேயில்லை. சூரியனுக்குக் கீழே ஒரே சாலையில், சிறைப்படுத்தப்பட்டு பட்டியில் அடைக்கப் பட்டாற்போல் தூசுப் படலத்தினூடே வளைந்து நெளிந்து கொண்டிருக்கும் ஏராளமான புழுக்களின் கூட்டம்தான் நாங்கள் என்பது போல் இருந்தது அது. எங்கள் கண்கள் தூசியைப் பின்தொடர்ந்தன; தங்களால் ஊடுருவ முடியாத எதன் மீதோ மோதித் துளைப்பது போல அவை தூசுப் படலத்தில் சிக்கிக் கொண்டன. எப்போதுமே சாம்பல் வண்ணமாயிருந்த வானம் எங்கள் அனைவரையும் மேலிருந்து நசுக்குகிற ஒரு சாம்பல் திட்டைப் போல இருந்தது. எப்போதேனும் நாங்கள் நதியைக் கடக்கையில் மட்டும், தூசி மேலே சென்று தெளிவாக இருக்கும். காய்ச்சல் கொண்ட எங்களது இருண்ட தலைகளைப் பச்சை நீருக்குள் முக்கியதும் ஒரு நொடி, குளிராக இருக்கும்போது நமது வாயிலிருந்து புகை வருவது போல, நீலப் புகை எங்கள் எல்லோரிடமிருந்தும் வெளியேறும். ஆனால், அதன்பின் சிறிது நேரத்திலேயே, தூசியுடன் கலந்து காணாமலாகி ஒருவரை ஒருவர் சூரியனிடமிருந்து, எங்கள் எல்லோர் மீதும் விழுந்த சூரிய வெப்பத்திலிருந்து காத்துக்கொண்டிருப்போம்.

என்றாவது ஒருநாள் இரவு வரும். அப்படித்தான் நாங்கள் எண்ணினோம். இரவு வரும், நாங்கள் சற்று ஓய்வெடுக்கலாம். இப்போதைய பிரச்சினை பகலைக் கடப்பதும் ஏதேனும் ஒரு வழியில் வெப்பத்திலிருந்தும் சூரியனிலிருந்தும் தப்பிப்பதும். அதன்பின் நாங்கள் நிற்போம். இப்போது நாங்கள் செய்ய வேண்டியதெல்லாம், எங்களைப் போன்ற ஏராளமானவர்களுக்கு முன்னே செல்பவர்களை, முயன்று முயன்று வேகமாகப் பின் தொடர்வதுதான். நாங்கள் மரணித்த பிறகு கொஞ்சம் கொஞ்சமாக ஓய்வெடுப்போம்.

பேரணிக்கு நடுவே தால்பாவை நோக்கிச் செல்லும் பிரதானச் சாலையில் பயணித்த போது, நடாலியாகவும் நானும் டனிலோவும்கூட அப்படித்தான் நினைத்தோம்; கன்னிமாதாவை, அவர் தனது அற்புதங்களையெல்லாம் தீர்த்துவிடும் முன்பாகச் சென்று முதலில் காண்பது.

ஆனால் டனிலோ மோசமாகத் தொடங்கினான். தொடர்ந்து செல்ல வேண்டாம் என அவன் நினைத்த ஒரு சமயம் வந்தது. அவனது பாதத்தில் இருந்த புண்கள் வெடித்துத் திறந்து துளைகளிலிருந்து ரத்தம் ஒழுக ஆரம்பித்தது. அவனுக்குச் சரியாகும் வரை நாங்கள் அவனைக் கவனித்துக்கொண்டோம். அதன் பிறகும் கூட அவன் தொடர்ந்து செல்ல விரும்பவில்லை:

"ஒரு நாளோ இரண்டு நாள்களோ நான் இங்கு அமர்ந்திருந்துவிட்டு அதன் பின் ஜென்ஜண்ட்லானிற்குத் திரும்பிச் செல்வேன்," என்றான் அவன்.

ஆனால் நடாலியாவும் நானும் அதனை விரும்பவில்லை. டனிலோவின் எதைக் குறித்தும் சற்றும் இரக்கம் கொள்ளாதபடி, எங்களுக்குள் இருந்த எதுவோ தடுத்தது. நாங்கள் அவனைத் தால்பாவிற்கு அழைத்துச் செல்ல விரும்பினோம், ஏனென்றால் அக்குறிப்பிட்ட சமயத்தில், அவனது நிலைமையில், அவனிடம் இன்னும் சற்று உயிர் மீந்திருந்தது. அதனால்தான் அவனது பாதத்திலிருந்த வீக்கம் குறைவதற்காக நடாலியா அவனுக்குத் தைலம் பூசியபடியே, ஊக்கப்படுத்தினாள். தால்பாவின் கன்னிமாதா மட்டுமே அவனைக் குணப்படுத்த இயலும் என அவள் அவனிடம் கூறுவாள். இப்போதைக்கும் எப்போதைக்குமாக

அவனை விடுவிக்க அவரால் மட்டுமே இயலும். வேறு யாராலும் அல்ல. வேறு பல கன்னிமாதாக்கள் இருக்கின்றனர்தான்; ஆனால் தால்பாவில் இருப்பவர்தான் சரியானவர். அப்படித்தான் நடாலியா அவனிடம் சொல்வாள்.

அதன் பின் டனிலோ அழத்தொடங்கியதும் அவனது முகத்திலிருக்கும் வியர்வையில் கோடிழுத்தபடி கண்ணீர் ஒழுகும். இப்படி மோசமாய் இருப்பதற்காக அவன் தன்னையே சபித்துக் கொள்வான். தன் சால்வையினால் அவனது கண்ணீர் ஆற்றைத் துடைப்பாள் நடாலியா. இரவாகும்முன் அவன் இன்னும் சற்றுத்தூரம் நடக்கும் விதமாக நாங்கள் எங்களுக்கிடையே அவனைத் தரையிலிருந்து தூக்கிக்கொள்வோம்.

அப்படி அவனை இழுத்துக்கொண்டுதான் நாங்கள் தால்பாவிற்குச் சென்றோம்.

கடைசி சில நாள்களில் நாங்களும் சோர்வாக உணர ஆரம்பித்தோம். நடாலியாவும் நானும் மேலும் மேலும் களைப்படைவதாக எண்ணினோம். ஏதோ ஒன்று எங்களை நிறுத்தி எங்கள் மேல் கனமான எதையோ ஏற்றிவிட்டாற்போல் இருந்தது. டனிலோ அடிக்கடி கீழே விழ ஆரம்பித்ததால் நாங்கள் அவனைத் தூக்கிச் சில சமயம் எங்கள் முதுகில்கூட சுமக்க வேண்டியிருந்தது. ஒருவேளை அதனால்தான் நாங்கள் அப்படி உணர்ந்திருப்போம்; நடக்கும்போது கொஞ்சம்கூட நிதானமேயில்லாமல் உடல் தடுமாறும். ஆனால் எங்களுக்குப் பின்னால் இருப்பவர்கள் எங்களை வேகமாக நடக்கவைத்து விடுவார்கள்.

இரவில் அந்தப் பைத்தியக்கார உலகம் சற்று அமைதியுறும். தால்பாவின் வானத்தைப் பார்த்தபடி, ஆங்காங்கே மின்னும் நெருப்புக் கூளங்களைச் சுற்றி அமர்ந்து, கைகளால் சிலுவையிட்டவாறு புனித யாத்திரிகர்கள் ஜெபமாலை உச்சரிப்பார்கள். அந்த எல்லா முணுமுணுப்புகளையும் எடுத்துக் கொள்கிற காற்று அவற்றை ஒன்றாகக் கலந்து ஓர் ஒற்றைக் கூக்குரலாக மாற்றுவதை நீங்கள் பார்ப்பீர்கள். சற்று நேரம் கழித்து எல்லாமே அமைதியாகிவிடும். நள்ளிரவின்போது எங்கோ வெகு தொலைவில் யாரோ பாடுவதை உங்களால் கேட்க முடியும்.

பிறகு உங்கள் கண்கள் மூடிக்கொள்ள, விடிவதற்காக உறக்கம் வராமல் காத்திருப்பீர்கள்.

தெய்வத்தைத் துதித்துப் பாடியபடி நாங்கள் தால்பாவிற்குள் நுழைந்தோம். பிப்ரவரி மத்தியில் கிளம்பிய நாங்கள் இப்போது மார்ச் இறுதியில், ஏற்கெனவே பலர் திரும்ப ஆரம்பித்திருக்கிற சமயத்தில் தால்பாவிற்கு வந்து சேர்ந்தோம். டனிலா நோன்புநோற்க முடிவு செய்ததால்தான் அது அப்படி ஆனது. தன்னைச் சுற்றி இருப்பவர்களெல்லாம் முற்கற்றாழையைக் கழுத்துக் குட்டையாக அணிந்திருப்பதைப் பார்த்த அவன் தானும் அதே போல் கொஞ்சம் அணிந்துகொள்ள விரும்பினான். தனது நடை மேலும் தடுமாறும்படியாக கால்களைச் சட்டையின் கைகளால் சேர்த்துக் கட்டிக்கொண்டான். அதன் பிறகு அவன் ஒரு முட்கிரீடத்தையும் அணிய விரும்பினான். சற்று நேரம் கழித்து கண்களைக் கட்டிக்கொண்ட அவன் சாலையின் கடைசித் திருப்பத்தில் தரையில் முழங்காலிட்டு கைகளைப் பின்னால் கட்டிக்கொண்டு முழங்காலை மாற்றி மாற்றி வைத்து... அதுவாகத்தான் அப்படியாகத்தான் என் சகோதரன் டனிலோ ஸாண்டோ தால்பாவை அடைந்தான்; முழுக்கக் கட்டுகளும், கடக்கிற வழியிலெல்லாம் காற்றில் அவன் பரவவிட்ட அடர் ரத்தக் கோடுகளும், இறந்துவிட்ட விலங்கின் அழுகிய நாற்றமுமாக ஒரு ஜடம் போல...

நாங்கள் கவனித்திராத போது திடீரென அவன் ஆடுபவர்களுக்கு நடுவே இருப்பதைப் பார்த்தோம். நாங்கள் அதை உணரும் முன்பே அவன் ஏற்கெனவே கையில் கிலுகிலுப்பையுடன் புண்ணான வெற்றுக் கால்களால் தரையில் ஓங்கி மிதித்தபடி இருந்தான். அவ்வளவு நீண்ட காலமும் தேக்கி வைத்திருந்த கோவத்தையெல்லாம் உதிர்ப்பது போல ஆத்திரம் மிகுந்து காணப்பட்டான்; அல்லது, இன்னும் சற்றுக் காலம் சேர்ந்து வாழ்வதற்கான ஒரு கடைசி முயற்சியை மேற்கொள்வது போலவும்.

ஒவ்வொரு ஆண்டும் எங்கள் கர்த்தரின் நவநாள் பிரார்த்தனைக்கு டாலிமான் சென்று முழு இரவும் சோர்வேயின்றி எலும்புகள் கழன்றுபோகும் வரை அவன் ஆடிக் கொண்டிருந்ததை இப்போது அவன் நினைத்திருக்கலாம், ஒருவேளை அதைத்தான்

அவன் நினைத்திருக்கலாம், தன் பழைய வலுவை மீண்டும் இவ்வாழ்விற்குக் கொண்டு வர விரும்பியிருக்கலாம்.

ஒரு நொடி அவன் அப்படி இருப்பதாகத்தான் நடாலியாவிற்கும் எனக்கும் தோன்றியது. பிறகு அவன் திடீரெனத் தன் கைகளை உயர்த்தித் தரையில் உடலை மோதிக் கொள்ள, குருதி வழியும் அவனது கரங்களில் கிலுகிலுப்பை இன்னமும் ஒலித்துக் கொண்டிருப்பதைப் பார்த்தோம். பிற நாட்டியக்காரர்களிடம் அவன் மிதிபடுவதைத் தடுக்க எண்ணி அவனை அங்கிருந்து இழுத்தோம்; தங்களுக்கிடையே ஏதோ ஒன்று விழுந்து கிடப்பதை அறியாமல் சுழன்றும் குதித்தும் தரையை உதைத்தன அந்த ஆங்காரமிக்க கால்கள்.

முடமானதைப் போல அவன் தடுமாறினான். அவனுடன் நாங்கள் தேவாலயத்திற்குள் சென்றோம். தால்பாவின் புனிதக் கன்னியின் அந்தச் சிறிய பொன்னுருவத்திற்கு நேராக, தனக்கருகில் அவனை முழங்காலிடச் செய்தாள் நடாலியா. டனிலோ பிரார்த்திக்கத் தொடங்கியதும் ஏராளம் கண்ணீர் வழிந்தது; மிக ஆழத்திலிருந்து வந்த அது அவனது கையில் நடாலியா தந்திருந்த மெழுகுவர்த்தியை அணைத்தது. ஆனால் அவன் அதை அறியவில்லை; அவனைச் சுற்றி ஏற்றப்பட்டிருந்த ஏராளம் மெழுகுவத்திகளில் இருந்து எழுந்த பேரொளி, ஒருவர் தனக்கு மிக அருகில் என்ன நடக்கிறதென்பதைப் பார்க்கச் செய்கிற அந்த ஏதோ ஒன்றை அவரிடம் இல்லாமல் ஆக்கிவிடுகிறது. அணைந்து போன மெழுகுவர்த்தியுடன் அவன் தொடர்ந்து பிரார்த்தித்துக்கொண்டிருந்தான். தான் பிராத்திக்கிறோம் என்பது தனக்குக் கேட்பதற்காக உரக்க ஒலி எழுப்பிப் பிரார்த்தித்தான் டனிலோ.

ஆனால் அதனால் எந்தப் பலனும் இல்லை. அவன் மரணிக்கத்தான் செய்தான்.

"... வலிநிரம்பிய பிரார்த்தனை எங்களது இதயத்திலிருந்து அவளை நோக்கி எழுகிறது. நம்பிக்கை கலந்த ஏராளமான புலம்பல்கள். புலம்பல்களையோ அழுகைகளையோ அவளது அன்பு புறக்கணிப்பதில்லை. அதனால் அவளும் எங்களுடன் துயருறுகிறாள். அந்தக் கறையை எப்படித் துடைப்பதென்றும்,

அவளது கருணையையும் தயாளத்தையும் ஏற்க முடிகிற மென்மையையும் பரிசுத்தத்தையும் எங்களது இதயத்திற்கு எப்படித் தருவதென்றும் அவள் அறிவாள். எங்களது கன்னி, எங்களது அன்னை, எங்களது பாவங்களைப் பற்றி அவள் எதுவும் வினவ மாட்டாள்; எங்களது பாவங்களை அவளே ஏற்றுக்கொள்வாள்; வாழ்க்கை எங்களைக் காயப்படுத்தாதவாறு தன் கரங்களில் ஏந்திக் கொள்கிறவள் இதோ எங்களுக்கு அருகில்தான் இருக்கிறாள். முட்களால் கீறப்பட்டு காயம்பட்டு இறைஞ்சுகிற எங்களது உடலையும் ஆன்மாவையும் குணப்படுத்தித் தெம்பேற்றுகிற அன்னை. எங்களது நம்பிக்கையின் ஒவ்வொரு நாளும் மேன்மையானதென்பதை அவள் அறிவாள், ஏனென்றால் அவை தியாகங்களால் ஆனவை."

மேடையில் இருந்தபடி பாதிரியார் அவ்வாறுதான் பிரசங்கித்துக் கொண்டிருந்தார். அவர் பேசி முடித்தவுடன் மக்கள் அனைவரும் ஒரே நேரத்தில், புகைக்கு அஞ்சிய பூச்சிகளைப் போல ஓசையெழுப்பியபடி பிரார்த்தனையைத் தொடங்கினார்கள்.

ஆனால் பாதிரியார் சொன்னது எதுவும் டனிலோவிற்குக் கேட்கவில்லை. அசைவற்றுப் போன அவனது தலை முழங்காலில் கவிழ்ந்திருந்தது. அவளை எழுந்து நிற்கச் செய்வதற்காக நடாலியா அவனைத் தொட்டபோது ஏற்கெனவே அவன் இறந்திருந்தான்.

வெளியே நடனத்தின் ஓசை கேட்டது; மேளங்களும் குழல்களும் மணியோசைகளும்கூட. அப்போதுதான் நான் துயரமடைந்தேன். ஏராளமான விஷயங்கள் உயிர்ப்புடன் உள்ளன. எங்களுக்கு முன்னே வெகு அருகில் கன்னி மாதா எங்களைப் பார்த்துப் புன்னகைத்தபடி இருக்க, மறுபுறம் டனிலோ ஒரு சுமையைப் போல இருப்பதைப் பார்ப்பது என்னைத் துயரடையச் செய்தது.

ஆனால் அவன் இறக்கவேண்டும் என்றுதான் அங்கே அழைத்துச் சென்றோம், அதைத்தான் நான் மறக்கமாட்டேன்.

இப்போது நாங்கள் இருவரும் ஜென்ஜண்ட்லானில் இருக்கிறோம். அவனின்றித் திரும்பி வந்திருக்கிறோம். நடாலியாவின் அம்மா என்னை எதுவும் கேட்கவில்லை: என் சகோதரன் டனிலோவை நான் என்ன செய்தேன் என்பதையோ வேறு எதையுமோ. அவளது

தோளில் சாய்ந்து அழத் தொடங்கிய நடாலியா அப்படியே மொத்தக் கதையையும் அவளிடம் கூறியிருந்தாள்.

எங்களது பயணம் முடிந்துவிடவில்லையென்றும், சற்று ஓய்வெடுக்க மட்டுமே இங்கு சிறிது காலம் இருக்கிறோம் என்றும், நாங்கள் மீண்டும் நடக்கத் தொடங்குவோம் என்றும் எனக்குத் தோன்ற ஆரம்பித்துவிட்டது. எங்கே என்று எனக்குத் தெரியாது; ஆனால் நாங்கள் தொடர்ந்து சென்று கொண்டுதான் இருக்க வேண்டும், இங்கே குற்ற உணர்விற்கும் டனிலோவின் நினைவுகளுக்கும் வெகு நெருக்கமாக இருக்க வேண்டியிருக்கும்.

ஒருவேளை நாங்கள் ஒருவரையெண்ணி ஒருவர் அஞ்சக் கூடச் செய்வோம். தால்பாவிலிருந்து கிளம்பிய பிறகு நாங்கள் எதுவுமே பேசிக்கொள்ளவில்லை என்பதற்கு அதுதான் காரணமாக இருக்கலாம். ஓலைப் பாயில் சுருட்டிக் கிடத்தப்பட்டிருந்த டனிலோவின் உடல் எங்களைவிட்டு ஒருபோதும் நீங்காதெனத் தோன்றுகிறது: டனிலோவின் தொண்டைக்குள்ளிருந்து எழும் ஒரு பெரிய குறட்டை ஒலி போன்ற ரீங்காரத்துடன் அவனது வாயின் உள்ளேயும் வெளியேயும் சுற்றிக்கொண்டிருந்த நீல ஈக்கள்; நடாலியாவும் நானும் எவ்வளவு முயன்றும் மூட இயலாத, மூச்சே இல்லாவிடினும் தொடர்ந்து சுவாசித்துக் கொண்டே இருக்க விரும்பியதைப் போன்ற அவனது வாய்; எந்த வலியையும் உணராவிட்டாலும் கைகளும் கால்களும் பின்னிக் கொள்ள வேதனையுடன் அகலத் திறந்து தன்னுடைய சாவைத் தானே பார்த்துக்கொண்டிருந்தது போன்ற அவனது கண்கள்; ஒவ்வொரு முறை சுவாசிக்கும்போதும் மூச்சுடன் சேர்ந்து ரத்தத்தில் கலந்துவிடுகிற கெட்டியான கசந்த தேனை நீங்கள் சுவைத்துவிட்டது போல் எண்ணச் செய்யும் வாசனையைச் சுற்றிலும் பரப்பிய, மஞ்சள் நீர் வடிகிற புண்களை எல்லா இடங்களிலும் கொண்டிருந்த டனிலோவின் உடல்.

இங்கே இருந்தால் அதுதான் எங்களுக்கு அடிக்கடி நினைவில் எழக்கூடும்: தால்பாவின் கல்லறைத் தோட்டத்தில் நாங்கள் புதைத்த டனிலோ; மலையிலிருக்கிற விலங்குகள் தோண்டி எடுத்து விடாதபடி கல்லையும் மண்ணையும் போட்டு நடாலியாவும் நானும் மூடிய டனிலோவின் உடல்.

◎

மகாரியோ*

தவளைகள் வெளியே வருவதற்காகக் காத்திருந்தபடி நான் சாக்கடையின் அருகே அமர்ந்திருக்கிறேன். நேற்றிரவு நாங்கள் உணவருந்திக்கொண்டிருந்த போது பெரிதாய் அமளியிட ஆரம்பித்த அவை அதிகாலை வரை தங்களது பாடலை நிறுத்தவில்லை. எனது ஞானத்தாயும் அப்படித்தான் சொல்கிறாள்: தவளைகளின் கூச்சல் அவளது உறக்கத்தையே விரட்டிவிட்டது. எனவே இப்போது அவள் உறங்க விரும்புகிறாள். அதனால்தான் அவள் கையில் ஒரு அட்டையுடன் என்னைக் காத்திருக்கச் செய்திருக்கிறாள், ஒரு தவளை வெளியே குதித்தாலும் அதை நசுக்கிச் சிதைத்துவிடுவேன்... தவளைகள் முழுக்கப் பச்சையானவை, அவற்றின் வயிற்றைத் தவிர. தேரைகள் கறுப்புநிறம். என் ஞானத்தாயின் கண்களும் கறுப்பானவைதான். தவளைகள் உண்ணச் சுவையானவை. தேரைகள் உண்ணத் தகாதவை; ஆனால் நான் அவற்றையும் சாப்பிட்டிருக்கிறேன். அவற்றின் சுவையும் தவளைகள் போன்றதுதான். தேரைகளைச் சாப்பிடுவது தீங்கானதென்று ஃபெலிப்பாதான் கூறுவாள். ஃபெலிப்பாவின் கண்கள் பூனையினதைப்போல் பச்சையானவை. நான் உணவருந்தும் நேரத்தில் சமையலறையில் எனக்கு உணவு தருபவள் அவள்தான். நான் தவளைகளைத் துன்புறுத்துவது அவளுக்குப் பிடிக்காது. ஆனால் பெரும்பாலான சமயங்களில் எனக்கு ஆணைகள் இடுவது என் ஞானத் தாய்தான். ஞானத் தாயை விட எனக்கு ஃபெலிப்பாவைத்தான் அதிகம் பிடிக்கும்.

★ மகாரியோ என்னும் சொல்லிற்கு 'பாக்கியவான்' என்று பொருள்

ஆனால் நாங்கள் அனைவரும் உண்பதற்கான பொருட்களை ஃபெலிப்பா வாங்குவதற்கு ஞானத் தாய்தான் தன் பணப் பையிலிருந்து பணம் தருவாள். சமையலறையிலேயே தங்கி எங்கள் மூவருக்குமான உணவைத் தயார் செய்வது மட்டும்தான் ஃபெலிப்பா செய்கிற ஒரே வேலை. நான் அறிந்தது முதலே அவள் வேறெதையுமே செய்ததில்லை. பாத்திரங்களைக் கழுவுவது எனது பொறுப்பு. சமையல் அடுப்பிற்கான விறகுகள் கொண்டு வருவதும் எனது பொறுப்புதான். அடுத்ததாக உணவைப் பரிமாறுவது, என் ஞானத்தாய். அவள் உண்டு முடித்த பிறகு உணவை இரண்டு சிறிய கவளங்களாகப் பிரிப்பாள்: ஒன்று ஃபெலிப்பாவிற்கு, மற்றொன்று எனக்கு. ஆனால் சில சமயங்களில் ஃபெலிப்பாவிற்கு உண்ணத் தோன்றாது, பிறகு அந்த இரண்டுமே எனக்குத்தான். அதனால்தான் எனக்கு ஃபெலிப்பாவைப் பிடிக்கும். எனக்கு எப்போதுமே பசியாக இருக்கும், ஒருபோதும் வயிறு நிறையாது, அவளது உணவையும் சேர்த்து உண்ட பிறகும்கூட. சாப்பிட்டால் வயிறு நிறைய வேண்டும் என எல்லோரும் சொல்வார்கள், ஆனால் அவர்கள் தருகிற அனைத்தையும் உண்ட பிறகும் கூட எனக்கு ஒருபோதும் வயிறு நிறைவதில்லை என்பது எனக்குத் தெரியும். இது ஃபெலிப்பாவிற்கும் தெரியும். வீதியில் எல்லோரும் என்னைப் பைத்தியம் என்கிறார்கள், ஏனென்றால் நான் எப்போதும் பசியோடிருக்கிறேன். இவ்வாறு மக்கள் பேசுவதை என் ஞானத்தாய் கேட்டிருக்கிறாள். நான் கேட்டதில்லை. வீதிகளில் நான் தனியாகச் செல்ல என் ஞானத்தாய் அனுமதிப்பதில்லை. தேவாலயத் தொழுகைக்காக மட்டுமே அவள் என்னை அழைத்துச் செல்வாள். தனக்கு மிக அருகே என்னை நிறுத்திக்கொள்ளும் அவள், தனது சால்வையின் நுனியால் என் இரு கரங்களையும் சேர்த்துக் கட்டிவிடுவாள். அவள் ஏன் என் கரங்களை கட்டுகிறாள் என எனக்குத் தெரியவில்லை; கேட்டால், நான் ஏதேனும் பைத்தியக்காரத்தனமாய்ச் செய்துவிடுவேன் என்பதால் என்கிறாள். நான் யாரையோ மூர்ச்சடையச் செய்ததாகத் திடீரெனப் பேசிக்கொள்ள ஆரம்பித்தார்கள்; காரணமேயில்லாமல் நான் ஒரு பெண்ணின் கழுத்தை நெறித்தேனாம். எனக்கு நினைவில்லை. ஆனால் இவை எல்லாவற்றையும் தாண்டி, என்னைக் குறித்து இப்படியெல்லாம் சொல்வது என் ஞானத் தாயாவாள், அவள் ஒருபோதும் பொய்

சொல்வதில்லை. சாப்பிடுவதற்காக அவள் என்னை அழைத்தால் அது என்னுடைய பங்கைக் கொடுப்பதற்காகத்தான் இருக்கும். தங்களோடு உணவருந்த அழைத்துவிட்டு நான் அருகே சென்றதும் உணவோ எதுவுமோ இன்றி ஓடும்படியாக என் மீது கற்களை எரியும் மற்றவர்கள் போல் அவள் இல்லை. என் ஞானத் தாய் என்னை நன்றாகப் பார்த்துக்கொள்வாள். அதனால்தான் நான் அவளது வீட்டில் மகிழ்ச்சியாக இருக்கிறேன். அதோடு, ஃபெலிப்பாவும் அங்கே இருக்கிறாள். ஃபெலிப்பாவிற்கு என் மீது சினேகம் அதிகம். அதனால்தான் அவளை எனக்குப் பிடிக்கும், ஃபெலிப்பாவின் பால் செம்பருத்தி மலர்களைப் போலத் தித்திப்பானது. நான் ஆட்டுப்பால் அருந்தியிருக்கிறேன் சமீபமாகக் குட்டியீன்ற பன்றியினதையும் கூட; ம்ஹூம், அது எதுவும் ஃபெலிப்பாவினுடையதைப் போல் நன்றாக இல்லை. நமக்கு வெறும் விலா எலும்புகள் இருக்கிற இடத்தில் அவளுக்கிருக்கிற மேடுகளிலிருந்து அவள் என்னைப் பாலுறிஞ்ச அனுமதித்து வெகு நாட்கள் ஆகின்றன, ஞாயிறுகளில் சரியான வழியறிந்து பெற முடிந்தால், எங்களுக்கு ஞானத்தாய் தருகிற பாலை விட அங்கிருந்து வருகிற பால்தான் சிறந்தது. ஒவ்வொரு இரவும் நான் தூங்குகிற அறைக்கு வருகிற ஃபெலிப்பா என் மேலேயோ சற்று ஒருக்களித்தோ படுத்து அணைத்துக்கொள்வாள். அவற்றை அவள் வெளியே எடுத்து, தித்திக்கும் வெதுவெதுப்பான அந்தப் பாலை உறிஞ்சத் தந்ததும், அது என் நாவில் ஓடைகளெனப் பாயத் தொடங்கும். பசியைச் சமாளிப்பதற்காக நான் பலமுறை செம்பருத்தி மலர்களை உண்டிருக்கிறேன். ஃபெலிப்பாவின் பாலும் அதே சுவையிலிருந்தது. வாய் நிறைய அதனைப் பருகத் தரும்போது ஃபெலிப்பா என் மேனியெங்கும் கிச்சுச் கிச்சு மூட்டுவாள் என்பதால் எனக்குச் செம்பருத்தியை விட இது கூடுதலாகப் பிடித்தது. அதன்பிறகு அதிகாலை வரை அவள் என்னருகிலேயே படுத்து உறங்கிவிடுவாள். அது எனக்குப் பெரிய உபகாரமாய் இருந்தது; ஏனென்றால் குளிரைக் குறித்தோ அந்த இரவுகளில் ஒன்றில் தனியாக இறந்து நரகத்திற்குச் சபிக்கப்படுவது குறித்தோ நான் அஞ்ச வேண்டியதில்லை. சில சமயங்களில் எனக்கு நரகம் குறித்துப் பெரிய அச்சம் ஏதும் இருப்பதில்லை, ஆனால் சில சமயங்களில் அஞ்சுவேன். என் தலை அவ்வளவு இறுகிப்போய் இருப்பதற்கும், எதிர்ப்படுகிற முதல் பொருளின்

மீது நான் அதனைப் பலமாக மோதுவதற்கும் பலனாக நான் நரகத்திற்குத்தான் செல்ல வேண்டியதிருக்கும் என்னும் எண்ணத்தின் மூலம் என்னை மேலும் நான் அச்சமூட்டிக் கொள்வேன். ஆனால் ஃபெலிப்பா வந்து எனது பயங்களையெல்லாம் விரட்டிவிடுவாள். என்னை எப்படிக் கிச்சுக் கிச்சு மூட்ட வேண்டுமென அவளுக்குத் தெரியும். அதன் மூலம் மரணம் குறித்த எனது அச்சங்களையெல்லாம் தடுத்து விடுவாள். சற்று நேரத்திற்கு நானும் அதனை மறந்துவிடுவேன். கடவுளிடம் எனது எல்லாப் பாவங்கள் குறித்தும் சொல்வேன் என்று என்னுடன் இருக்கும் சமயங்களில் ஃபெலிப்பா கூறுவாள். வெகு சீக்கிரமே சொர்க்கத்திற்குச் செல்கிற அவள் தலை முதல் பாதம் வரை என்னில் நிறைந்திருக்கும் தீய குணங்களை மன்னித்துவிடுமாறு கடவுளிடம் எனக்காகப் பேசுவாள். என்னை மன்னித்துவிடுமாறு அவள் வேண்டுவதால் நான் எது குறித்தும் கவலைகொள்ளத் தேவையில்லை. அதற்காகத்தான் அவள் தினமும் பாவ மன்னிப்பிற்குச் செல்கிறாள். அவளுடைய தவறுகளுக்காக அல்ல, எனக்குள் ஏராளம் சாத்தான்கள் இருப்பதால் எனக்காகப் பாவமன்னிப்பு கோரி அந்த பூதங்களையெல்லாம் அவள் விரட்ட வேண்டும் என்பதால். தினமும், ஒவ்வொரு நாள் மதியமும். வாழ்நாள் முழுவதும் அவள் எனக்கு அந்த உதவியைச் செய்வாள். இவ்வாறு ஃபெலிப்பா கூறுவாள். அதனால்தான் அவளை எனக்குப் பிடிக்கும், ஆனால் அப்படித் தலை இறுகி இருப்பது குறித்த விஷயம் பெரியதுதான். வராந்தாவில் இருக்கும் தூண்களில் இடைவிடாமல் நான் அதை மோதியும் கூட எதுவுமே நேர்வதில்லை, தலை உடைவது இல்லை. நான் அதைத் தரையில் மோதுவேன்; முதலில் மெதுவாக, பிறகு வேகமாக. அப்போது அது ஒரு மேளம் போல ஒலிக்கும். ஜிரமியா†வுடன் இணைந்து ஒலிக்கிற மேளம், தெய்வ வழிபாட்டிற்காக ஆலயத்திற்கு எடுத்து வரப்படும் ஜிரமியா. ஆலயத்தில் ஞானத்தாயுடன் ஒட்டியவாறு வெளியேயிருந்து ஒலிக்கும் மேளத்தில் பூம்பூம் ஓசையைச் செவிமடுத்துக் கொண்டிருக்கும்போது, இப்படியே நான் தரையில் தலையை மோதிக்கொண்டிருந்தால் நரகத்தில்தான் எரிய வேண்டியிருக்கும் என்றும், எனது அறையில் மூட்டைப் பூச்சிகளும் கரப்பான் பூச்சிகளும் தேள்களும்

† ஜிரமியா (chirimia)– ஒருவகைக் குழலிசைக் கருவி

இருக்குமானால் அதற்கு இதுதான் காரணம் என்றும் என் ஞானத்தாய் கூறுவாள். ஆனால் மேளத்தைச் செவிமடுப்பது எனக்கு மிகவும் பிடிக்கும். அவளும் அதை அறிந்துகொள்ள வேண்டும். வெகு தொலைவிலிருந்து எப்படி அதனால் தேவாலயம் முழுவதும், தனது தூர எல்லை வரை, “நன்மைகளுக்கான பாதை ஒளியால் நிரம்பியுள்ளது, தீயவற்றிற்கான பாதை இருளாலானது,” என்கிற பாதிரியாரின் நிந்தனைகளையும் மீறி அதனால் ஒலிக்க முடிகிறது என்பதை வெளியில் சென்று காணத் தவித்தவாறு நான் ஆலயத்தில் நின்றிருப்பதைப் போலவே அவளும் அதனை விரும்பிக் கவனிக்க வேண்டும். ஆமாம், பாதிரியார் அப்படித்தான் சொல்கிறார். இருளாய் இருக்கும்போதே நான் எழுந்து அறையை விட்டுக் கிளம்பிவிடுவேன். வீதிகளையெல்லாம் கூட்டிவிட்டுப் பகல் வெளிச்சம் என்னைத் தீண்டும் முன்பே என் அறைக்குத் திரும்பிவிடுவேன். தெருவில் என்ன வேண்டுமானாலும் நிகழலாம். ஆட்கள் கல்லெறிந்தே உங்கள் தலையைப் பிளந்துவிட முடியும். எல்லாப் புறமும் இருந்து கூர்மையான கற்கள் மலைபோல் பொழியும். பிறகு உங்கள் சட்டையைத் தைக்க வேண்டும், முகத்திலும் முழங்கால்களிலும் ஏற்பட்ட காயங்கள் ஆற வெகுநாள்கள் காத்திருக்க வேண்டும். அதோடு உங்கள் கைகள் கட்டப்பட்டிருப்பதையும் பொறுத்துக்கொள்ள வேண்டும்; இல்லையென்றால் அவை சடாரெனப் பொருக்குகளைப் பிய்த்து விடும். ரத்தம் மீண்டும் ஆறு போல் ஒழுகத் தொடங்கிவிடும். ரத்தமும் சுவையானதுதான், ஆனால் ஃபெலிப்பாவின் பாலைப்போல அல்ல. அதனால்தான் அவர்கள் யாரும் கல்லெறிந்து விடாதவாறு நான் எப்போதும் வீட்டிலேயே தங்கி விடுகிறேன். இருட்டில் பாவங்கள் என்னைக் கண்டறிந்து விடாதவாறு, உணவருந்திய உடனே நான் என் அறைக்குள் வந்து தாழிட்டுக் கொள்வேன். கரப்பான் பூச்சிகள் என் மீது எங்கே ஓடுகின்றன என்பதைக் காண்பதற்குக் கூட நான் கைவிளக்கை உயிர்ப்பிப்பதில்லை. நான் அசையாமல் இருப்பேன். எனது கோணிக்குள் படுத்திருக்கும்போது, தன் கால்களால் என் கழுத்தில் பிறாண்டியபடி ஏறத் துவங்கியதும், நான் அப்படியே என் கைகளால் அதை நசுக்கி விடுவேன். ஆனால் கைவிளக்கை உயிர்ப்பிக்க மாட்டேன். என் போர்வைக்குள் நுழையும் கரப்பான்களைப் பிடிப்பதற்காக வெளிச்சம் உண்டாக்கி,

நிராயுதபாணியாக என் பாவங்களிடம் சிக்கிக் கொள்ள விருப்பமில்லை. நசுக்கும் போது பட்டாசு போல் வெடிக்கின்றன கரப்பான்கள். எரிபூச்சிகள் வெடிக்குமா எனத் தெரியவில்லை. எரிபூச்சிகளை நான் ஒருபோதும் கொல்வதில்லை. மூச்சு விடக்கூட இடைவெளியின்றி, பாவக் கணக்குகளைத் தீர்க்கும் இடத்தில் ஆன்மாக்கள் எழுப்பும் ஓலத்தைக் கேட்பதிலிருந்து தப்பிப்பதற்காக எரிபூச்சிகள் விடாமல் சத்தம் எழுப்புவதாக ஃபெலிப்பா சொல்வாள். எரிபூச்சிகள் இல்லாமல் போகிற தினத்தில் உலகம் முழுவதும் புண்ணிய ஆத்மாக்களின் ஓலங்களால் நிறைந்து நாம் அனைவரும் பயத்தால் பைத்தியம் பிடித்து ஓடத் தொடங்குவோம். எனது அறையில் நிறைய இருக்கின்றன. நான் உறங்கும் சாக்குப் பைகளின் மடிப்புகளில் கரப்பான் பூச்சிகளை விட எரிபூச்சிகளே அதிகம் இருக்கக்கூடும். தேள்களும்கூட உண்டு. கூரையிலிருந்து அவ்வப்போது மேலே விழும் அவை உங்கள் உடலில் ஊர்ந்து தரையைச் சென்று அடையும் வரை நீங்கள் மூச்சை இழுத்துப் பிடித்துக் காத்திருக்க வேண்டும். உங்கள் கைகள் நகர்ந்தாலோ எலும்புகள் நடுங்கினாலோ உடனடியாகத் தேள் கொட்டி கடுக்க ஆரம்பித்துவிடும். அது வலிக்கும். ஒருமுறை அவற்றில் ஒன்று ஃபெலிப்பாவின் புட்டத்தில் கடித்துவிட்டது. உடனே அவள் புனித மரியாவை நோக்கி ஏராளம் முறை அரற்றவும் அலறவும் தொடங்கிவிட்டாள். நான் அங்கே எச்சில் துப்பித் தேய்த்துவிட்டேன். இரவு முழுவதும் எச்சில் துப்பித் தேய்த்தும் பிரார்த்தனை செய்தும் அது அவளுக்கு எந்த விதத்திலும் பலனளிக்கவில்லை என்பதைக் கண்ட நான் பிறகு அவளோடு சேர்ந்து அழுவதற்கு என் கண்களை எவ்வளவு முடியுமோ அவ்வளவு பயன்படுத்தினேன். போகட்டும், பிறரைத் தாக்குவதில் விருப்பம் கொண்டவர்களது கண்ணில் படாமல் என் அறைக்குள்ளேயே இருக்கத்தான் எனக்குப் பிடித்திருக்கிறது. இங்கே யாரும் என்னை எதுவும் செய்வதில்லை. அவளது செம்பருத்தி மலர்களையோ கதலிகளையோ மாதுளைகளையோ நான் உண்பதைப் பார்த்தாலும் என் ஞானத்தாய் என்னைத் திட்டுவதில்லை. எனக்கு எவ்வளவு பசிக்கும் என்பதை அவள் அறிவாள். என் பசி ஒருபோதும் ஆறுவதில்லை என்பதை அவள் அறிவாள். எப்போதும் நான் எங்கேனும் திருடித் திரிந்தாலும் எந்த உணவுமே என் பசியைத் தீர்க்காது என்பதை அவள்

அறிவாள். கொழுத்த பன்றிகளுக்குச் சுண்டலையும் மெலிந்த பன்றிகளுக்கு உலர் சோளத்தையும் தீவனமாய் இடும்போது நானும் அவற்றை அள்ளித் தின்கிறேன் என்பதை அவள் அறிவாள். காலையிலிருந்து இரவுவரை நான் எவ்வளவு பசியாய் இருக்கிறேன் என்பதை முன்பே அவள் அறிவாள். சாப்பிடுவதற்கு இந்த ஏதாவது கிடைக்கும் காலம்வரை நான் இங்குதான் இருப்பேன். ஏனென்றால் சாப்பிடுவதை நிறுத்துகிற அந்த நாளே நான் இறந்துவிடுவேன் என்பதையும் நேரடியாக நரகத்திற்குத்தான் செல்வேன் என்பதையும் நான் அறிவேன். யாருமே அங்கிருந்து என்னைக் காப்பாற்றமாட்டார்கள்: என்னிடம் நல்லபடியாக நடந்துகொள்கிற ஃபெலிப்பாவும், ஞானத்தாய் தந்த என் கழுத்துக்குட்டையும்கூட. இப்போது நான் சாக்கடையினருகே தவளைகள் வெளிவருவதற்காகக் காத்துக்கொண்டிருக்கிறேன். நான் பேசிக் கொண்டிருக்கிற இவ்வளவு நேரமாக ஒன்றே ஒன்றுகூட வரவில்லை. அவை வர மேலும் தாமதமானால் நான் உறங்கி விடக்கூடும், பிறகு அவற்றைக் கொல்ல முடியாது. அவற்றின் ஓலத்தால் என் ஞானத்தாயின் உறக்கம் கெடும். அது அவளுக்கு நிஜமாகவே ஆத்திரத்தைத் தூண்டிவிடும். பிறகு அவள் தன் அறையில் இருக்கும் தூயர்களில் ஒருவரிடம் வேண்டி என் மீது சாத்தான்களை ஏவி விடுவாள். அது என்னைக் கழுவாயில் கூட நிற்க விடாமல் - அங்கேதான் என் அப்பாவும் அம்மாவும் இருக்கிறார்கள் - நேராக இழுத்துச் சென்று நித்திய நரகத்திற்குள் தள்ளிவிடும். பிறகு என்னால் என் அம்மா அப்பாவில் ஒருவரைக்கூடக் காண முடியாது... நான் தொடர்ந்து பேசுவதே நல்லது... எனக்கு வேண்டியதெல்லாம் ஃபெலிப்பாவின் பாலை மீண்டும் சிலமுறை வாய்நிறைய பருகுவதுதான், செம்பருத்திப் பூவின் அடியிலிருந்து வருகின்ற தேனைப் போன்ற தித்திப்புடைய அந்தச் சுவையான பால்...

◎

எரியும் சமவெளி

பெட்டை நாயினை அவர்கள் ஏற்கெனவே கொன்றுவிட்டார்கள், ஆனால் குட்டிகள் மீதமிருக்கின்றன...

– ஒரு புகழ்பெற்ற அமெரிக்க நாட்டுப்புறப்பாடல்

"நீடு வாழ்க பெட்ரோனிலோ ஃப்ளோரர்ஸ்!"

பள்ளத்தாக்கின் சுவர்களில் எதிரொலித்த முழக்கம் இறுதியில் எங்களை வந்தடைந்தது. அதன்பின் அது கரைந்துபோனது.

கீழிருந்து எழும்பிய காற்று, நெடிய பாறைகளின்மேல் மோதுகிற நீரினைப் போன்ற ஒலியுடன், அந்த எதிரொலிகளின் சந்தடியைச் சிறிது நேரத்திற்கு எங்களிடம் எடுத்துவந்தது.

திடீரென, அதே இடத்திலிருந்து, பள்ளத்தாக்கின் மடிப்பிலிருந்து கிளம்பிய இன்னொரு முழக்கம் உயர்ந்த சுவர்களில் மோதி இன்னும் வலுவாக எங்களை வந்து சேர்ந்தது:

"நீடு வாழ்க பெட்ரோனிலோ ஃப்ளோரர்ஸ்!"

நாங்கள் ஒருவரை ஒருவர் பார்த்துக்கொண்டோம்.

மெதுவாக எழுந்த லா பெர்ரா தன் துப்பாக்கியிலிருந்து தோட்டாக்களை எடுத்துச் சட்டைப் பையில் இட்டுக்கொண்டான். நால்வர் அணியிடம் சென்ற அவன், "என் பின்னே வாருங்கள் இளையோர்களே, என்ன வகையான காளைக்குட்டிகளுடன் நாம்

மோதிக்கொண்டிருக்கிறோம் என்பதைச் சென்று காணலாம்.” பெனவைட் சகோதரர்கள் நால்வரும் குனிந்தவாறே அவன் பின்னே சென்றனர்; லா பெர்ரா மட்டுமே சற்று நிமிர்ந்து தன் மெலிந்த தேகத்தின் பாதி, வேலிக்கு வெளியே தெரியும்படி நின்றான்.

நாங்கள் நகராது அங்கேயே இருந்தோம். உடும்புகள் வெயிலில் காய்வதைப் போல, முகத்தை உயர்த்தியபடி நாங்கள் வேலியின் தரைப்பகுதியில் வரிசையாகப் படுத்திருந்தோம்.

மலைமுகட்டில் உயர்ந்தும் தாழ்ந்தும் நீண்ட மதில் சுவரானது வளைந்து நெளிந்து செல்ல, முடமானவர்களைப் போல லா பெர்ராவும் நால்வர் அணியும்கூட வளைந்து நெளிந்து சென்றனர். அவர்கள் எங்களது பார்வையிலிருந்து மறைந்தபோது அப்படித்தான் இருந்தார்கள். பின்பு நாங்கள் திரும்பி மேலே பார்த்தபோது எங்களுக்கு மிகக் குறைந்த நிழலைத் தந்த மலை வேம்பின் தாழ்ந்த கிளைகள் தென்பட்டன.

அதன் மனம் அவ்வாறு இருந்தது: சூரியனால் சூடேற்றப்பட்ட நிழல் போல. அழுகிப்போன மலைவேம்பு போல.

எங்கும் பின்மதியத்தின் அரைமயக்க நிலையை நீங்கள் உணரமுடியும்.

பள்ளத்தாக்கிலிருந்து அடிக்கடி எழுகிற அமளி நாங்கள் உறங்கிவிடாதபடி எங்கள் உடல்களை உலுக்கும். நாங்கள் செவிகளைக் கூராக்கிக் கவனிக்க முயன்றும்கூட வெறும் கூச்சல் மட்டுமே எங்களை வந்தடைந்தது: ஒரு கற்பாதையில் கடந்து செல்லும் வாகனங்களின் ஓசையை ஒத்த முணுமுணுப்பின் குமிழிகளை உங்களால் கேட்க முடிவது போல.

சட்டென ஒரு துப்பாக்கிச் சூடு ஒலித்தது. அவ்வொலியைச் சிதறடிப்பது போலப் பள்ளத்தாக்கு அதனை எதிரொலித்தது. அது எல்லாவற்றையும் எழுப்பிவிட்டது: மலைவேம்பு மரத்தில் விளையாடிக்கொண்டிருந்த சிவப்பு டோடோகிளாஸ் பறவைகள் அனைத்தும் பறந்து சென்றுவிட்டன. மதியம்வரை உறங்கிக்கொண்டிருந்த வெட்டுக்கிளிகளும்கூட எழுந்து, நிலம்

முழுவதையும் தங்கள் கிறீச்சிடல்களால் நிரப்பியபடி பறந்து விடுபட்டன.

“என்ன அது?” தன் பின்மதிய உறக்கத்தில் இன்னமும் தள்ளாடியபடி இருந்த பெட்ரோ ஜமோரா வினவினார்.

எழுந்துகொண்ட எல் சிஹுயீலா ஒரு தடியைப் போலத் தன் துப்பாக்கியை இழுத்துக்கொண்டு தனக்கு முன்னால் சென்றவர்களுக்குப்பின் நடக்க ஆரம்பித்தான்.

“அது என்னவென நான் சென்று பார்க்கிறேன்,” என்று கூறிய அவன் மற்றவர்களைப் போலவே மறைந்து போனான்.

நாங்கள் செவிடாகுமளவிற்கு வெட்டுக்கிளிகளின் கிறீச்சிடல் அதிகரித்துக்கொண்டே செல்ல, அவர்கள் திரும்பி வந்த போது நேரம் என்னவாகியிருந்ததென்பதே எங்களுக்குப் புலப்படவில்லை. நாங்கள் சற்றும் எதிர்பார்த்திடாத சமயத்தில் கசங்கிய சீருடைகளில் அவர்கள் எங்கள் முன் வந்து நின்றிருந்தனர். இப்போது நடக்கிற இந்த விஷயத்தின் மீது கவனம் இல்லாமல் வேறு எதையோ சிந்தித்தபடி அவர்கள் வெறுமனே கடந்துசெல்வது போல் தெரிந்தது.

நாங்கள் திரும்பித் துப்பாக்கிக் குறியினூடாக அவர்களைப் பார்த்தோம்.

முதலில் சிலர் கடந்து சென்றனர், இரண்டாவதாக வேறு சிலர், பிறகு இன்னும் சிலர், மிகவும் களைப்புற்றிருந்தது போல உடல்கள் தளர்ந்தது. படுகையைக் கடந்து வந்தபோது முகத்தில் நீரினை விசிறிக்கொண்டது போல, அவர்களது முகம் வியர்வையால் மின்னியது.

அவர்கள் தொடர்ந்து சென்றுகொண்டிருந்தனர்.

அதன்பின் ஒரு சமிக்ஞை ஒலித்தது. லா பெர்ரா சென்ற இடத்திலிருந்து ஒரு நீண்ட சீழ்க்கையொலியும் ஒரு வெகுதூர பூம்-பூம் ம் ஒலித்தன. அதன்பின் அது இங்கு தொடர்ந்தது.

அது எளிதாக இருந்தது: எங்களது துப்பாக்கிகளின் குறிமுனைகளில் அவர்களது கனத்த உருவங்கள் நிரம்பித் தெரிந்ததால்,

பீப்பாய்க்குள்ளிருக்கும் மீன்களைச் சுடுவதுபோல, அவர்கள் அறியாமலேயே அவர்கள் வாழ்விலிருந்து மரணத்திற்கு ஒரு மாபெரும் அடியினை எடுத்துவைக்கும் விதமாக.

ஆனால் அது நீண்ட நேரம் நீடித்திருக்கவில்லை. முதல் மற்றும் இரண்டாவது சுற்றுத் துப்பாக்கிச்சூடு மட்டுமே. அதன்பிறகு துப்பாக்கியின் குறிமுனைகள் வெறுமையாகத் தெரிய யாரோ தூக்கி எறிந்தது போலச் சாலையின் மத்தியில் அவர்கள் கோணிக்கிடந்ததை மட்டும்தான் நீங்கள் பார்த்திருக்க முடியும். உயிருடன் இருந்தவர்கள் காணாமலாகிவிட்டார்கள். பின் மீண்டும் வந்தார்கள், ஆனால் உடனடியாகவே அவர்கள் அங்கிருந்து நீங்கிவிட்டார்கள்.

நாங்கள் அடுத்த சுற்றுத் துப்பாக்கிச் சூட்டிற்குக் காத்திருக்க வேண்டியிருந்தது.

எங்களில் ஒருவர், “நீடுவாழ்க பெட்ரோ ஜமோரா,” எனக் கத்தினோம்.

மறுபுறத்திலிருந்து அவர்கள் கிட்டத்தட்ட ஒரு ரகசியம் போல பதிலளித்தனர். “என்னைக் காப்பாற்றுங்கள் பெட்ரோனிஸிடோ பிரபு! என்னைக் காப்பாற்றுங்கள்! ஸாண்டோ நினோ டி அடோஸா, எனக்கு உதவி செய்யுங்கள்!”

பறவைகள் பறந்து சென்றன. பூங்குருவிக் கூட்டமொன்று மலையை நோக்கி எங்களுக்கு மேலே பறந்து சென்றது.

மூன்றாவது சுற்றுத் துப்பாக்கிச் சூடு பின்புறமிருந்து எங்களை அடைந்தது. வேலியைத் தாண்டி, நாங்கள் கொன்ற மனிதர்களையும் தாண்டி, நாங்கள் ஓடும்விதம் அது அவர்களிடமிருந்து பாய்ந்தது.

பிறகு நாங்கள் புதர்களின் வழியாக ஓட்டமெடுத்தோம். வெட்டுக்கிளிகளின் கூட்டத்தின் மேல் நாங்கள் விழுந்துவிட்டது போல எங்கள் கால்களில் துப்பாக்கிக் குண்டுகள் குறுகுறுத்தன. அடிக்கடி, திரும்பத் திரும்ப, எங்களில் யாரேனும் சுடப்பட்டு எலும்புகள் நொறுங்கக் கீழே விழுந்தோம்.

நாங்கள் ஓடினோம். பள்ளத்தாக்கின் விளிம்பை அடைந்து கீழே ஈர்க்கப்பட்டது போலச் சரிந்து உருண்டோம்.

அவர்கள் தொடர்ந்து சுட்டுக்கொண்டிருந்தனர். நெருப்பிற்குப் பயந்த வளைக் கரடிகள் போல நாங்கள் நான்கு கால்களால் மறுபுறத்தின் சிகரத்தை அடைந்த பிறகும் கூட அவர்கள் தொடர்ந்து சுட்டுக்கொண்டிருந்தனர்.

"நீடு வாழ்க தளபதி பெட்ரோனிலா ஃப்ளோர்ஸ், தேவடியாப் பயல்களே!" அவர்கள் மீண்டும் எங்களை நோக்கிக் கத்தினர். ஒரு புயல்மழையின் இடிபோலப் பள்ளத்தாக்கில் குதித்துக் குதித்துப் பின் அந்தச் சத்தம் காணாமலானது.

நீண்ட தூரம் ஓடிவந்ததன் பெருமூச்சுகளோடு பெரிய உருண்ட பாறைகளுக்குப் பின் நாங்கள் படுத்திருந்தோம். எங்களது நிலைமை என்ன எனப் பார்வையால் வினவியபடி பெட்ரோ ஜமோராவை நாங்கள் வெறித்தோம். ஆனால் ஏதும் பதில் கூறாமல் அவர் எங்களைப் பார்த்தார். நாங்கள் அனைவரும் பேசும் திறனை இழந்துவிட்டது போலவோ, நாக்கு கட்டப்பட்ட ஒரு கிளியைப் போல எங்களது நாக்கும் கட்டப்பட்டு விட்டதால் ஏதேனும் கூறும் விதம் அதனை நாங்கள் சிரமப்பட்டு விடுவித்துக் கொண்டிருப்பது போலவோ இருந்தது.

பெட்ரோ ஜமோரா இன்னமும் எங்களைப் பார்த்துக் கொண்டிருந்தார். தனது கண்களால், ஒருபோதும் தூங்க இயலாதது போலச் சிவந்த கண்களால் அவர் எங்களை எண்ணிக்கொண்டிருந்தார். ஒவ்வொருவராக அவர் எங்களை எண்ணினார். நாங்கள் எத்தனை பேர் இருந்தோம் என்பது அவருக்கு ஏற்கெனவே தெரிந்திருந்தது, ஆனால் இன்னமும் அவருக்கு அதில் உறுதி ஏற்பட்டது போல் தெரியவில்லை; அதனால்தான் அவர் மீண்டும் மீண்டும் எங்களை எண்ணிக் கொண்டிருந்தார்.

சிலரைக் காணோம்: அவர்களைப் பின்தொடர்ந்து சென்ற லா பெர்ராவையும் எல் சிஹுய்லாவையும் விட்டுவிட்டால் பதினொன்று அல்லது பன்னிரண்டு. எல்சிஹுய்லா ஏதேனும் ஒரு மலைவேம்பு மரத்தின் மேல் உயரே ஏறித் துப்பாக்கியை முன்னே பிடித்தவாறு படுத்தபடி ஃபெடரல்கள் கிளம்புவதற்காகக் காத்திருக்க வாய்ப்புள்ளது.

லா பெர்ராவின் இரு மகன்களாகிய ஹோரஸஸ் சகோதரர்கள்தான், தலையையும் அதையடுத்து உடலையும் உயர்த்தி முதன்முதலில் நிமிர்ந்து பார்த்தனர். இறுதியில் அவர்கள் பெட்ரோ ஜமோராவின் வார்த்தைகளுக்காகக் காத்திருந்தபடி முன்னும் பின்னுமாக நடந்தனர். அவர் கூறினார்:

"இன்னுமொரு தாக்குதல் இதுபோல் நடந்தால், அவ்வளவுதான்! முடிந்தோம்."

சட்டென, வாய் நிறைய கோபத்தை விழுங்குவது போலத் திணறியபடி அவர் ஹோரஸஸ் சகோதரர்களிடம் கத்தினார்: "உங்களது தந்தையைக் காணவில்லை என்பதை நான் அறிவேன், ஆனால் பொறுத்திருங்கள், சற்று நேரம் பொறுத்திருங்கள்! நாம் அவரைத் தேடிச் செல்வோம்."

மறுபுறமிருந்து ஒலித்த ஒரு தோட்டாவின் வெடி கில்டீர் பறவைக் கூட்டத்தை எங்களைத் தாண்டிப் பறந்து செல்லும்படி செய்தது. பள்ளத்தாக்கின் மேல் தாழப்பறந்த பறவைகள் எங்களை மிக நெருங்கி வரும்படி சுழன்று அலையலையாக வந்தன; பிறகு எங்களைப் பார்த்ததும் அவை பயந்துவிட்டன, சூரிய ஒளியில் மின்னும்படி அரைவட்டமடித்துத் திரும்பிய அவை எங்களுக்கு எதிர்ப்புறமிருந்த மரத்தில் சென்று கூச்சலிட்டபடியே அமர்ந்தன.

தங்களது பழைய இடத்திற்கே திரும்பிய ஹோரஸஸ் சகோதரர்கள் அமைதியாகக் குத்துக் காலிட்டனர்.

பிற்பகலை நாங்கள் அவ்வாறு கழித்தோம். இரவு விழத்தொடங்கிய போது எல் சிஹுய்லா லாகுவாட்ரோவுடன் வந்து சேர்ந்தான். கீழே அடிவாரத்திலிருந்து, பியட்ரா லிஸாவிடமிருந்து வருவதாகத் தெரிவித்த அவர்கள், ஆனால் ஃபெடரல் படையினர் பின்வாங்கி விட்டனரா என்பது குறித்துத் தெரியவில்லை என்றனர். எல்லாமும் அமைதியாகிவிட்டதுபோல் தெரிந்தது என்பது மட்டும் தெளிவு. ஓநாய்கள் ஊளையிடுவது மட்டுமே அடிக்கடி உங்களுக்குக் கேட்கும்.

"இங்கே பார் பிஷான்!," என்றார் பெட்ரோ ஜமோரா என்னிடம். ஹோரஸஸ்களுடன் பியட்ரா லிஸாவிற்குச் சென்று லா பெர்ராவிற்கு என்ன ஆயிற்று எனக் கண்டறியுமாறு உனக்கு

ஆணையிடுகிறேன். அவன் இறந்திருந்தால் புதைத்து விடுங்கள். மற்றவர்களுக்கும் அதையே செய்யுங்கள். காயம் பட்டவர்களைக் கிராமத்தவர்கள் கண்ணில் படும்விதம் எதன் மேலேயாவது கிடத்துங்கள்; ஆனால் யாரையும் திரும்ப அழைத்து வர வேண்டாம்."

"அப்படியே செய்கிறோம்."

நாங்கள் அங்கிருந்து கிளம்பினோம்.

குதிரைகளை அடைத்து வைத்திருந்த பட்டியை அடைந்தபோது ஓநாய்களின் ஊளைச் சத்தம் வெகு அருகில் கேட்டது. அங்கு எந்தக் குதிரையும் இல்லை, நாங்கள் வருவதற்கு முன்பிருந்தே அங்கிருந்த மெலிந்த கோவேறு மட்டுமே இருந்தது. நிச்சயம் ஃபெடரல் படையினர்தான் குதிரைகளைத் திருடியிருக்க வேண்டும்.

நால்வர் அணியின் மீதமுள்ள நபர்கள் மூவரும் ஒன்றாக, ஒருவர் மேல் ஒருவராக அடுக்கப்பட்டது போல அங்கு கிடந்ததை நாங்கள் கண்டோம். யாரிடமேனும் உயிர் எஞ்சியுள்ளதா என்பதை அறிய அவர்களது தலையைத் தூக்கி லேசாக உலுக்கினோம்; ஆனால் இல்லை, அவர்கள் இறந்து கல்லாகியிருந்தனர். இன்னொருவன் நீர்த் தொட்டிக்குள் வாளால் வெட்டப்பட்டது போல விலா எலும்புகள் வெளித்தள்ளிக் கிடந்தான். ஒட்டுமொத்தக் காட்சியையும் அடி முதல் முடிவரை பார்த்ததில் கிட்டத்தட்ட அனைவரது முகமும் இருளடைந்து இங்கொருவர் அங்கொருவர் எனக் கிடந்தனர்.

"அவர்கள் இவர்களை முடித்துவிட்டார்கள், எந்தச் சந்தேகமும் இல்லை," என்றான் ஹோரஸஸ் சகோதரர்களில் ஒருவன்.

நாங்கள் லா பெர்ராவைத் தேடத் தொடங்கினோம்; பெருமைமிகு பெர்ராவைக் கண்டறிவதைத் தவிர வேறு எதிலும் கவனம் செலுத்தாமல்.

அவன் எங்களுக்குக் கிடைக்கவில்லை.

"அவர்கள் தங்களுடன் அவனைக் கொண்டு சென்றிருக்க வேண்டும்," என நினைத்தோம். "அரசாங்கத்திடம் காண்பிப்பதற்காக

அவர்கள் அவனைத் தங்களுடன் கொண்டு சென்றிருக்க வேண்டும்; என்றாலும் நாங்கள் அறுவடை செய்யப்பட்ட சோளக்காட்டில் எல்லா இடங்களிலும் அவனைத் தேடினோம். ஓநாய்கள் தொடர்ந்து ஊளையிட்டன.

அவை தொடர்ந்து இரவு முழுவதும் ஊளையிட்டன.

சில நாள்களுக்குப் பிறகு அர்மேனியாவில் நதியைக் கடந்த போது நாங்கள் மீண்டும் பெட்ரோனிலா ஃப்ளோர்ஸை எதிர்கொண்டோம். நாங்கள் பின்வாங்கினோம், ஆனால் அது மிகத் தாமதமாகிவிட்டிருந்தது. அவர்கள் எங்களுக்கு மரண தண்டனை வழங்குவது போல் இருந்தது அப்போது. பெட்ரோ ஜமோரா நான் பார்த்ததிலேயே அழகான தன் சிறிய செந்நிறக் குதிரையை முடுக்கிப் பாய்ந்தபடி முன்னால் வழி நடத்திச் சென்றார். அவருக்குப் பின்னால் நாங்கள் எங்களது குதிரைகளின் கழுத்தின் மீது கவிழ்ந்தபடி குழுவாகச் சென்றோம். எப்படிப் பார்த்தாலும் அது ஒரு மரண விருந்து. முதலில் நான் அதை உணர்ந்திருக்கவில்லை, இறந்துவிட்ட என் குதிரையின் அடியில் நானும் மூழ்கி நீரோட்டத்தால் நாங்கள் இருவரும் இழுத்துச் செல்லப்பட்டு வெகு தொலைவில் ஓர் ஆழமற்ற மணல் நிறைந்த குட்டையை அடைந்திருந்தோம்.

அதுதான் நாங்கள் பெட்ரோனிலா ஃப்ளோர்ஸின் படைகளைக் கடைசியாக எதிர்கொண்டு மோதியது. அதன்பின் நாங்கள் சண்டை எதுவும் இடவில்லை. வேறு மாதிரி சொல்வதென்றால், நாங்கள் போரிட்டுச் சில காலம் ஆகி இருந்தது; நாங்கள் அந்தக் குளறுபடிகளைத் தவிர்க்க விரும்பினோம். அதனால்தான், மீதம் இருந்த நாங்கள் சிலர் கொலையாகாமல் இருக்க காடுகளுக்குள் சென்று ஒளிந்துகொள்ள முடிவு செய்தோம். இறுதியாக ஒருவருக்கும் அச்சமேற்படுத்தாத, சிதறிச் சிதைந்து போன சிறுசிறு குழுக்களாக நாங்கள் ஆனோம். "ஜமோராவின் ஆட்கள் வருகிறார்கள்," எனக் கத்தியபடி யாரும் ஓடவில்லை. மாபெரும் சமவெளியில் அமைதி திரும்பியிருந்தது.

ஆனால் கொஞ்ச காலம் மட்டுமே.

கிட்டதட்ட எட்டு மாதங்களுக்கு டோஜின் கேன்யானில் ஒரு மறைவிடத்தில் அமேரியா நதி குறுகிப் பாய்ந்து கடலில் சென்று விழும் முன் பல மணி நேரங்கள் தேங்கி நிற்கிற இடத்தில் நாங்கள் ஒளிந்திருந்தோம். ஆண்டுகளைக் கடத்தி ஒருவருக்கும் எங்களை நினைவில்லாத காலத்தில் நாங்கள் உலகிற்குத் திரும்பலாம் என எண்ணியிருந்தோம். கோழிகளை வளர்க்க ஆரம்பித்த நாங்கள், அவ்வப்போது மான்களைத் தேடி மலைகளுக்குள் சென்றோம். நாங்கள் ஐவர் இருந்தோம், அல்லது கிட்டத்தட்ட நான்கு மட்டும், நாங்கள் தப்பி ஓடி வந்தபோது பின்னால் இருந்து அவர்கள் சுட்டதில் ஹோரஸ் சகோதரர்களில் ஒருவனுடைய புட்டத்திற்குக் கீழே காயம் ஏற்பட்டதில் ஒரு கால் ரத்தமின்றி செயலிழந்திருந்தது.

அப்படியாக அங்கிருந்த நாங்கள் எங்களால் எந்தப் பயனும் இல்லை என எண்ணும் நிலையை அடைந்திருந்தோம். அவர்கள் எங்களையெல்லாம் தூக்கிலிடுவார்கள் என்பது தெரியாமல் இருந்திருந்தால் நாங்கள் அமைதியை வேண்டியிருந்திருப்போம்.

ஆனால் அப்போதுதான் அல்மான்ஸியோ அல்கலா என்பவன் - பெட்ரோ ஜமோராவின் எடுபிடியாய் இருந்து அவரது கடிதங்களைக் கொணர்பவன் - அங்கு வந்தான்.

அது ஓர் அதிகாலை, ஒரு பசுவினை நாங்கள் கொன்று கொண்டிருந்தபோது சமிக்ஞை ஒலிப்பது கேட்டது. அவன் வெகு தொலைவிலிருந்து சமவெளியைக் கடந்து வந்துகொண்டிருந்தான். சிறிது நேரம் கழித்து மீண்டும் அவ்வோசை கேட்டது. அது ஒரு எருது கத்துவதைப் போல் இருந்தது: முதலில் நுட்பமாக, பின் முரட்டுத்தனமாக, பிறகு மீண்டும் நுட்பமாக. எதிரொலி அதனை நீண்டு ஒலிக்கச் செய்து இங்கு வரை அழைத்து வந்தபோது நதியின் ஓசை அதனை மூழ்கடித்துவிட்டது.

சூரியன் உதயமாகும் நேரம் வந்தபோது, சைப்ரஸ் மரங்களுக்கிடையே அல்கலா என்கிற ஒருவன் காட்சியளித்தான். 44 தோட்டாக்களைக் கொண்ட இரண்டு வார்களை மார்புக்குக் குறுக்காகக் கட்டியிருந்த அவன் தன் குதிரையின் முதுகில்

துப்பாக்கிகளைத் துணிமூட்டை போலக் குவித்துக்கொண்டு வந்தான்.

குதிரையிலிருந்து இறங்கினான். எங்களுக்கு ஆளுக்கொரு துப்பாக்கியைத் தந்தவன் மீதமிருப்பவற்றைக் கொண்டு மீண்டும் ஒரு துணிமூட்டையை உண்டாக்கினான்.

"இன்றோ நாளையோ செய்வதற்கு அவசரமான காரியம் ஏதும் உங்களுக்கு இல்லையென்றால் ஸான் ப்யூனெவெண்டுராவிற்குக் கிளம்பத் தயாராகுங்கள். உங்களுக்காக அங்கே பெட்ரோ ஐமோரா காத்திருக்கிறார். அதற்கிடையே நான் இன்னும் சற்று அடிவாரத்திற்குச் சென்று லாஸ் ஜனாடேஸ் இருக்கிறானா எனப் பார்க்கிறேன். சென்று வருகிறேன்."

மறுநாள் அவன் மீண்டும் வந்தான், அந்தி துவங்கியிருந்தது. ஆம், லாஸ் ஜனாடேஸும் அவனுடன் இருந்தான். பின் மதியத்தின் சாம்பலில் அவர்களது கரிய முகங்களை நீங்கள் தெளிவாகக் கண்டறிந்துவிடுவீர்கள். எங்களுக்கு அறிமுகமில்லாத வேறு மூவரும் அவர்களுடன் வந்தனர்.

"போகிற வழியில் நாம் குதிரைகளை ஏற்பாடு செய்துகொள்ளலாம்," என்றான். நாங்கள் அவனைப் பின்தொடர்ந்தோம்.

ஸான் ப்யூனெவெண்டுராவைச் சென்று அடைவதற்கு வெகு முன்பே, சமவெளி பற்றி எரிந்துகொண்டிருப்பதை நாங்கள் தெரிந்துகொண்டோம். எண்ணெய்க் கிணறு பற்றிக்கொண்டது போலத் தோட்டத்து வீட்டின் களஞ்சியங்களில் இருந்து உயரமான தீச்சுடர்கள் எழுந்தன. தீப்பொறிகள் தெறித்து வானின் கருமையில் சுழன்று, பற்றியெரியும் மாபெரும் மேகங்களை உண்டாக்கின.

ஸான் ப்யூனெவெண்டுராவில் உண்டான ஒளியால் ஆச்சரியமடைந்தபடி, நாங்கள் அங்கே செல்வதும் மீதம் இருப்பதை முடிப்பதும் எங்களுக்கென விதிக்கப்பட்ட கடமை என எதுவோ சொல்வதுபோலத் தொடர்ந்து முன்னேறி நடந்தோம்.

ஆனால் நாங்கள் அங்கே செல்வதற்கு முன்பே குதிரைகளின் சேணத்தில் கயிறுகள் கட்டியிருந்த ஒரு குழுவினர் குதித்தபடி

எங்களுக்கு எதிரே வந்தனர். சுடப்பட்டுக் கீழே விழுந்தும் அவ்வப்போது கைகளால் நடந்துகொண்டிருந்தவர்களைச் சிலர் இழுக்க, மற்றவர்கள் கரங்கள் துவண்டு தலை துண்டிக்கப்பட்டவர்களை இழுத்தனர்.

அவர்கள் கடந்து செல்வதை நாங்கள் பார்த்தோம். அவர்களுக்குப் பின்பு பெட்ரோ ஐமோராவும் வேறு பலரும் குதிரைகளின் மேல் வந்தனர். எப்போதையும் விட ஏராளமான மனிதர்கள். நாங்கள் மகிழ்ச்சியடைந்தோம்.

மகிழ்வான அந்தப் பழைய நாள்களைப் போல நீண்ட வரிசையிலான ஆண்கள் பெரும் சமவெளியைக் கடப்பதைப் பார்த்து நாங்கள் மகிழ்ச்சி அடைந்தோம். காற்றினால் வீசியெறியப்பட்ட பழுத்த நெற்றுகள் போல நாங்கள் நிலத்திலிருந்து மேலெழுந்து சமவெளியின் மூலைகளிலெங்கும் அச்சத்தினை விதைத்தோம். ஒரு காலத்தில் அது அப்படித்தான் இருந்தது. இப்போது அது திரும்புவது போல் தெரிந்தது.

அங்கிருந்து நாங்கள் ஸான் பெட்ரோவை நோக்கிச் சென்றோம். அங்கு தீவைத்துவிட்டு எல் பெடகலை நோக்கி நகர்ந்தோம். சோளம் அறுவடை செய்யும் பருவமாக இருந்த அப்போது சோளக்காடு உலர்ந்தும் சமவெளியில் வீசிய வலுவான காற்றினால் தலைசாய்ந்தும் காணப்பட்டது. விளைநிலமெங்கும் தீ அணிவகுத்துச் செல்வதைப் பார்க்க மிகவும் அழகாக இருந்தது, ஒட்டுமொத்தச் சமவெளியும் அந்த வெடிப்பில் எரிகிற நிலக்கரி போல புகை மேலெழுந்துகொண்டிருந்தது; அப்புகை கரும்பு போலவும் தேன் போலவும் மணம் பரப்பியது, ஏனென்றால் தீ கரும்புக் காட்டிலும் பற்றியிருந்தது.

ஆங்காங்கே இருந்த கால்நடைகளைத் தோலுரிப்பதற்காக ஒரே இடத்தில் திரட்டியபடி, புகைக்கு நடுவிலிருந்து, சோளக்கொல்லைப் பொம்மைகளைப் போல, கரிபடிந்த முகங்களுடன் நாங்கள் தோன்றினோம். அதுதான் இப்போது எங்களது தொழில்: மாட்டுத்தோல்.

ஏனென்றால் பெட்ரோ ஐமோரா எங்களிடம் கூறினார்: “நாம் இந்தப் புரட்சியைச் செல்வந்தர்களின் பணத்தைக் கொண்டு நிகழ்த்துவோம். ஆயுதங்களுக்கும் நாம் நடத்துகிற இந்தப் புரட்சிக்கும் ஆகின்ற செலவினை அவர்கள் பார்த்துக் கொள்வார்கள். இப்போதைக்கு நாம் கொடியேந்திப் போரிடவில்லை என்றாலும், நாம் துரிதமாகப் பணம் திரட்டி அரசப் படைகள் வரும்போது நமது வலிமையை அவர்கள் உணரும்படி செய்ய வேண்டும்.” அப்படித்தான் அவர் எங்களிடம் கூறினார்.

இறுதியில் படைகள் திரும்பி வந்தபோது முன்பு போலவே - அத்தனை சுலபமாக இல்லையெனினும் - எங்களைக் கொன்று தீர்த்தார்கள். இப்போது அவர்கள் எங்களிடம் அச்சம் கொண்டிருக்கிறார்கள் என்பது தொலைவிலிருந்தே தெளிவாகத் தெரிந்தது.

ஆனால் நாங்களும் அவர்களுக்கு அஞ்சினோம். அவர்களைத் தாக்குவதற்காக நாங்கள் பதுங்கியிருந்த போது சேணத்தின் ஓசையையோ சாலைகளில் அவர்களது குதிரைகளின் குளம்பொலிகளையோ கேட்டதும் எங்களது இதயம் வாய்க்கு வந்துவிடுமோவெனப் பார்த்துக்கொள்ள வேண்டியிருந்தது. எங்களை அவர்கள் கடந்து செல்லும்போது, பக்கவாட்டில் எங்களைப் பார்த்தபடி,”உங்களை நாங்கள் ஏற்கெனவே மோப்பம் பிடித்துவிட்டோம், இப்போது வெறும் பாவனை மட்டுமே,” என்று கூறுவதாக நாங்கள் உணர்ந்தோம்.

அப்படித்தான் அது தெரிந்தது, ஏனென்றால் திடீரென அவர்கள் தங்கள் குதிரைகளால் சுற்றிவளைத்து எங்களை நகர விடாமல் செய்கையில், வேறு சிலர் எங்களுக்குள் ஊடுருவிக் கூண்டிலிருக்கிற கோழிகளைப் போல எங்களைப் பிடித்து விடுவார்கள். அப்போதிருந்து நாங்கள் தெரிந்துகொண்டோம்: அத்தகைய சூழலில், நாங்கள் ஏராளம் பேர் இருந்தபோதிலும், எங்களால் நீண்ட காலம் நீடிக்க முடியாது என்பதை.

எங்களை ஆரம்பத்தில் தாக்கிய, கூக்குரல்களுக்கும் தொப்பியின் அசைவுகளுக்கும் பயந்த, தளபதி உர்பனோவின் ஆட்கள் சார்ந்த பிரச்சினையாக இது இருந்த காலம் போய்விட்டது

என்பதே அதற்குக் காரணம்; நாங்கள் ஆட்கள் குறைவாக இருக்கும்போது மட்டுமே சண்டைக்கு வருகிற, பண்ணையிலிருந்து கட்டாயப்படுத்திச் சேர்க்கப்பட்ட படையினர் அவர்கள். எப்போதோ அவர்களெல்லாம் போய்விட்டார்கள். பிறகு வேறு ஆட்கள் வந்தார்கள்; ஆனால் இப்போது இறுதியாக வந்தவர்கள்தான் மிகவும் மோசம். இப்போதிருப்பது முரட்டுத்தனமான, தீவிரமாகச் சண்டையிடக்கூடிய ஆட்களைக்கொண்ட ஒலாஷியா என்கிற ஒருவர்; தியோகல்டிஷேவின் மலைப்பகுதியைச் சேர்ந்த ஆட்களும் டெஃபெஹுவான் இந்தியர்களும் கலந்த குழு: வெகுநாட்களுக்கு உணவருந்தாமல் இருக்க முடிகிற, சில சமயம் கண்ணிமைக்காமல் பலமணி நேரங்களுக்கு உங்களை வெறித்து, உங்கள் தலை வெளிப்பட்டதும் *30-30* காலிபர் தோட்டாக்களை நேராக உங்கள்மீது பாய்ச்சி ஓர் அழுகிய மரக்கிளைபோல உங்கள் முதுகெலும்பை உடையச் செய்கிற, ஆபத்தான இந்தியர்கள்.

அரசாங்கப் படைகளை எதிர்கொள்வதைவிடப் பண்ணைகளில் தாக்குதல் நடத்துவதே எளிதானதென்பதைத் தனியாகக் கூறவேண்டியதில்லை. அதனால்தான் எல்லாப்புறமும் பரவி ஆங்காங்கே சிறிய மோதல்கள் மூலமே அதிக ஆபத்தை விளைவித்தபடி, ஓர் உதைகொடுத்துவிட்டு ஓடிவிடுகிற வெறிபிடித்த கோவேறுகள் போல நாங்கள் எப்போதும் ஓடிக்கொண்டிருப்போம்.

அப்படித்தான் எரிமலைச் சரிவுகளில் ஜாஸ்மினில் இருந்த பண்ணைகள் தீவைக்கப்பட்டதும் எங்களில் இருக்கும் வேறு சிலர் நாங்கள் ஏராளம்பேர் இருப்பதாக எண்ணச்செய்யும்விதம் கருவேல மரங்களின் கிளைகளை இழுத்துக்கொண்டு தூசுப்படலங்கள் மற்றும் எங்களது கூக்குரல்களின் பின்னே ஒளிந்தபடி ராணுவத் தளவாடங்களில் இறங்குவோம்.

வீரர்கள் அமர்ந்தபடி காத்திருந்தார்கள். குழப்பமடைந்தது போல, சற்றுநேரத்திற்குப் பக்கவாட்டிலும் பிறகு முன்பின்னுமாக அவர்கள் நடந்துகொண்டிருந்தார்கள். இங்கிருந்து உங்களால் மலைமீதிருக்கும் நெருப்புக்கூளங்களைப் பார்க்கமுடியும். மிகப்பெரிய அவை தெளிவாக வரையப்பட்டது போன்றவை. இங்கிருந்து நாங்கள் குடியிருப்புகளும் பண்ணைகளும் இரவும் பகலுமாக எரிவதைப் பார்ப்போம், சில சமயங்களில் துஜமில்பா

மற்றும் ஐபோத்லான் போன்ற இரவினைச் சுடரவைத்த நகரங்களையும். ஒலாஷாவின் வீரர்கள் அணிவகுத்தபடி அவ்விடங்களுக்குச் செல்வார்கள்; அவர்கள் அங்கே சென்றதும், இங்கே வெகு அருகில் டொடோலிமிஸ்பா அவர்களுக்குப் பின்னே பற்றியெரியத் தொடங்கும்.

அது ஓர் அழகான காட்சி: டெபெமெக்விட்ஸின் புதிர்ப் பாதைகளிலிருந்து வெளியேறி எதிரில் எந்த எதிரிகளுமில்லாத காலியான சமவெளியைப் போருக்கான ஆவேசத்துடன் வீரர்கள் கடந்துசெல்வது, மலைகளால் சூழப்பட்ட சமவெளியின் பிரம்மாண்ட குதிரைலாட அமைப்பின் ஆழமான தரைதென்படா நீருக்குள் அவர்கள் குதிப்பது போலிருக்கும்.

எல் குவாஸ்டெகொமேட்டை எரித்த நாங்கள் அங்கு நடந்த எருதுச் சண்டையில் கலந்துகொண்டோம். பெட்ரோ ஐமோராவிற்கு நிஜமாகவே அந்த எருதுச்சண்டை விளையாட்டு பிடித்திருந்தது.

ஔட்லானின் திசையில் லா ப்யூரிய்ஃபிகேஷன் என்றழைக்கப்படுகிற ஓர் இடத்தைத் தேடி ஃபெடரல் படையினர் சென்றுவிட்டனர். அவர்களைப் பொருத்தவரை எங்களின் பிறப்பிடமான கொள்ளையர்கூடம் அங்குதான் இருக்கிறது. எல் க்வாஸ்டெகொமேட்டில் எங்களைத் தனியாக விட்டுவிட்டு அவர்கள் சென்றுவிட்டார்கள்.

அங்கே எங்களுக்கு எருதுச்சண்டையில் கலந்துகொள்ளும் வாய்ப்பு கிடைத்தது. எட்டு வீரர்களை அவர்கள் அங்கே விட்டுவிட்டுச் சென்றிருந்தனர், அதோடு ஒரு நிர்வாகியும் தோட்ட மேலாளரும் இருந்தனர். அந்த இரண்டு நாள்களும் எருதுச்சண்டைகளாலானவை.

எல்லைக்கோட்டை நிர்ணயிக்க நாங்கள் ஒரு சிறிய, வட்டமான, ஆடுகளை அடைக்கும் பட்டி போன்ற தளத்தை உண்டாக்க வேண்டியிருந்தது. போட்டியாளர்களைத் தாக்குவதற்காக பெட்ரோ ஐமோரா கையில் வைத்திருந்த குறுகிய வாளைக் கண்டதும் அவர்கள் தெறித்து ஓடினார்கள். எனவே அவர்கள்

வெளியே சென்றுவிடாதபடி நாங்கள் கூரைக் கம்பிகளின் மேலே அமர்ந்துகொண்டோம்.

அந்த எட்டு வீரர்களும் ஒரு பிற்பகலுக்குப் போதுமானவர்களாய் இருந்தார்கள். மற்ற இருவரும் இன்னொன்றுக்கு. மூங்கில் கம்பு போல உயரமாகவும் ஒல்லியாகவும் இருந்த தோட்ட மேலாளர்தான் எங்களுக்கு மிகவும் சவாலாக இருந்தான், லேசாகப் பக்கவாட்டில் நகர்வதன் மூலமாகவே அவனால் நழுவிவிட முடிந்தது. எதிர்மாறாக, நிர்வாகி உடனடியாகவே மரித்துவிட்டிருந்தான். தடித்த, மந்தமான அவன் வாளிலிருந்து தப்ப எவ்விதமான யுக்திகளையும் முயலவில்லை. அமைதியாக, கொஞ்சம் கூட நகராமல், குத்துவாங்கவேண்டுமென விரும்பியதுபோல அவன் மரணித்தான். ஆனால் தோட்ட மேலாளர் வேலை வைத்தான்.

பெட்ரோ ஜமோரா, அவர்கள் ஒவ்வொருவருக்கும் ஒரு போர்வையை வழங்கியிருந்தார், அதனால்தான் குறைந்தது தோட்ட மேலாளர் மட்டுமேனும் அந்தக் கெட்டியான, எடைமிகுந்த போர்வையைக் கொண்டு வாள்களிலிருந்து சிறப்பாகத் தன்னைத் தற்காத்துக்கொள்ள முடிந்தது; தனக்காக என்ன காத்துக்கொண்டிருக்கிறது என்பதைத் தெரிந்துகொண்ட உடனேயே தனக்கு நேரெதிராக வந்த கத்தியைப் போர்வையால் மடைமாற்றினான், அப்படித்தான் அவன் பெட்ரோ ஜமோரா களைப்படையும் வரை அவரிலிருந்து நழுவினான். வெகுசில வடுக்களைத் தவிர வேறெதையும் உண்டாக்க இயலாமல் தோட்ட மேலாளரைத் துரத்தித் துரத்தி அவர் எவ்வளவு களைப்படைந்திருந்தார் என்பது வெளிப்படையாகத் தெரிந்தது. அவர் பொறுமை இழந்தார். விஷயங்களை அப்படியே விட்டுவிட்டு, எருதுகளைப்போல நேராகச் சென்று தாக்காமல், க்வாஸ்டகோமெட்காரனின் போர்வையை இன்னொரு கையால் விலக்கியபடி அவனது விலா எலும்பில் வாளைப் பாய்ச்சினார். குளவிகளை விரட்டுவது போலப் போர்வையை மேலும் கீழும் தொடர்ந்து அசைத்துக்கொண்டிருந்ததால் என்ன நடந்ததென்பதைத் தோட்ட மேலாளர் அறிந்திருக்கவில்லை. தனது நடுப்பகுதியிலிருந்து ரத்தம் வழிந்துகொண்டிருப்பதைப் பார்த்தபிறகுதான் அவன் நிறுத்தினான். அச்சமடைந்த அவன் விலாவிலிருந்து ரத்தம் பெருக்கெடுத்துக்கொண்டிருக்கும் அந்தத்

துளையைத் தன் விரல்களால் மூடமுயன்று வெளுத்துப்போனான். பிறகு சற்றுநேரம் தொழுவத்தின் நடுவில் தரையில் எங்களைப் பார்த்தபடி அவன் கிடந்தான். அவன் இறக்க வெகு நேரம் ஆகியிருக்கும் என்பதனால் நாங்களே அவனைத் தூக்கிலிட்டோம்; அதுவரை அவன் அங்கேயேதான் கிடந்தான்.

அந்த நாளிலிருந்து எருதுச்சண்டை விளையாட்டை அடிக்கடி, முடிந்தபோதெல்லாம், வாய்ப்புக் கிடைத்தபோதெல்லாம் பெட்ரோ ஜமோரா விளையாடினார்.

அக்காலகட்டத்தில் நாங்கள் அனைவரும்"அடிவாரக்காரர்கள்", கீழே பெட்ரோ ஜமோராவிடமிருந்து வருபவர்கள்; அதன்பிறகு வெவ்வேறு இடங்களிலிருந்து பலரும் வந்து சேர்ந்துகொண்டார்கள்; ஜகொவல்கோவைச் சேர்ந்த, கட்டை போன்ற கால்களும் வெண்ணை போன்ற முகமும் கொண்ட பழுப்பு நிற இந்தியர்கள், குளிர்ப் பிரதேசத்திலிருந்து வந்த மற்றவர்கள் - மஜமிட்லாவிலிருந்து வருவதாகக் கூறிய, பனிபொழிந்துகொண்டே இருப்பதைப்போல எப்போதும் அங்கி அணிந்தவர்கள். வெப்பம் அவர்களது பசியை இல்லாததாக்கிவிடும், அதனால்தான் காற்றினால் சுத்தமாக்கப்பட்ட மணலும் பாறைகளும் மட்டும் நிறைந்த லாஸ் வல்கேன்ஸின் எல்லையைக் காப்பதற்கு பெட்ரோ ஜமோரா அவர்களை அனுப்பி வைத்தார். ஆனால் வெகுவிரைவிலேயே பெட்ரோ ஜமோராவுடன் நெருக்கமாகிவிட்ட பழுப்பு இந்தியர்கள் அவரிடமிருந்து விலக மறுத்துவிட்டனர். அவரது நிழலைப்போல எப்போதும் அவருடனிருந்த அவர்கள் அவருக்குத் தேவையான அனைத்து வேலைகளையும் செய்தனர். சிலசமயம் கிராமத்தின் மிகச் சிறந்த பெண்களைக்கூட அவர் பொருட்டு அவர்கள் கடத்தினார்கள்.

அவையனைத்தும் எனக்கு நன்றாக நினைவிருக்கின்றது. நாங்கள் மலைகளில் கழித்த இரவுகள், சிறு சப்தமுமின்றி உறக்கத்தின் மீதான பெரும் ஏக்கத்துடன் படைகள் எங்களை நெருக்கமாகப் பின் தொடர்வதை உணர்ந்தவாறு நடந்துகொண்டிருப்போம். ஊதாச் சிவப்புப் போர்வையைத் தன் தோள்களில் போர்த்தியவாறு

நாங்கள் யாரும் விடுபட்டுவிடாதவாறு கவனம் கொள்கிற பொட்ரோ ஜமோராவை இப்போதும் என்னால் காண முடிகிறது:

“ஏய், பிடாஸியோ, நீதான்! உன் குதிரையை முடுக்கு. ஏய் நீதான்! ரெஸெண்டிஷ், தூங்கிவிழாதே, என்னுடன் பேசு.”

ஆம், அவர் எங்களைக் கவனித்துக் கொண்டார். உறக்கமின்றிப் பொங்கிய கண்களுடன் உறக்கம் பற்றிய நினைவினைக்கூடத் தொலைத்துவிட்டு நாங்கள் இரவுமுழுக்க நடந்தோம்; ஆனால் அவர், எங்கள் அனைவரையும் அறிந்த அவர், நாங்கள் தலைநிமிர்த்தி நடக்க எங்களுடன் பேசிக்கொண்டிருப்பார். அகலத் திறந்த அவரது கண்களை எங்களால் உணரமுடியும், ஒருபோதும் உறங்காத, இரவை ஊடுருவ முடிகிற, இருளிலும் எங்களை அறிகிற அந்தக் கண்கள். எங்கள் அனைவரையும் ஒருவர் பின் ஒருவராக, பணத்தை எண்ணுவதுபோல எண்ணுவார். பிறகு அவர் எங்களிடம் வருவார். அவரது குதிரையின் குளம்பொலி கேட்கும், அவரது கண்கள் எப்போதும் எச்சரிக்கையானவை என்பதை நாங்கள் அறிவோம்; அதனால்தான் நாங்கள் அனைவரும் குளிர்குறித்தோ தூக்கமின்மை குறித்தோ புகார் ஏதுமின்றிக் குருடர்கள்போல அவரைப் பின் தொடர்ந்தோம்.

ஆனால் சயூலா மலையில் ரயில் தடம்புரண்டபோது இவ்விஷயம் ஒட்டுமொத்தமாய்த் தகர்ந்துபோனது. ஒருவேளை அது நிகழாதிருந்திருந்தால், பெட்ரோ ஜமோராவும் எல் சினோ அரியாஸும் எல் சிஹுய்லாவும் இன்னும் பலரும்கூட இன்னமும் உயிருடன் இருந்திருப்பார்கள், கலவரமும் சரியான பாதையில் தொடர்ந்திருக்கும். ஆனால் சயூலாவில் ரயில் தடம்புரண்ட பிறகு பெட்ரோ ஜமாரா அரசாங்கத்தின் கட்டுப்பாட்டிற்குள் சென்றுவிட்டார்.

இறந்தவர்களைக் குவித்த இடத்திலிருந்து எழுந்த தீப்பிழம்புகளின் வெளிச்சத்தை இப்போதும் என்னால் காணமுடிகிறது. மலையின் அடிவாரத்திற்குத் தடியால் அவர்களைத் தள்ளி மரக்கட்டைகளைப் போல உருளச்செய்த அவர்கள், குவியல் பெரிதானபோது அதில் வாயுவைப் பாய்ச்சித் தீவைத்தனர். நாற்றத்தை வெகுதூரத்திற்கு எடுத்துச்சென்றது காற்று, பல

நாள்களுக்குப் பிறகும்கூட இறந்தவர்களின் கருகிய உடல்களது வாசம் உங்களை எட்டியிருக்கும்.

அதற்குச் சற்று முன்பு, அதன் விளைவுகளைக் குறித்து நாங்கள் அறிந்திருக்கவில்லை. கொம்புகளையும் மாட்டு எலும்புகளையும் தண்டவாளத்தில் சிதறியிருந்த நாங்கள் அதுபோதாது என்பதுபோல வளைவுகளில் ரயில் திரும்பும் இடங்களில் கம்பிகளை வளைத்தோம். இவற்றைச் செய்துவிட்டு நாங்கள் காத்திருந்தோம்.

விடியல் எல்லாவற்றிற்கும் ஒளியூட்டியிருந்தது. ரயில்பெட்டிகளின் கூரைகளில் மக்கள் கூட்டமாய்க் கூடியிருப்பதைக் கிட்டத்தட்டத் தெளிவாகக் காணமுடிந்தது. அவர்களில் சிலர் பாடுவதையும் கேட்க முடிந்தது. இருபாலரின் குரல்களும். இன்னமும் இரவின் நிழல் படிந்திருந்த அவர்கள் எங்களைக் கடந்து சென்றார்கள், ஆனால் வீரர்கள் தங்களது இனிப்புகளுடன் செல்கிறார்கள் என்பதை எங்களால் காணமுடிந்தது. நாங்கள் காத்திருந்தோம். ரயில் நிற்கவில்லை.

நாங்கள் நினைத்திருந்தால் அதைச் சுட்டிருக்க முடியும், மலையையே எழுப்பிவிட முயல்வதுபோல, ரயில் சப்தமும் புகையும் விட்டபடி மெதுவாகத்தான் சென்றுகொண்டிருந்தது. நாங்கள் அவர்களுடன் சற்றுநேரம் பேசியிருக்கக்கூட முடியும். ஆனால் விஷயங்கள் வேறுமாதிரி ஆகிவிட்டன.

பெட்டிகள் தடம்மாறி, யாரோ குலுக்குவதுபோல ரயில் குலுங்கியதும் என்ன நடக்கிறதென்பது அவர்களுக்குப் புரியத் தொடங்கியது. கூட்டமாய் மக்கள் நிறைந்திருந்த பெட்டிகளின் கனத்தால் இழுக்கப்பட்டு எஞ்சின் பின்னால் செல்லத் தொடங்கியது. கம்மிய, சோகமான, நீண்ட சில விசில்களை அது எழுப்பியது. ஆனால் யாராலும் எதுவும் செய்ய இயலவில்லை. கண்ணுக்குத் தெரியாத கடைசிப் பெட்டியால் தொடர்ந்து பின்புறமாக இழுக்கப்பட்டுப் பக்கவாட்டில் சரிந்த அது பள்ளத்தாக்கின் அடியில் சென்று விழுந்தது. அதன்பின் பயணிகள் பெட்டிகள் தொடர்ந்தன, ஒன்றன்பின் ஒன்றாக, வேகமாக, வரிசைப்படி, பள்ளத்தில் விழுந்தன. அதன்பின்

எல்லோருமே மரணித்துவிட்டதுபோல - நாங்கள் உட்பட, எல்லாமும் அமைதியாகிற்று,

அப்படித்தான் அது நிகழ்ந்தது.

சிதைந்த பெட்டிகளிலிருந்து உயிர்பிழைத்தவர்கள் வெளியே வரத்தொடங்கியபோது, பயத்தில் நாங்கள் அங்கிருந்து ஓடிவிட்டோம்.

பலநாள்களுக்கு நாங்கள் மறைவிடங்களில் இருந்தோம்; ஆனால் எங்களை அங்கிருந்து வெளியேற்ற ஃபெடரல் படையினர் வந்தனர். அவர்கள் எங்களது நிம்மதியையே பறித்துவிட்டனர், ஒரு உப்புக்கண்டத்தை மெல்வதற்கான நிம்மதியையும்கூட. உணவு மற்றும் உறக்கத்திற்கான எங்களது மணித்தியாலங்களை இல்லாமல் செய்து பகலிற்கும் இரவிற்கும் வேறுபாடில்லாமல் செய்துவிட்டனர். டோஜின் கென்யானிற்குச் செல்ல நாங்கள் எண்ணினோம், ஆனால் அரசாங்கம் எங்களுக்கு முன்பே அங்கு சென்றுவிட்டது. எரிமலையைச் சுற்றிச்சென்ற நாங்கள் அங்கிருந்த மலைகளின்மீது ஏறியபோது, அங்கே கெமினோ டி டயாஸ் என்கிற இடத்தில் அரசாங்கம் துப்பாக்கிச்சூடு நடத்திக்கொண்டிருந்தது. எங்களைச் சுற்றிலும் இருக்கும் காற்றில் வெப்பமேற்றியபடி இடைவிடாத சுற்றுக்களில் தோட்டாக்கள் எங்கள்மீது பாய்வதை நாங்கள் உணர்ந்தோம். நாங்கள் ஒளிந்திருந்த பாறைகளும்கூட மண்கட்டிகள் போல ஒன்றன்பின் ஒன்றாக உடைந்து சிதறும். பிற்பாடுதான், அவர்கள் எங்களை இயந்திரத் துப்பாக்கி கொண்டு சுட்டார்கள் என்றும், உடல்கள் சல்லடைகள் போலாகின என்பதையும் நாங்கள் தெரிந்துகொண்டோம்; ஆனால் அந்த நாள்களில் ஏராளம் படைவீரர்கள் - ஆயிரக்கணக்கில் - இருக்கிறார்கள் என்று கருதிய நாங்கள், அவர்களிடமிருந்து தப்பித்து ஓடவேண்டுமென்று மட்டுமே எண்ணினோம்.

முடிந்தவர்கள் ஓடினோம். மெட்ரோன் மரத்தின்பின் சரிந்திருந்த எல் சிஹுய்லா குளிரை விரட்டுவதுபோலப் போர்வையால் கழுத்தைச் சுற்றியிருந்தான். நாங்கள் மரணத்தைப் பகிர்ந்து கொள்ளச் செல்கிறோம் என்பது போல, அவனைக் கடந்துசென்ற எங்கள் ஒவ்வொருவரையும் பார்த்தான். திறந்த ரத்தம்படிந்த

பற்களுடன் அவன் எங்களைப் பார்த்தபோது அவன் எங்களை நோக்கிச் சிரிப்பதுபோல் இருந்தது.

நாங்கள் சிதறிப் பிரிந்து சென்றது பலருக்கு நன்மையாகவும் சிலருக்குத் தீமையாகவும் முடிந்தது. திடீரென ஒரு சாலையில் எதோ ஒரு கம்பத்தில் எங்களில் யாரோ ஒருவர் கால்கள் கட்டப்பட்டுத் தொங்கிக்கொண்டிருப்பதைப் பார்ப்பதென்பது மிக இயல்பான காட்சியாகியிருந்தது. பழையதாகி, சுத்திகரிக்கப்படாத தோல் போலச் சுருண்டு போகும் வரை அவர்கள் அங்கேயே இருந்தார்கள். அவர்களது வயிற்றினைக் குடைந்து வெறும்கூடு மட்டுமே எஞ்சும்படி அனைத்தையும் பருந்துகள் தின்றுமுடித்தன. மிக உயரத்தில் தொங்கவிடப்பட்டதால் காற்றில் மணிபோல் அவை ஆடிக்கொண்டிருந்தன: நாள்கணக்கில், சில சமயம் பல மாதங்களுக்கு, சிலசமயம் யாரோ காயப் போட்டதைப்போல அவர்களது காற்சட்டை மட்டும் காற்றில் படபடத்துக்கொண்டிருக்கும்படி ஊசலாடிக் கொண்டிருந்தார்கள். அதைப் பார்க்கிறவர்களுக்கு விஷயங்கள் தீவிரமாகிக் கொண்டிருப்பதாகத் தோன்றியது.

எங்களில் சிலர் செர்ரோ க்ராண்டை நோக்கிச் சென்றோம், பாம்புகளைப்போல ஊர்ந்தபடி சமவெளியை, நாங்கள் பிறந்து வளர்ந்த, இப்போது எங்களைக் கொல்வதற்காக அவர்கள் காத்திருக்கிற அடிவாரங்களை வெறித்து நேரத்தைப் போக்கினோம். சில சமயங்களில், மேகங்களின் நிழல்கள்கூட எங்களை அச்சுறுத்திவிடும்.

இப்போதெல்லாம் நாங்கள் மக்களுடன் போராடுவதில்லை என்றும் எங்களை விட்டுவிடுமாறும் சொல்ல நாங்கள் மிகவும் விரும்பினோம்; ஆனால் வெவ்வேறு இடங்களில் நாங்கள் ஏற்படுத்திய சேதாரங்களால் எல்லோரும் எங்களைக் கொல்லவே எண்ணினர், இதுவரை நாங்கள் செய்ததெல்லாம் எதிரிகளை உண்டாக்கிவைத்தது மட்டுமே. இங்கிருக்கிற இந்தியர்கள்கூட இப்போதெல்லாம் எங்களுக்கு ஆதரவாயில்லை. அவர்களது விலங்குகளை நாங்கள் கொன்றுவிட்டதாகக் கூறினார்கள். இப்போது அரசாங்கம் தந்த ஆயுதங்களுடன் இருக்கிற அவர்கள் கண்டாலே கொன்றுவிடுவோம் என எங்களுக்குச் செய்தி அனுப்பியிருந்தனர்.

“நாங்கள் அவர்களைக் காண விரும்பவில்லை; ஆனால் காணநேர்ந்தால், கண்டிப்பாகக் கொல்வோம்,” என்கிற செய்தியை எங்களுக்கு அவர்கள் அனுப்பியிருந்தார்கள்.

அப்படித்தான் நிலம் எங்களுக்கு இல்லாமலாகத் தொடங்கியது. எங்களைப் புதைப்பதற்குப் போதுமான அளவு நிலம் கூடச் சொந்தமில்லாத நிலையை நாங்கள் அடைந்திருந்தோம். அதனால்தான், எஞ்சியிருந்த நாங்கள் ஆளுக்கொரு திசையில் பிரிந்துபோக முடிவுசெய்தோம்.

நான் கிட்டத்தட்ட ஐந்து ஆண்டுகளைப் பெட்ரோ ஐமோராவுடன் கழித்தேன். நல்ல நாள்கள் மோசமான நாள்கள் எல்லாமும் சேர்ந்து ஐந்து ஆண்டுகள் ஆகியிருந்தன. அதன்பின் நான் அவரை மீண்டும் காணவேயில்லை. ஒரு பெண்ணைப் பின் தொடர்ந்து மெக்சிகோ நகருக்குச் சென்ற அவர் அங்கேயே கொல்லப்பட்டதாகக் கூறினர். அவர் திரும்பி வரவேண்டும் என எங்களில் சிலர் காத்திருந்தோம்; என்றேனும் அவர் வந்ததும் ஆயுதங்களை மீண்டும் ஏந்துவதற்காக; ஆனால் நாங்கள் காத்திருந்து சலித்துவிட்டோம். இன்னும் அவர் வரவில்லை. அங்கேயே அவர் கொல்லப்பட்டுவிட்டார். என்னுடன் சிறையில் இருந்த ஒருவன், அவர் கொல்லப்பட்டுவிட்டதாகக் கூறினான்.

மூன்று ஆண்டுகளுக்கு முன் சிறையைவிட்டு வெளியே வந்தேன். பல குற்றங்களுக்காக நான் தண்டிக்கப்பட்டிருந்தேன்; ஆனால் பெட்ரோ ஐமோராவுடன் ஓடிய காரணம் அதில் இல்லை. அவர்களுக்கு அது தெரியாது. வேறு காரணங்களுக்காக அவர்கள் என்னைப் பிடித்தார்கள், பெண்களைக் கடத்தும் மோசமான குணம் எனக்கு இருந்ததும் அதில் ஒன்று. அவர்களில் ஒருத்தி இப்போது என்னுடன் வசிக்கிறாள், உலகிலேயே சிறந்த, மேன்மையான பெண் அவளாகத்தான் இருக்கக்கூடும். அங்கேயே, சிறைக்கு வெளியேயே, எவ்வளவு காலமென யாருக்குத் தெரியும் - அவள் எனக்காகக் காத்திருந்தாள்.

“பிஷோன், நான் உனக்காகக் காத்திருக்கிறேன்!” என்றாள் அவள். “உனக்காக நான் பலகாலமாகக் காத்திருக்கிறேன்.”

அவள் என்னைக் கொல்வதற்காகத்தான் காத்திருக்கிறாள் என முதலில் நான் நினைத்தேன். அவள் யாரென்பது ஒரு கனவுபோல்தான் எனக்கு நினைவிருந்தது. டெல்கம்பானா நகரில் நுழைந்து அதனை அழித்த நாளில் பொழிந்த மழைநீரின் குளுமையை நான் மீண்டும் உணர்ந்தேன். அதிலிருந்து வெளியேறியபோது நாங்கள் அமைதியில் ஆழ்த்திவிட்டு வந்த கிழவன் இவளது தகப்பன்தான் என்பது எனக்குக் கிட்டத்தட்ட உறுதியானது; அவளது மகளை நான் சேணத்தில் தூக்கி இட்டபோது எங்களில் ஒருவர் அவனது நெற்றியில் சுட்டிருந்தோம், என்னைக் கடிக்காமல் இருப்பதற்காக நான் அவளுக்குச் சில அடிகளும் தரவேண்டியிருந்தது. பதினாலு வயதிருந்திருக்கக் கூடிய, அழகான கண்களைக்கொண்ட அவள் என்னை மிகுந்த சிரமத்திற்குள்ளாக்கினாள், அவளை வழிக்குக் கொண்டுவருவதும் சிரமமாய் இருந்தது.

"நான் உங்களது மகனைச் சுமந்தேன்," என்றாள் அவள் பின்னாளில். "இதோ இவன்தான்."

அச்சம் நிறைந்த கண்கள் கொண்ட ஓர் உயரமான சிறுவனைக் காட்டினாள்.

"தொப்பியைக் கழற்று, உன் தந்தை உன்னைக் காணட்டும்!"

சிறுவன் தொப்பியைக் கழற்றினான். என்னைப் போலவே இருந்த அவனது கண்களில் சற்று வஞ்சமும் இருந்தது. அதில் கொஞ்சத்தை அவன் தனது தந்தையிடமிருந்து பெற்றிருக்க வேண்டும்.

"அவனது பெயரும் எல் பிஷோன்தான்," என்றாள் அப்பெண். இப்போது அவள் என்னுடைய மனைவி. "ஆனால் அவன் கொள்ளைக்காரனோ கொலைகாரனோ அல்ல. நல்லவன்."

நான் தலையைக் குனிந்துகொண்டேன்.

⓪

என்னைக் கொல்ல வேண்டாம் என்று அவர்களிடம் சொல்

"என்னைக் கொல்ல வேண்டாம் என்று அவர்களிடம் சொல், ஐஸ்டினோ! போ, போய் அவர்களிடம் இதைச் சொல். கருணை காட்டு. தயைகூர்ந்து என்னைக் கொல்ல வேண்டாம் என்று அவர்களிடம் சொல்."

"முடியாது. அங்கே ஒரு சார்ஜன்ட் இருக்கிறார், உங்களைப்பற்றி எதையுமே கேட்க அவர் தயாராய் இல்லை."

"அவர் கவனிக்கும்படி செய். நான் நிறையவே பயந்துவிட்டேன் என அவரிடம் சொல்லி ஏதேனும் வழியைக் கண்டறி. தயைகூர்ந்து அவரிடம் சொல்."

"உங்களைப் பயமுறுத்துவதற்கெல்லாம் இதில் எதுவும் இல்லை. அவர்கள் நிஜமாகவே உங்களைக் கொல்லப் போகிறாற்போல் தெரிகிறது. மீண்டும் அங்கே செல்ல எனக்கு விருப்பமில்லை."

"ஒரே ஒருமுறை செல். இன்னும் ஒரே ஒருமுறை சென்று உன்னால் எனக்கு உதவமுடியுமா பார்."

"இல்லை. நான் போக விரும்பவில்லை. அப்படிச் சென்றால் நான் உங்களது மகன் என்பதைக் கண்டறிந்துவிடுவார்கள். அந்த அளவிற்கு நான் அவர்களுக்குப் பரிச்சயமானால் என்னைப் பற்றி அறிந்து இறுதியில் என்னையும் கொன்றுவிடுவார்கள். எல்லாவற்றையும் அப்படியே விட்டுவிடுங்கள்."

“என்ன ஜஸ்டினோ! என்மீது கொஞ்சம் இரக்கம் காட்டச்சொல் அவர்களை அதை மட்டும் அவர்களிடம் சொல்.”

பற்களைக் கடித்த ஜஸ்டினோ தலையை ஆட்டியபடி, “முடியாது,” என்றான்.

தொடர்ந்து வெகுநேரம் தலையை ஆட்டிக்கொண்டே இருந்தான்.

“கர்னலைப் பார்க்க அனுமதிக்கும்படி சார்ஜண்ட்டிடம் கேள். நான் எவ்வளவு முதியவன் என அவரிடம் சொல். என்னைக் கொல்வதனால் பெரிய பலன் ஒன்றுமில்லை எனச் சொல். என்னைக் கொன்றால் அவர்களுக்கு என்ன கிடைக்கப்போகிறது? எதுவுமே இல்லை. அவருக்கென்று ஒரு ஆன்மா இருக்கும் இல்லையா? அந்த நல் ஆன்மா ரட்சிக்கப்படும் பொருட்டேனும் என்னை விடுவிக்கச் சொல் அவரிடம்.”

தான் அமர்ந்திருந்த கற்குவியலிலிருந்து எழுந்துகொண்ட ஜஸ்டினோ பட்டியின் கதவை நோக்கிச் சென்றான். பிறகு அவரை நோக்கித் திரும்பிய அவன், “சரி, நான் போகிறேன். ஆனால் அவர்கள் என்னைச் சுட்டுவிட்டால் என் மனைவியையும் குழந்தைகளையும் யார் பார்த்துக்கொள்வது?”

“தெய்வம் ஜஸ்டினோ. தெய்வம் அவர்களைப் பார்த்துக்கொள்வார். ஒரு நிமிடம் ஒதுக்கி அங்கே சென்று எனக்காக உதவமுடியுமா பார். அவ்வளவுதான்.”

அவர்கள் அதிகாலையில் அவனை அழைத்து வந்தார்கள். இப்போது காலை வெகுநேரம் ஆகியும் அவன் ஒரு கம்பத்தில் கட்டப்பட்டுக் காத்துக்கொண்டிருக்கிறான். அவனால் அமைதியாக அமர முடியவில்லை. மனதை அமைதிப்படுத்தும்பொருட்டு சற்றுநேரம் உறங்க முயன்றும் தூக்கம் அவனைக் கைவிட்டிருந்தது. அவனுக்கு எதுவுமே செய்யப்பிடிக்கவில்லை. வெறுமனே உயிர்த்திருக்கிறான். தான் கொல்லப்படப் போகிறோம் என்பது இப்போது உறுதியாகத் தெரிந்துவிட்டதால், இப்போதுதான் உயிர்த்தெழுந்த ஒருவனுக்கு ஏற்படுவதுபோல, வாழவேண்டும் என்கிற தீவிர ஆசை அவனை ஆட்கொண்டது.

ஆழத்தில் புதைந்து முழுவதும் மட்கிவிட்டதாக அவன் எப்போதும் நினைத்த ஒரு பழைய விஷயம் மீண்டும் வந்து பீடித்துக்கொள்ளும் என யார் நினைத்திருப்பார்? டான் லூப்பை இவன் கொன்ற அந்த விஷயம். அலிமாவைச் சேர்ந்தவர்கள் அவனை ஒப்புக்கொள்ளச் சொன்னதுபோல வெறுமனே அவன் கொலைசெய்யவில்லை, அதற்கான காரணங்கள் இருந்தன. அவனுக்கு நினைவிருந்தது:

ப்யூடர் டி பியட்ராவின் உரிமையாளனும் தனது நண்பனுமாகிய டான் லூப் டெரரஸை யுவன்ஸியோ நவா கொலைசெய்ததற்கு ஒரு காரணம் இருந்தது; ப்யூடர் டி பியட்ராவின் உரிமையாளனாக இருந்ததற்கும், தனது நண்பனாக இருந்தும்கூட யுவன்சியோ நவாவின் கால்நடைகளை மேய்ச்சலுக்கு அனுமதிக்காததற்கும்தான் அந்தக் கொலை நிகழ்ந்தது.

முதலில் அவன் நேர்மையாகத்தான் இருந்தான். ஆனால் பஞ்சம் வந்து இவனது விலங்குகள் ஒன்றன்பின் ஒன்றாக இறக்கத் தொடங்கிய பிறகும் நண்பன் டான் லூப் தனது நிலத்தில் அவற்றை மேய அனுமதிக்காததால், வேலியைத் திறந்து மெலிந்து வற்றிய தன் கால்நடை மந்தையை உள்ளே அனுப்பி அவை வயிறு நிறைய உண்ணுமாறு செய்தான். இதை விரும்பாத டான் லூப் ஆட்கள்மூலம் வேலியைச் செம்மையிட்டபடியிருக்க, யுவென்ஸியோ நவா மீண்டும் அதில் துளையிடவேண்டி வந்தது. இவ்வாறாக மந்தையானது வேலியினருகிலேயே எப்போதும் காத்துக்கொண்டிருக்கையில், பகலில் வேலி திருத்தப்பட இரவில் அது திறக்கப்பட்டது; இதற்கு முன்பெல்லாம் இவனது மந்தை அப்புற்களை நுகரமட்டுமே முடிந்திருக்கிறது; ஒருபோதும் உண்டதில்லை.

அவனும் டான்லூப்பும் முடிவேயின்றி வாதிட்டுக்கொண்டிருந்தனர்.

ஒருமுறை டான் லூப் சொன்னான், "இதோ பார் யுவன்ஸியோ, இன்னும் ஒரேயொரு விலங்கை மட்டும் நீ என் நிலத்திற்கு அனுப்பினாலும் நான் அதனைக் கொன்றுவிடுவேன்."

"பார் டான் லூப், இதில் என் தவறென எதுவுமில்லை, விலங்குகள் தானாகவே உள்ளே சென்றுவிடுகின்றன. அவை

ஒன்றும் அறியாதவை. நீ மட்டும் அவற்றைக் கொன்றால் பிறகு தெரியும் விஷயம்," எனப் பதிலளித்தான் இவன்.

"பிறகு அவன் என் கன்றுகளில் ஒன்றைக் கொன்றுவிட்டான்.

"முப்பத்தைந்து ஆண்டுகளுக்கு முன்பு ஒரு மார்ச் மாதத்தில் இது நடந்தது, ஏனென்றால் ஏப்ரலிலேயே நான் கைதுக்குத் தப்பி மலைக்கு ஓடிவிட்டிருந்தேன். நீதிபதிக்கு நான் தந்த பத்து மாடுகளால் எந்தப் பலனும் நேரவில்லை. சிறையிலிருந்து வெளியே வருவதற்காக நான் செலுத்திய வீட்டுப் பத்திரமும் வீணாகத்தான் போனது. என்னைப் பின்தொடர்ந்து வராமலிருக்கும்பொருட்டு என்னிடம் மீதமிருந்த எல்லாவற்றையும் செலுத்தச் செய்தார்கள், என்றாலும் தொடர்ந்து அவர்கள் வந்துகொண்டேதான் இருந்தார்கள். அதனால்தான் பாலோ டி வெனடோ என நான் பெயரிட்டிருக்கிற இந்தச் சிறிய நிலத்திற்கு என் மகனுடன் வாழவந்தேன். என் மகன் வளர்ந்து இக்னேஷியா என்கிற என் மருமகளை மணந்து எட்டுக் குழந்தைகளும் ஆகிவிட்டன. நான் சொல்லவருவதென்னவென்றால், விஷயம் ஏற்கெனவே மிகப் பழையதாகிவிட்டது. இந்நேரம் நான் மறக்கப்பட்டிருக்க வேண்டும். ஆனால் அப்படி நேரவில்லை என்பதுதான் உண்மை.

"நூறு பெஸோக்களின் மூலமாக எல்லாவற்றையும் சரிசெய்துவிட முடியுமென எனக்குத் தோன்றியது. ஒரு மனைவியையும் தவழ்ந்துகொண்டிருந்த இரு ஆண்குழந்தைகளையும் விட்டுவிட்டு டான் லூப் மரித்துப்போனான். ஆனால் வெகு விரைவிலேயே துக்கம் தாளாமல் அந்த விதவையும் இறந்துவிட்டாள். அதன்பிறகு அந்த இரு சிறுவர்களும் உறவினர்களுடன் வசிக்க அழைத்துச் செல்லப்பட்டுவிட்டார்கள். எனவே அவர்களை எண்ணி அஞ்ச எக்காரணமுமில்லை.

"ஆனால் தொடர்ந்து என்னிடமிருந்து திருட விரும்பிய பிறர், நான் இன்னமும் குற்றம் சுமத்தப்பட்டிருப்பதாகவும் தண்டனைக்குக் காத்திருப்பதாகவும் கருதினர். எப்போது நகரத்திற்கு யாரேனும் வந்தாலும்,

'யுவென்ஸியோ, யாரோ புதிய மனிதர்கள் நகரத்திற்குள் தென்படுகிறார்கள்,' எனக் கூறப்படுவேன்.

"உடனே நான் மலைக்கு ஓடிச்சென்று மட்ரூன் புதர்களுக் கிடையே ஒளிந்து நாள் முழுதும் களைச் செடிகளையே உண்டுகொண்டிருப்பேன். சில சமயங்களில் இரவுகளில்கூட ஏதோ நாய் துரத்துவதைப்போல வீட்டைவிட்டு ஓடியிருக்கிறேன். என் ஒட்டுமொத்த வாழ்வும் இப்படித்தான் கழிந்தது. ஒன்றோ இரண்டோ வருடங்கள் அல்ல. வாழ்க்கை முழுவதும்."

ஆனால் இப்போது மக்கள் எல்லாவற்றையும் மறந்துவிட்டார்கள். யாரும் தன்னைத் தேடி வரப்போவதில்லை, இனியேனும் நிம்மதியாக வாழலாம் என அவன் உறுதியாக நம்பியிருக்கும் காலத்தில் அவர்கள் வந்திருக்கிறார்கள். "இத்துடனாவது இது முடிந்துவிடும். எனக்கு வயதாகிவிட்டதால் அவர்கள் என்னை நிம்மதியாக விட்டுவிடுவார்கள்," என அவன் கருதினான்.

இதில் அவன் முழு நம்பிக்கையுடன் இருந்தான். அதனால்தான், திடீரென, வாழ்வின் இந்தக் கட்டத்தில், மரணத்திலிருந்து தப்பிக்க இவ்வளவு போராடிய பிறகு, இப்படி இறக்க நேரிடுமென அவனால் கற்பனை செய்து பார்க்கவே இயலவில்லை; எல்லோரிடமிருந்தும் ஒளிந்துகொள்ளும் பொருட்டு பயத்தினால் இழுத்துச் செல்லப்பட்டு நற்பருவங்களனைத்தையும் அலைக்கழிப்பில் செலவிட்டதன் விளைவாக அவன் மரத்துப்போயிருந்தான், உணர்வுகளற்ற பிணம்போல் ஆகியிருந்தான்.

அவன் மனைவியே அவனைவிட்டுச் சென்றுவிடும் அளவிற்கு மோசமானதாய் இருந்திருக்கவில்லையா அவனது வாழ்க்கை? அவள் அவனை விட்டுச்சென்றுவிட்ட செய்தியோடு விழித்த தினத்தில் அவளைத் தேடவேண்டுமென்றுகூட அவனுக்குத் தோன்றவில்லை. மறுபடி கிராமத்திற்குச் செல்லாமல் இருந்தால் போதுமென்பதற்காக அவள் எங்கே சென்றாள், யாருடன் சென்றாள் என்பதையெல்லாம் கூடக் கண்டறியத் தோன்றாமல் அப்படியே சென்றுவிட அனுமதித்தான். எந்தவிதப் போராட்டமுமின்றி வாழ்க்கையின் பிற அனைத்தையும் விட்டுக்கொடுத்ததைப் போல அவளையும் விட்டுக்கொடுத்தான். அவனது ஆதரவை வேண்டி மீதமிருந்ததெல்லாம் அவனுடைய வாழ்க்கை மட்டும்தான், எப்பாடுபட்டேனும் அவன் அதனைக் காப்பான். அவர்கள் தன்னைக் கொல்ல அவன் அனுமதிக்கவில்லை, அவனால் அது இயலவில்லை. ஆனால் இப்போது அது அப்படியில்லை.

அதற்காகத்தான் அவர்கள் அவனை அவ்வளவு தொலைவிலிருந்து, பேலோ டி வெனடோவிலிருந்து அழைத்து வந்திருக்கிறார்கள். தங்களைப் பின்தொடர்ந்து வரச் செய்வதற்கு அவர்கள் அவனைக் கட்டிப்போடக் கூடத் தேவையிருக்கவில்லை. பயத்தால் மட்டுமே கட்டுண்டு தானே நடந்துவந்தான். அந்த முதிய உடலுடனும் வறண்ட கயிறு போன்ற கால்களுடனும், மரணம் குறித்த பயத்தால் இறுகிவிட்ட அவனால் ஓடமுடியாதென அவர்களுக்குத் தெரிந்திருந்தது. அதனால்தான் அவன் அவர்களுடன் சென்றான். மரணிப்பதற்காக. அப்படித்தான் அவர்கள் சொன்னார்கள்.

அப்போதுதான் அது அவனுக்குத் தெரிந்தது. சாவை அருகில் பார்க்கும் ஒவ்வொருமுறையும் வயிற்றில் எழுகின்ற உளைச்சல் இப்போதும் எழத்தொடங்கியது, அவன் கண்களில் பயத்தையும் அவன் ஒருபோதும் விழுங்கவிரும்பாத புளிப்பு எச்சிலையும் வாய்நிறைய சேர்த்தே அது உண்டாக்கியது. அவன் தலையை எடையற்றதாக்கிக் கால்களை நகரமுடியாதபடி கனக்கச் செய்த அது விலா எலும்புகளின்மீது வலுவாய் மோதும்படியாக இதயத்தைத் துடிக்கச் செய்தது. இல்லை, அவர்கள் அவனைக் கொல்லப்போகிறார்கள் என்பதை அவனால் ஏற்றுக்கொள்ள இயலவில்லை.

ஏதேனும் ஒரு வெளிச்சம் இருக்க வேண்டும். எங்கேனும் ஓர் இடத்தில் ஏதேனும் ஒரு நம்பிக்கை. ஒருவேளை அவர்கள் தவறிழைத்திருக்கலாம். ஒருவேளை அவர்கள் இந்த யுவென்ஸியோ நவா அல்லாத வேறொரு யுவென்ஸியோ நவாவைத் தேடிக் கொண்டிருக்கலாம்.

தளர்ந்த கைகளோடு அவர்களுடன் அமைதியாக அவன் நடந்தான். உதயத்திற்கு முந்தைய அந்தக் காலை நட்சத்திரங்களின்றி இருளாக இருந்தது. மெதுவாக வீசிய காற்று சாலையிலிருந்த புழுதியை மூத்திரம் போன்ற வாடையுடன் சேர்த்து எழுப்பிக் கொணர்ந்தது.

மூப்பினால் சுருங்கிய அவனது கண்கள் வெறித்த திசையை அவர்களும் நோக்கிய போது அவனது காலடியில் இருந்த நிலம் இருளையும் மீறித் தென்பட்டது. அந்த நிலத்தில்தான் அவனது முழு வாழ்வும் கழிந்திருந்தது. அறுபது ஆண்டுகளாகக் கைகளால்

அதனை இறுகப்பற்றி இறைச்சியின் சுவையை ஒருவர் முயன்று பார்ப்பது போல அதனை வாழ்ந்து பார்த்திருந்தான். நீண்ட காலமாகவே அதை அவன் கண்களால் சிறு துண்டங்களாக்கி இதுதான் இறுதி என்பது போல, அதுதான் இறுதி என்பதை அறிந்து ஒவ்வொன்றாகச் சுவைத்திருந்தான்.

பிறகு ஏதோ சொல்ல விரும்புவதைப் போல அவன் தனக்கு அருகில் இருப்பவர்களைப் பார்த்தான். தன்னை விடுவிக்கும்படியும் போக விடும்படியும் அவர்களிடம் சொல்லப் போகிறான்: "நான் யாரையும் தாக்கவில்லை இளைஞர்களே!" அவன் அதைச் சொல்ல எத்தனித்தான், ஆனால் எதையும் சொல்லவில்லை. "சற்று நேரம் கழித்துச் சொல்வேன்," என நினைத்துக் கொண்டான் அவன் வெறுமனே அவர்களைப் பார்க்க மட்டுமே செய்வான். அவர்களைத் தனது நண்பர்களெனக் கிட்டத்தட்ட கற்பனை செய்துவிட்டான்; ஆனால் அப்படிச் செய்ய அவன் விரும்பவில்லை. அவர்கள் அவனுக்கு நண்பர்களல்ல, அவர்கள் யாரென்று அவனுக்குத் தெரியாது. பக்கவாட்டில் சாய்ந்து அவ்வப்போது குனிந்து சாலை எங்கே செல்கிறதென அவர்கள் கவனிப்பதை அவன் பார்ப்பான்.

எல்லாமே மங்கிவிட்டது போல் தோன்றுகிற ஓர் அந்திப் பொழுதின் மாலைக் கருக்கலில்தான் அவர்களை அவன் முதன்முதலில் பார்த்தான். இளம் சோளக் குருத்துகளை மிதித்து அவர்கள் உழவுச்சாலைக் கடந்திருந்தனர். அதனால்தான் அவன் கீழே வந்திருந்தான்: சோளம் இப்போதுதான் வளரத் தொடங்கியிருக்கிறது என்பதைச் சொல்வதற்காக. ஆனால் அவர்கள் அதைப் பொருட்படுத்தவில்லை.

அவன் அவர்களைச் சரியான நேரத்தில் பார்த்து விட்டான். எல்லாவற்றையும் சரியான நேரத்தில் பார்க்கிற அதிர்ஷ்டம் அவனுக்கு எப்போதுமே இருந்தது. அவர்கள் கிளம்பும்வரை சற்றுநேரம் மலையிலேயே நடந்து ஒளிந்திருந்துவிட்டு அதன் பிறகு இறங்கிச் சென்றிருக்கலாம். எப்படியானாலும் சோளக்கருதுகள் எந்த விளைச்சலையும் தந்து எதற்கும் உதவியிருக்கப்போவதில்லை. பருவமழைக்கான காலம் கடந்தும் மழை பெய்யாததால் சோளம் வாடத் தொடங்கியிருந்தது. சீக்கிரமாக எல்லாமுமே காய்ந்து விடும்.

அதனால் அவன் கீழே வந்தது பிரயோஜனமே அற்றது; ஒருபோதும் மீளவே முடியாத குழிக்குள் சிக்கிக் கொண்டது போல அவன் அவர்களுக்கு நடுவே மாட்டிக்கொண்டான்.

அவ்வாறாக, விட்டுவிடச் சொல்லும் ஆசையை அடக்கிக் கொண்டு தற்போது அவர்களுக்கருகே இருக்கிறான் அவன். ஆனால் அவர்களது முகத்தைப் பார்க்க இயலவில்லை; அவர்களது உருவங்கள் அருகில் வருவதையும் விலகிச் செல்வதையும் மட்டுமே காண முடிந்தது. அதனால் ஒரு வழியாக அவன் பேசத் தொடங்கியபோது அது அவர்களுக்குக் கேட்டதா என்பதே தெரியவில்லை.

அவன் பேசினான்.

"நான் ஒருபோதும் யாரையும் தாக்கவில்லை." என்பதுதான் அவன் சொன்னது. ஆனால் எதுவும் மாறவில்லை. எந்த உருவமும் அதைக் கவனித்ததாகத் தெரியவில்லை. எந்த முகமும் அவனைப் பார்ப்பதற்காகத் திரும்பவில்லை. உறங்குகிறாற்போல அவர்கள் மாற்றமின்றி நடந்தார்கள்.

மேற்கொண்டு சொல்ல எதுவும் இல்லை என்றும், அவன் தேடவேண்டிய நம்பிக்கை வேறு எங்கோ இருக்கிறதென்றும் எண்ணிக்கொண்டான். மீண்டும் கைகளைக் கீழே தொங்கவிட்டவன் அந்த நான்கு மனிதர்களுக்கிடையே இரவின் இருளினூடாக கிராமத்தின் முதல்வீட்டினைக் கடந்து நடந்து சென்றான்.

"கர்னல் அவர்களே, இதோ அந்த ஆள்."

கதவிற்கு முன்பாகவே அவர்கள் நின்றிருந்தார்கள். மரியாதை நிமித்தமாகத் தொப்பியைக் கையில் பிடித்திருந்த அவன் உள்ளிருந்து யாரோ வருவதற்காகக் காத்திருந்தான். ஆனால் வெறும் குரல் மட்டுமே வந்தது.

"எந்த ஆள்?" எனக் கேட்டது.

"பாப்லோ டி வெனடோவைச் சேர்ந்த ஆள், கர்னல் அவர்களே. அழைத்து வரும்படி நீங்கள் ஆணையிட்டீர்களே."

"அவன் எப்போதேனும் அலிமாவில் வசித்திருக்கிறானா எனக் கேள்," என்றது உள்ளிருந்து ஒலித்த குரல்.

"ஏய், இங்கே பார்! நீ எப்போதேனும் அலிமாவில் வசித்திருக்கிறாயா?" என அதையே கேட்டான் அவனுக்கு முன்பிருந்த சார்ஜண்ட்.

"ஆமாம், நான் அங்கிருந்துதான் வருகிறேன் என்பதைக் கர்னலிடம் சொல். சமீபம் வரைகூட நான் அங்குதான் வசித்தேன்."

"க்வாடலூப் டெரரஸை அவனுக்குத் தெரியுமா எனக் கேள்."

"உனக்கு க்வாடலூப் டெரரஸைத் தெரியுமா என அவர் கேட்கிறார்."

"டான் லூபே? ஆமாம். எனக்கு அவனைத் தெரியும் எனச் சொல். அவன் இறந்துவிட்டான்."

உள்ளிருந்து வந்த குரலின் தொனி மாறியது:

"அவர் இறந்துவிட்டார் என்பது எனக்குத் தெரியும்," என்றது அது. அங்கே, புதர்வேலிக்கு மறுபுறம் இருக்கிற யாரோ ஒருவரிடம் பேசுவதுபோல அக்குரல் தொடர்ந்து பேசியது.

"க்வாடலூப் டெரரஸ் என் அப்பா. நான் வளர்ந்து அவரைத் தேடிச் சென்றபோது, அவர் இறந்துவிட்டதாக எல்லோரும் கூறினார்கள். உங்களது வேர்களை ஊன்றுவதற்காக நீங்கள் பற்றிக்கொள்கின்ற ஒன்று இறந்துவிட்டதென்பதைக் கேட்டு வளர்வதானது சற்றுக் கடினமானது. அதுதான் எங்களுக்கு நேர்ந்தது.

"ஒரு வெட்டுக் கத்தியால் கொல்லப்பட்ட அவரது வயிற்றில் மாடுமேய்க்கும் கழி செருகியிருந்ததாக பின்பு நான் அறிந்துகொண்டேன். இரண்டு நாள்களுக்கும் மேலாக அவர் அப்படியே தனியாகக் கிடந்ததாகவும் ஆற்றுப் படுகையினருகே கண்டறியப்பட்டபோது தன் குடும்பத்தைக் காக்குமாறு வேண்டியபடி அவர் வேதனையில் இருந்ததாகவும் சொன்னார்கள்.

"காலம் கடக்கும்போது ஒருவர் அனைத்தையும் மறந்துவிடுவது நடப்பதுதான். மறக்க முயல்வதும் உண்டு. ஆனால் மறக்க இயலாதது என்னவென்றால் அதைச் செய்த நபர் மரணமற்ற

ஒரு வாழ்வைக் கற்பனை செய்தபடி தன் அழுகிய ஆன்மாவிற்கு இரையிட்டவாறு இன்னமும் உயிருடன் இருக்கிறான் என்பதுதான். நான் அவனை அறியேன் எனினும் என்னால் அவனை மன்னிக்க இயலவில்லை; அவன் எங்கிருக்கிறான் என எனக்குத் தெரிந்த ஒரு இடத்தில் அவன் வசிப்பது அவனைக் கொல்லவேண்டும் என்கிற எண்ணத்தை எனக்குள் தூண்டுகிறது. அவன் இன்னமும் உயிருடன் இருக்கிறான் என்பதை என்னால் மன்னிக்க இயலாது. அவன் முதலில் பிறந்திருக்கவே கூடாது."

இங்கிருந்து, வெளியே இருந்து, அவர் சொன்னதையெல்லாம் நன்றாகக் கேட்க முடிந்தது. பிறகு அவர் ஆணையிட்டார்:

"அவனை அழைத்துச் சென்று சற்றுநேரம் கட்டிவையுங்கள், கொஞ்ச நேரம் வேதனைப்படட்டும், பிறகு சுட்டுவிடுங்கள்!"

"என்னைப் பாருங்கள் கர்னல்," என வேண்டினான் அவன். "நான் எந்தப் பெறுமதியும் அற்றவன். மூப்பினால் சிதைவுற்று நானே மரணிப்பதற்கு வெகுகாலம் ஆகாது. என்னைக் கொல்லாதீர்கள்."

"அவனை அழைத்துச் செல்லுங்கள்," என்றது மீண்டும் அக்குரல்.

"இதற்கெல்லாம் நான் ஏற்கெனவே விலைகொடுத்துவிட்டேன் கர்னல். திரும்பத் திரும்ப பலமுறை விலைகொடுத்துவிட்டேன். என்னிடமிருந்த எல்லாவற்றையும் எடுத்துக்கொண்டார்கள். என்னை வெவ்வேறு வகைகளில் தண்டித்துவிட்டார்கள். எந்த நேரத்திலும் கொல்லப்படலாம் என்கிற நிரந்தர பயத்துடன் ஒரு தொழுநோயாளியைப் போல நாற்பது வருடங்களாக ஒளிந்துகொண்டிருந்தேன். கர்னல், நான் இப்படிக் கொல்லப்படத் தக்கவன் அல்ல. என்னை உயிருடன் விடுங்கள், அப்படியேனும் கடவுள் என்னை மன்னிக்கட்டும். என்னைக் கொல்லாதீர்கள்! என்னைக் கொல்லவேண்டாம் என்று அவர்களிடம் சொல்லுங்கள்!"

அவர்கள் அவனை அடித்ததுபோல, கூச்சலிட்டவாறு தொப்பியைத் தரையில் அறைந்தபடி இருந்தான் அவன்.

உள்ளிருந்து அக்குரல் உடனடியாக ஒலித்தது.

“அவனைக் கட்டிவைத்து ஏதேனும் மதுவினைத் தாருங்கள். துப்பாக்கிச் சூடுகளின் வலியை உணராத அளவிற்கு அவனைக் குடிக்க வையுங்கள்.”

இப்போது இறுதியாக அவன் அமைதியடைந்திருந்தான். கம்பத்தின்கீழே சுருண்டுகிடந்தான். அவனது மகன் ஜஸ்டினோ மீண்டும் மீண்டும் வந்து சென்று இப்போது மீண்டும் வந்திருந்தான்.

கழுதையின் முதுகில் அவனை அவன் தொங்கவிட்டிருந்தான். செல்கிற வழியில் கீழே விழுந்துவிடாதபடி வார் கொண்டு இறுக்கிக் கட்டியிருந்தான். பார்க்கும்போது மோசமாகத் தெரியாதபடி அவனது தலையினைச் சாக்கினால் மூடினான். அடுத்து அவன் கழுதையைச் செலுத்தியதும் இறந்தவனுக்குக் காரியம் ஏற்பாடு செய்யப் போதுமான நேரம் இருக்கும்படியாக பேலோ டி வெனடோவை அடையும் நோக்கில் விரைந்து சென்றார்கள்.

“உங்கள் மருமகளும் பேரப் பிள்ளைகளும் உங்களை இழந்து வருந்துவார்கள்,” என அவனிடம் சொன்னான். “உங்களது முகத்தைப் பார்த்து அது நீங்கள் இல்லை என நினைப்பார்கள். தான் பெறவேண்டியதை விட அதிக அளவு துப்பாக்கிக் குண்டுகளால் துளைக்கப்பட்டு ஏராளம் குழிகளுடன் இருக்கும் இந்த முகத்தைப் பார்த்து, ஓநாய்தான் உங்களைக் குதறிவிட்டதென எண்ணுவார்கள்.”

◎

லூவினா

தெற்கில் உள்ள எல்லா மலைத்தொடர்களிலும் லூவினாதான் உயரமானது, பாறைகள் மிகுந்தது. சுண்ணாம்பு தயாரிக்கும் சாம்பல் நிறக் கற்களால் நிறைந்தது அது. ஆனால் லூவினாவில் அவர்கள் அதிலிருந்து சுண்ணாம்பு தயாரிப்பதில்லை, வேறு எதற்கும் பயன்படுத்துவதுமில்லை. தரிசுக்கல் என்று அதனை அழைக்கிறார்கள். அந்த மலை தரிசுக்கல் மலை என்று அழைக்கப்படுகிறது. சூரியனும் காற்றும் அதனைச் சிதைக்கும் தங்கள் பணியைச் சிறப்பாகச் செய்ததில் அதைச் சுற்றியுள்ள அடிவாரம் முழுவதும் அதிகாலைப் பனி பொழிந்திருப்பது போல வெண்மையாகவும் பிரகாசமாகவும் இருந்தது; இவையெல்லாம் வெறும் வார்த்தைகள்தான். ஏனென்றால் லூவினாவில் பகல்களும் இரவைப்போலவே குளிரானவை, தரையைத் தொடுவதற்குள்ளாகவே பனி வானிலேயே அடர்த்தியடைந்துவிடும்.

...நிலப்பரப்போ, மிகச் சரிவானது. எல்லா மடிப்புகளிலும் அது ஆழமான பள்ளத்தாக்குகளுக்குள் இறங்கி காணாமலே ஆகிவிடுகின்றது. அந்த அளவு ஆழத்திற்குள் அவை செல்கின்றன. கனவுகள் அந்தப் பள்ளத்தாக்குகளில் இருந்துதான் எழுவதாக லூவினாவின் மக்கள் கூறுகிறார்கள்; ஆனால் நான் பார்த்து அதிலிருந்து எழுந்தது காற்று மட்டும்தான் - என்னவோ அடியாழத்தில் நாணல் தண்டுகளில் சிறைப்படுத்தப்பட்டிருந்ததைப் போலச் சுழன்றடித்துக் கொண்டு எழும். ஒரு பிட்டர்ஸ்வீட் செடியைக்கூட வளர விடாத காற்று. அந்த மலைச் சிகரங்களின் பக்கவாட்டை மட்டுமே பற்றிக் கொள்ளக் கிடைத்த வாழ்வில்,

தரையின் மீது தடவப்பட்டதைப் போலக் காணப்படும் அந்தத் துயர்மிகு சிறு செடிகள் வாழ்வதே கடினம். கொஞ்சம் நிழல் இருக்கிற வெகு சில சமயங்களில் மட்டுமே பாறைகளுக்கிடையே மறைந்திருக்கும் சிகலோட் செடிகளில் வெள்ளைப் பாப்பி மலர்கள் பூத்திருக்கும். ஆனால், சிகலோட்கள் விரைவில் உதிர்ந்து விடுவன. பிறகு அவை தங்கள் முள் நிறைந்த கிளைகளால் காற்றில் உராய்ந்து சாணைக்கல்லில் கத்தி தீட்டும் ஓசையை எழுப்புவதை நம்மால் கேட்க முடியும்.

“லூவினாவின் மேல் காற்று வீசுவதை நீங்கள் பார்க்க முடியும். அது சாம்பல் நிறமாய் இருக்கும். அது எரிமலை மணலை எடுத்து வருவதுதான் காரணம் என்று கூறுகிறார்கள், ஆனால் அது கரிய காற்று என்பதே உண்மை. உங்களுக்கே தெரியும். அது லூவினாவின் மீது, பொருட்களைக் கடிப்பது போலப் பற்றியபடி, படிகிறது. பல நாட்கள், ஒரு வைக்கோல் தொப்பியைப் பிடுங்குவது போல அது வீடுகளின் கூரைகளைப் பெயர்த்துச் சுவர்களை வெறுமையாகவும் பாதுகாப்பின்றியும் விட்டுவிடுகின்றது. பின் தனக்கு நகங்கள் இருப்பது போலப் பகலிலும் இரவிலும் ஒவ்வொரு மணி நேரமும் ஓய்வே இன்றி சுவர்களைச் சுரண்டி, மண் ஏடுகளை உருவி கதவுகளுக்கடியில் தன் கூர்மையான மண்வெட்டியால் துளையாக்கிவிடுகிறது. தனக்குள்ளே துருவித் துளையிட்டு தன் எலும்புகளை அது இடிக்கிறதோ என ஒருவர் எண்ணும்படி ஓயாதிருக்கும் அக்காற்று. நீங்களே பார்ப்பீர்கள்.”

பேசிக்கொண்டிருந்த மனிதன் சற்று நேரம் வெளியே பார்த்தபடி அமைதியாக இருந்தான்.

கெமிஷீன் மரங்களின் கிளைகள் மீது மோதிய நதியின் சப்தம் அவர்களுக்குக் கேட்டது; வாதாம் மர இலைகளை மென்மையாக அசைக்கும் காற்றின் சத்தமும் கடையிலிருந்து வெளியே ஒளி விழுந்த சிறிய இடத்தில் விளையாடிக் கொண்டிருந்த சிறுவர்களின் கூச்சலும் கேட்டது.

எண்ணெய் விளக்கைச் சுற்றிப் பறந்து மோதிய ஈசல்கள் இறகு கருகி கீழே விழுந்தன. வெளியே இரவு நெருங்கிக்கொண்டிருந்தது.

“ஏய், கெமிலோ, எங்களுக்கு இன்னும் இரண்டு பியர்கள் கொடு!” என்றான் அந்த மனிதன். பிறகு அவன் தொடர்ந்தான்.

"இன்னொரு விஷயம் மதிப்பிற்குரியவரே, லூவினாவில் நீங்கள் ஒருபோதும் நீல வானத்தைக் காண இயலாது. ஒட்டுமொத்தத் தொடுவானமுமே நிறமற்றது; ஒருபோதும் மறையாத அடர்நிறக் கறையும் மேகமுமாய் இருக்கும். ஒட்டு மொத்த நிலமுமே ஒரு மரம் கூட இல்லாமல், கண்களை அமர்த்த ஒரு பச்சைத் தடம் கூட இல்லாமல் வறட்சியாக இருக்கும்; எல்லாமும் சுண்ணாம்பின் சாம்பல் மேகத்தால் சூழப்பட்டிருக்கும். நீங்களே பார்ப்பீர்கள்: அந்த மலைகள், மரணித்துவிட்டது போல இருளாகிவிட்ட அதன் ஒளி, இறந்து போன மனிதனின் கிரீடம் போல தன் உச்சியில் வெள்ளை வீடுகளைச் சூடிய லூவினா..."

கடைக்குள் அவர்கள் இருந்த இடம் வரை குழந்தைகளின் கூச்சல்கள் நெருங்கி வந்தன. அந்த மனிதன் எழுந்து கதவருகே சென்று, "இங்கிருந்து போங்கள்! தொந்தரவு செய்யாதீர்கள்! சண்டை ஏதும் போடாமல் விளையாடிக்கொண்டிருங்கள்!" என்றான்.

மேஜையருகே வந்தவன் அமர்ந்து விட்டு மீண்டும் ஆரம்பித்தான்.

"ம், ஆமாம், நான் சொன்னபடி அங்கே வெகு குறைவாகத்தான் மழை பெய்யும். வருட மத்தியில் சில முறை மொத்தமாகப் பொழிகிற புயல் மழை பூமியை அடித்துத் துவைத்து கற்கள் மட்டும் மிதக்கும் கடல் போல் ஆக்கிவிடும். மேகங்கள் எவ்வாறு தவழ்கின்றன என்பதை அப்போது பார்ப்பதற்கு நன்றாக இருக்கும். ஒரு மலையிலிருந்து இன்னொரு மலைக்குச் சத்தம் எழுப்பியபடி வீங்கிய சவ்வுப்பைகள் போல; பள்ளத்தாக்கின் விளிம்புகளை உடைத்துத் தகர்ப்பதைப் போல மோதிக்கொண்டும் இடித்துக் கொண்டும். ஆனால் பத்துப் பன்னிரண்டு நாள்களில் கிளம்பி விடுகிற அவை அடுத்த ஆண்டு வரை திரும்பி வருவதில்லை, சில சமயம் அவை சில ஆண்டுகளுக்கும் கூடத் திரும்பி வருவதில்லை...

"ஆம், மழை அபூர்வமானது. மிகக் கொஞ்சமாக அல்லது கிட்டத்தட்ட இல்லை எனும்படியாக. ஒரு பழைய தோலைப்போல வறண்டும் சுருங்கியும் இருப்பதோடு, முழுக்க வெடித்து, நடக்கும்போது கால்களைக் குத்தும் ஊசிக் கற்களைப் போல மண் இறுகிக் கூர்மையாகி தரையில் முட்கள் வளர்ந்தது போல

ஆகிவிடும் இங்கே. ஆமாம், *Pasojos de agua* என்று அவர்கள் அழைக்கிற அது அப்படித்தான் இருக்கும்."

வெறும் நுரைக் குமிழிகள் மட்டுமே மிச்சமாகும்படி பியரைக் குடித்து முடித்தவன், தொடர்ந்து பேசினான்:

"நீங்கள் எப்படி எண்ணிக்கொண்டு கண்டாலும் சரி, லூவினா மிகத் துயரமான ஓர் இடம்தான். நீங்கள் இப்போது அங்கேதான் செல்லவிருப்பதால் நான் சொல்வதை நீங்கள் அங்கு புரிந்து கொள்வீர்கள். துயரம் உறைகிற இடம் என்றே நான் அதனைக் கூறுவேன். எல்லோர் முகமும் உறைந்துவிட்டது போல அங்கே சிரிப்பென்றால் என்னவென்றே தெரியாது. நீங்கள் விரும்பினால் அங்கு எல்லாத் திருப்பங்களிலும் உங்களால் துயரத்தைக் காண இயலும். அங்கு வீசுகிற காற்று அதனை மேலெழுப்புகிறது, ஆனால் ஒருபோதும் வெளியேற்றுவதில்லை. அங்கேயே பிறந்தது போல அது அங்கேயே இருக்கிறது. உங்களால் அதனைச் சுவைக்கவும் தொடவும்கூட இயலும், ஏனென்றால் அது எப்போதும் உங்கள் மேலே உங்களை அழுத்திக்கொண்டு, உயிருடனிருக்கும் உங்கள் இதயத் தசை மேல் ஒரு பெரிய பத்துப் போலப் பீடித்துக்கொண்டிருக்கிறது.

"...பௌர்ணமி நாளின் போது, காற்று ஒரு பெரிய கருப்புப் போர்வையை இழுத்துக்கொண்டு லூவினாவின் தெருக்களில் அலைகிற உருவத்தைத் தாங்கள் பார்ப்பதாக மக்கள் கூறுகிறார்கள்; ஆனால் லூவினாவில் நிலவு தோன்றுகிற நாளில் நான் பார்க்க முடிந்ததெல்லாம் துயரத்தின் உருவத்தை மட்டுமே, எப்போதுமே, எப்போதும்.

"ஆனால் நீங்கள் உங்களது பியரை அருந்துங்கள். நீங்கள் இன்னும் அதனைத் தொடக்கூட இல்லை போல் தெரிகிறது. குடியுங்கள். ஒருவேளை இந்த அறை வெப்பநிலையில் அது மிதமாக இருப்பது உங்களுக்குப் பிடிக்கவில்லை போல. ஆனால் இங்கு வேறு வழியில்லை. இதன் சுவை மோசமாக இருப்பதை அறிவேன்: கழுதையின் மூத்திரத்தைப் போல இதன் சுவை இருப்பதை அறிவேன். இங்கே இருப்பவற்றிற்கு நீங்கள் பழகிக் கொள்ளுங்கள். அங்கே உங்களுக்கு இது கூடக் கிடைக்காதென்பதை நினைவில் கொள்ளுங்கள். லூவினாவிற்குச்

லூவினா | 129

சென்றபிறகு இதனை எண்ணி ஏங்குவீர்கள். அங்கு உங்களுக்கு மெஸ்கல் என்கிற சாராயத்தைத் தவிர எதுவும் கிடைக்காது, ஹொஜேஸ் என்னும் மூலிகையிலிருந்து மக்கள் உருவாக்குகிற அதனைக் குடித்தால், முதல் சில மடக்குகளுக்குப் பிறகு ஏதோ பித்துப் பிடித்தது போல நீங்கள் ஒரே விஷயத்திலேயே சுற்றிச் சுற்றி வருவீர்கள். நீங்கள் உங்கள் பியரைக் குடிப்பதுதான் நல்லது. நான் தெரிந்துதான் பேசுகிறேன்."

வெளியே நதி போராடிக்கொண்டிருப்பதை நீங்கள் இப்போதும் கேட்க முடிகிறது. காற்றின் சலசலப்பு. குழந்தைகள் விளையாடுவது. இன்னமும் முன்னிரவில்தான் இருப்பது போல் தோன்றியது.

மீண்டும் எழுந்து சென்று வெளியே பார்த்துவிட்டுத் திரும்பி வந்தான்.

இப்போது அவன் கூறினான்:

எந்த ஒற்றுமையும் இல்லாத இந்த இடத்தில் இருந்து நினைவில் மட்டுமே ஒரு விஷயத்தை மீட்டுப் பார்ப்பது எளிதானதுதான். ஆனால் லூவினாவைப் பற்றி நான் அறிந்த விஷயங்களைத் தொடர்ந்து உங்களிடம் சொல்வதில் எனக்கு எந்தப் பிரச்சினையும் இல்லை. நான் அங்கு வாழ்ந்தேன். என் வாழ்க்கையை அங்கேயே விட்டுவிட்டு வந்தேன்... குறைவற்ற கற்பனைகளுடன் நான் அங்கு சென்றேன், பின் வயதாகி ஓய்ந்து போய்த் திரும்பினேன், இப்போது நீங்கள் அங்கே போகிறீர்கள்... நல்லது. ஆரம்ப நாள்களெல்லாம் என் நினைவிற்கு வருவது போல் இருக்கிறது. உங்களுடைய நிலைமையில் என்னை இருத்திக்கொண்டு நான் யோசிக்கிறேன்... கவனியுங்கள், முதன்முதலில் நான் லூவினாவிற்குச் சென்றபோது... ஆனால் அதற்கு முன் எனக்கு உங்கள் பியரைத் தருவீர்களா? நீங்கள் அதற்கு எந்தக் கவனமும் அளிக்காதது போல் உள்ளது. அது எனக்கு நன்மை செய்யும். அது என்னைக் குணப்படுத்துவதாக உள்ளது. என் தலையில் நன்றாகக் கற்பூர எண்ணெய்யைத் தேய்த்துவிட்டது போல் இருக்கிறது எனக்கு... நல்லது, ஏற்கெனவே நான் சொன்னது போல, முதன்முதலில் நான் லூவினாவிற்கு வந்தபோது எங்களை அங்கே அழைத்துச் சென்ற கழுதையோட்டி அங்கே தன்

விலங்குகள் ஓய்வெடுப்பதைக் கூட விரும்பவில்லை. நாங்கள் தரையில் இறங்கியவுடனே அவன் வண்டியைத் திருப்பிவிட்டான்:

"'நான் திரும்பிச் செல்கிறேன்,' என்றான் அவன்.

"'பொறு, உன் விலங்குகளை ஓய்வெடுக்க விடமாட்டாயா? அவை களைத்துவிட்டன.'

"'இங்கே இருந்தால் அவை இன்னும் மோசமாகிவிடும்,' என்றான் அவன். 'நான் திரும்பிச் செல்வதே நல்லது.'

"எங்களை அந்தத் தரிசுக்கல் மலையில் இறக்கிவிட்டு விட்டு, தன் குதிரைகளை ஓட்டியபடி சாத்தானின் நிலத்திலிருந்து தப்புவதைப் போலக் கிளம்பிவிட்டான்.

"நானும் என் மனைவியும் மூன்று குழந்தைகளும் அங்கேயே கைகளில் உடைமைகளைப் பற்றியபடி திடலுக்கு நடுவே நின்றிருந்தோம். வெறும் காற்றின் ஓசை மட்டுமே எழுகின்ற இடத்திற்கு நடுவே...

"வெறும் திடல் மட்டுமே, வேறெதுவும் இல்லை. காற்றினைத் தடுக்க ஒரே ஒரு செடி கூட இல்லை. நாங்கள் அங்கு தங்கினோம்.

"பிறகு நான் என் மனைவியிடம் வினவினேன்:

"'நாம் எங்கே இருக்கிறோம் அக்ரிபினா?'

அவள் தன் தோள்களைக் குலுக்கினாள்.

"'சரி, தவறாக எண்ணாமல் நீ சென்று நாம் சாப்பிடுவதற்கும் இரவில் தங்குவதற்கும் ஏதேனும் ஓர் இடத்தைக் கண்டறிகிறாயா? உனக்காக நாங்கள் இங்கு காத்திருப்போம்,' என்றேன் நான் அவளிடம்.

"எங்களது இளைய குழந்தையை அழைத்துக்கொண்டு அவள் அங்கிருந்து கிளம்பினாள். ஆனால் அவள் திரும்பி வரவில்லை.

"அந்தியில் மலையுச்சிகளில் மட்டுமே சூரிய ஒளி தேங்கியபோது நாங்கள் அவளைத் தேடிக் கிளம்பினோம். அவளைத் தேவாலயத்தினுள் கண்டறியும் வரை நாங்கள் லூவினாவின் குறுகிய தெருக்களில் நடந்தோம்: தன் கால்களுக்கிடையே

குழந்தை உறங்கிக்கொண்டிருக்க, அந்தத் தனித்த தேவாலயத்தின் மத்தியில் அமர்ந்திருந்தாள்.

"இங்கே என்ன செய்கிறாய், அக்ரிபினா?"

"'நான் பிரார்த்திப்பதற்காக உள்ளே வந்தேன்,' என எங்களிடம் கூறினாள்.

"எதை வேண்டி?' என வினவினேன்.

அவள் தோள்களைக் குலுக்கினாள்.

"வேண்டுவதற்கு அங்கு எதுவும் இல்லை. கதவுகள் ஏதுமின்றி சில திறந்த மாடங்களுடனும் காற்றினை வடிகட்டி அனுப்பிய உடைந்த கூரையுடனுமிருந்த ஒரு காலியான கட்டடம் அது.

"சத்திரம் எங்கே இருக்கிறது?"

"இங்கு சத்திரம் எதுவுமே இல்லை.'

"விடுதி?'

"இங்கு எந்த விடுதியும் இல்லை.'

"யாரையாவது நீ பார்த்தாயா? இங்கே யாரேனும் வசிக்கிறார்களா?" என அவளிடம் வினவினேன்.

"ஆமாம், நேரெதிரில்... சில பெண்கள்... இப்போதும் என்னால் அவர்களைப் பார்க்க முடிகிறது. பார், அந்தக் கதவிலுள்ள பிளவுகளின் வழியாக அந்தக் கண்கள் என்னைப் பார்ப்பதை, மின்னுவதை நான் காண முடிகிறது... அவை நம்மை வெறித்துக் கொண்டே இருக்கின்றன... அவற்றைப் பார். அவர்களது கண்களில் மின்னும் கருவிழிகளை என்னால் பார்க்க முடிகிறது... ஆனால் நமக்கு உண்ணத்தர அவர்களிடம் எதுவும் இல்லை. தலைகளை வெளியே கூட நீட்டாமல், நகரில் உணவே இல்லை என்று அவர்கள் தெரிவித்தார்கள். பிறகு நான் இங்கு பிரார்த்திக்க வந்தேன், கடவுளிடம் நமக்காக வேண்டுவதற்காக."

"நீ ஏன் திரும்பி வரவில்லை? நாங்கள் உனக்காகக் காத்திருந்தோம்.'

"'நான் இங்கு பிரார்த்திப்பதற்காக வந்தேன். இன்னும் முடிக்கவில்லை.'

"'இது என்ன நாடு அக்ரிபினா?'

அவள் மீண்டும் தோள்களைக் குலுக்கினாள்.

"அந்த இரவு நாங்கள் தேவாலயத்தின் ஒரு மூலையில், தகர்க்கப்பட்ட பலிபீடத்திற்குப் பின்பாக உறங்க ஒதுங்கினோம். அங்கேயும்கூட உங்களால் காற்றை - சற்று வலிமை குறைந்ததுதான் - உணர முடியும். நீண்ட உறுமல்களுடன் அது எங்களுக்கு மேலே பறந்து செல்வது தொடர்ந்து கேட்டுக் கொண்டிருந்தது; கதவுகளில் இருந்த துளைகளினூடாக அவை உள்ளே வந்து வெளியே செல்வதைத் தொடர்ந்து கேட்டுக்கொண்டிருந்தோம். சிலுவைப் பீடங்களில் இருந்த சிலுவைகள் மீது காற்று தன் கரங்களால் மோதிக்கொண்டிருந்தது: கருவேல மரத்தினாலான பெரிய உறுதியான சிலுவைகள் தேவாலயத்தின் உயரத்திற்குச் சுவர்களில் தொங்க, அவற்றைக் கட்டியிருந்த கம்பிகள் காற்றில் அசையும் போதெல்லாம் பற்களை நெரிப்பதைப் போல அவை உராய்ந்தன.

"உறங்குவதற்கு அஞ்சி குழந்தைகள் அழுதுகொண்டே இருந்தன. என் மனைவி அவர்கள் அனைவரையும் தன் கரங்களால் அணைத்துக்கொள்ள முயன்றாள். குழந்தைகளாலான தன் பூங்கொத்தை அணைத்துக்கொண்டாள். என்ன செய்வதென்று தெரியாமல் நான் அங்கிருந்தேன்.

"சூரிய உதயத்திற்கு முன்பு காற்று சற்று அமைதியடைந்திருந்தது. பிறகு அது திரும்பி வந்தது. ஆனால் விடியலில் ஒரு தருணத்தில், எல்லாமும் அசைவின்றிப் போனது, பூமியும் வானமும் ஒன்றாக இணைந்து தம் எடையால் எல்லாச் சப்தத்தையும் நசுக்கியது போல... தற்போது நன்கு ஆசுவாசமாகி குழந்தைகள் மூச்சு விடுவதைக் கேட்க முடிந்தது. என்னருகே என் மனைவி ஆழ்ந்து மூச்சு விட்டுக்கொண்டிருப்பதைக் கேட்க முடிந்தது:

"'என்ன அது?' என்றாள் அவள்.

"'எது என்ன?' என வினவினேன் நான்.

"'அது. அந்தச் சப்தம்.'

"'அது நிசப்தம். உறங்கு. மிகக் குறைந்த நேரமே ஆனாலும் சற்று ஓய்வெடு. விரைவிலேயே விடிந்துவிடும்.'

"ஆனால் சீக்கிரமே எனக்கும் அது கேட்டது. வௌவால்கள் இருளில் பறப்பது போல, எங்களுக்கு வெகு அருகில் வௌவால்கள் தங்களது நீண்ட இறக்கைகளால் தரையில் உராய்வது போல. நான் எழுந்து கொண்டதும், வௌவால்களின் கூட்டம் முழுவதும் அச்சமடைந்து கதவுகளிலுள்ள துளைகளின் வழியே வெளியேறிப் பறப்பது போலக் காற்று மோதும் சப்தம் வலுவடைந்தது. முணுமுணுக்கும் சப்தத்தை முன்னால் உணர்ந்தபடி நான் நுனிக்காலால் அங்கு சென்றேன். கதவருகே நின்று நான் அவர்களைப் பார்த்தேன். லூவினாவின் அனைத்துப் பெண்களும் தங்கள் தோள்களில் தண்ணீர்ப் பாத்திரங்களைச் சுமந்துகொண்டு தலையிலிருந்து மூடிய அங்கிகளுடன் இரவின் ஆழ்ந்த கருமையில் செல்லும் நிழலுருவம் வெளிப்படுவதைக் கண்டேன்.

"'உங்களுக்கு என்ன வேண்டும்?' என நான் அவர்களை வினவினேன். 'இந்த இரவு நேரத்தில் நீங்கள் எதைத் தேடுகிறீர்கள்?'

"அவர்களில் ஒரு பெண் பதில் சொன்னாள்:

"'நாங்கள் நீர் சேகரிக்கச் செல்கிறோம்.'

"அவர்கள் என் முன்னே நின்று என்னைப் பார்ப்பதைப் பார்த்தேன். பிறகு ஏதோ நிழல்களைப் போலத் தெருவின் வழியாகத் தங்களது கருப்பு நிறத் தண்ணீர்க் குடங்களுடன் நடக்கத் தொடங்கினார்கள்.

"இல்லை, லூவினாவில் செலவழித்த அந்த இரவை நான் ஒருபோதும் மறக்கமாட்டேன்.

"... இன்னொரு மதுவை அருந்தத் தகுதியானதுதானே இத்தருணம்? அதன் மூலம் என்னால் அந்த மோசமான நினைவுகளில் சுவையை மட்டும் மறக்க முடிந்துவிட்டால்.

"நான் எத்தனை ஆண்டுகள் லூவினாவில் இருந்தேன் என்று நீங்கள் கேட்டீர்கள் என நினைக்கிறேன், சரிதானே... உண்மை என்னவெனில், எனக்குத் தெரியாது. காய்ச்சல் என்னை முழுதாகத் துவைத்தெடுத்த பிறகு, காலம் பற்றிய பிரக்ஞையையே இழந்து விட்டேன்; ஆனால் அது ஒரு முடிவுறாத காலமாக இருந்திருக்க வேண்டும்... ஏனென்றால் காலம் அங்கு வெகு நீளமானது. யாரும் மணிகளைக் கணக்கு வைத்துக்கொள்வதில்லை, ஆண்டுகள் எப்படிச் சேர்ந்துகொண்டே போகின்றன என்பதிலும் யாருக்கும் ஆர்வமில்லை. நாள்கள் துவங்கி முடிகின்றன. பிறகு இரவு வருகிறது. நீங்கள் இறக்கும்வரை வெறும் இரவுகளும் பகல்களும் மட்டுமே, அது அவர்களுக்கு ஒருவித நம்பிக்கை அளிப்பது.

"நான் ஒரே விஷயத்தில் ஆழ்ந்திருக்கிறேன் என நீங்கள் நினைக்கக்கூடும். ஆமாம், அது உண்மைதான் திருவாளரே... வாசற்படியில் அமர்ந்து சூரியன் உதிப்பதையும் மறைவதையும் தலையை உயர்த்தியும் தாழ்த்தியும் வசந்தங்கள் ஓய்ந்து, காலம் எதுவுமின்றி எல்லாமே முடிவிற்கு வந்து ஒருவர் முடிவேயின்றி வாழ்ந்துகொண்டிருப்பது போல் தோன்றுவது. அங்கே முதியவர்கள் அதைத்தான் செய்கிறார்கள்.

"ஏனென்றால் வயதானவர்கள் மட்டுமே லூவினாவில் வசிக்கிறார்கள். அத்துடன் மக்கள் கூறுவது போல, இன்னும் பிறக்காத குழந்தைகளும் கூட... அதோடு பலவீனமான வெறும் எலும்பும் தோலுமான பெண்கள், அவர்கள் மிக மெலிந்திருக்கிறார்கள். அங்கே பிறந்த குழந்தைகள் அனைவரும் வெளியேறிவிட்டார்கள். அதிகாலையின் வெளிச்சத்தைக் கண்டவுடனேயே அவர்கள் பெரியவர்களாகிவிடுகிறார்கள். தாயின் மார்புகளிலிருந்து குதிக்கிற அவர்கள் லூவினாவிலிருந்து காணாமலாகிவிடுவதாக எல்லோரும் கூறுகிறார்கள். அங்கே விஷயங்கள் அப்படித்தான் இருக்கின்றன.

"வயதான ஆண்களும் கைவிடப்பட்ட பெண்களும் மட்டுமே அங்கே தங்குகிறார்கள், அல்லது எங்கே சென்றார்கள் எனக் கடவுளுக்கும் தெரியாத கணவனைக் கொண்ட பெண்கள், நான் முன்பு ஒரு மழையைப் பற்றிக் கூறினேனே, அவர்கள் அதனைப் போல அவ்வப்போது திரும்புவார்கள். அவர்கள் வரும்போது ஒட்டுமொத்த நகரமுமே பரபரப்பதையும் கிளம்பும்போது

அதிருப்தியடைவதையும் போன்ற ஓசையை நீங்கள் கேட்க முடியும். முதியவர்களுக்கு ஒரு சாக்கு நிறைய மளிகைப் பொருட்களையும் தத்தம் மனைவியர் வயிற்றில் ஒரு கருவையும் தந்துவிட்டுக் கிளம்புகிற அவர்களைப் பற்றி அடுத்த ஆண்டுவரை ஒருவரும் அறியமாட்டார்கள், சில சமயம் ஒரு போதுமே... அதுதான் அங்கு வழக்கம். அங்கே அதுதான் சட்டம் என்று அழைக்கப்படுகிறது, ஆனால் இரண்டும் ஒன்றுதான். அவர்களது குழந்தைகள் தங்களது பெற்றோர்களுக்காக, அவர்கள் அவர்களது பெற்றோருக்காக உழைப்பதில் காலத்தைக் கழிக்க, அதற்கு முன் எத்தனை தலைமுறைகள் இதே சட்டத்தின்படி வாழ்ந்தார்கள் என்பதை யார் அறிவார்கள்...

"இதற்கிடையே முதியவர்கள் அவர்களுக்காகவும் தங்களது மரணத்தின் தினத்திற்காகவும் இருபுறமும் கைகளை ஊன்றி வாசற்படியில் காத்திருக்க, ஒரு குழந்தையின் நன்றிக்கடனால் மட்டுமே அவர்களை நெகிழ்த்த முடிந்தது... தனியாக, லூவினாவின் அந்தத் தனிமையில்.

"ஒரு நாள் நல்ல நிலமுள்ள வேறு ஏதேனும் இடத்திற்குச் செல்லுமாறு நான் அவர்களது மனதை மாற்ற முயன்றேன். 'நாம் இந்த இடத்தை விட்டுப் போகலாம்,' என்றேன் நான். வேறு எங்கேனும் குடியேற ஒரு வழியைக் கண்டறியலாம். அரசாங்கம் நமக்கு உதவும்.'

"கண்களைச் சிமிட்டாமல் அவர்கள் என்னைப் பார்த்தார்கள், அடியாழத்திலிருந்து சிறு வெளிச்சம் மட்டுமே எழுகின்ற தங்களது கண்களின் ஆழத்திலிருந்து.

"'அரசாங்கம் நமக்கு உதவும் என்றா சொல்கிறீர்கள், பேராசிரியரே? அரசாங்கத்துடன் உங்களுக்குத் தொடர்பு இருக்கிறதா?'

"எனக்குத் தொடர்பு இருக்கிறதென நான் கூறினேன்.

"'எங்களுக்கும் அதனைத் தெரியும். ஆமாம், நாங்களும் அதனை அறிந்திருக்கிறோம். அரசின் அன்னையைக் குறித்துத்தான் எங்களுக்கு எதுவுமே தெரியாது.'

"தேசியம்தான் தேசத்தின் தாய் என நான் அவர்களிடம் கூறினேன். அவர்கள் இல்லையெனத் தலையசைத்தார்கள். பிறகு சிரித்தார்கள். லூவினாவின் மக்கள் சிரிப்பதை நான் அந்த ஒரு முறைதான் பார்த்தேன். தங்களது சிதைந்த பற்களைக் காட்டிய அவர்கள் இல்லை, அரசாங்கத்திற்கு அம்மா கிடையாது என்றார்கள் என்னிடம்.

"உங்களுக்குத் தெரியுமா? அவர்கள் சொன்னது சரிதான். தங்களது இளைஞர்களில் ஒருவர் இங்கே தவறேதும் செய்யும்போது மட்டும்தான் அரசாங்க அலுவலர் அவர்களை நினைவு கூர்கிறான். பிறகு அவர்கள் அவனைத் தேடி லூவினாவிற்குச் சென்று அவனைக் கொன்றுவிடுகிறார்கள். அதைத் தவிர்த்து அவர்கள் அங்கிருப்பதைக் கூட இவர்கள் அறியமாட்டார்கள்.

"'காரணமில்லாமல் பசியுடன் இருப்பது போதும் என நீங்கள் கருதுவதனால் நாங்கள் லூவினாவிலிருந்து கிளம்ப வேண்டுமெனக் கூறுகிறீர்களா,' என என்னிடம் கேட்டார்கள். 'ஆனால் நாங்கள் கிளம்பிவிட்டால், இங்கே இறந்தவர்களை யார் தூக்கிச் செல்வது? அவர்கள் இங்குதான் வசிக்கிறார்கள், நாங்கள் அவர்களை விட்டு வர முடியாது.'

"அவர்கள் இப்போதும் அங்கே இருக்கிறார்கள். அங்கே சென்றதும் நீங்கள் அவர்களைப் பார்ப்பீர்கள். காய்ந்த கருவேலஞ் சதைகளை மென்று தங்கள் எச்சியை விழுங்கிப் பசியைப் போக்குவார்கள். நிழல்களைப் போல வீட்டின் சுவர்களைப் பற்றியபடி கிட்டத்தட்ட காற்றால் அடித்துச் செல்லப்படுவதைப் போல அவர்கள் நகர்வதை நீங்கள் பார்ப்பீர்கள்.

"'உங்களுக்கு அந்தக் காற்று கேட்கவில்லையா?' என்ற நான் அவர்களிடம் இறுதியாகக் கூறினேன், 'அதோடு உங்கள் கதை முடிந்துவிடும்.'

"'நீங்கள் எதை அனுபவிக்க வேண்டுமோ, அதை அனுபவித்துத்தான் தீர வேண்டும். இது கடவுளின் ஆணை,' என எனக்குப் பதிலளித்தார்கள். 'காற்றடிக்காத போது எல்லாம் மோசமாகிவிடுகிறது. அச்சமயத்தில் லூவினாவை நெருங்கி ஆக்கிரமிக்கிற சூரியன் எங்களது ரத்தத்தையும் மறைவிடங்களில் நாங்கள் வைத்துள்ள சிறிதளவு நீரையும் உறிஞ்சிவிடுகிறது.

இந்தக் காற்று சூரியன் அங்கேயே இருக்கும்படி செய்கிறது. அதுதான் நல்லது.'

"அதன்பிறகு நான் எதுவுமே பேசவில்லை. லூவினாவை விட்டுக் கிளம்பிய நான் மீண்டும் அங்கே செல்லவேயில்லை, இனி செல்வேனென்றும் தோன்றவில்லை.

"...ஆனால் இந்த உலகம் தலைகீழாகிவிடுகிறது பாருங்கள். இன்னும் சில மணி நேரங்களில் நீங்கள் அங்கே செல்கிறீர்கள். 'நீங்கள் ஸான் யுவான் லூவினாவிற்குச் செல்கிறீர்கள்,' என என்னிடம் கூறப்பட்டுக் கிட்டத்தட்ட பதினைந்து ஆண்டுகள் இருக்கும்.

"அந்த நாள்களில் நான் மிக வலிமையாக இருந்தேன். எனக்குள் ஏராளம் திட்டங்கள் நிரம்பியிருந்தன... திட்டங்கள் நம்மைச் செலுத்துகின்றன என்பதை நீங்கள் அறிவீர்கள். தான் எதையேனும் செய்ய வேண்டும் எனத் தன் தோள்களில் சுமையுடன் எல்லோரும் செல்கிறார்கள். ஆனால் லூவினாவில் அது வேலைக்காகவில்லை. நானும் அவ்வாறு முயற்சி செய்துவிட்டு ஒன்றுமின்றித் திரும்பி வந்தேன்...

"ஸான் யுவான் லூவினா. அந்தப் பெயர் எனக்குச் சொர்க்கம் போல் ஒலித்தது. ஆனால் அது நரகம். நோய்வாய்ப்பட்ட அந்த இடத்தில் நாய்கள் கூட மரணித்துவிட்டதால் இருளைப் பார்த்துக் குரைக்கக்கூட யாரும் இல்லை; அங்கே ஒலிக்கிற காற்றின் ஓசைக்கு ஒருவர் பழகிவிட்டால், தனிமையான இடங்களுக்கே உரிய தனிமையின் ஓசையை அவர் கேட்கிறார். அது உங்கள் எல்லோரையும் உறிஞ்சிவிடும். என்னைப் பாருங்கள். அது என்னை இல்லாமல் ஆக்கிவிட்டது. நீங்கள் அங்கே செல்கிறீர்கள், நான் என்ன சொல்கிறேன் என்பதை வெகு சீக்கிரம் புரிந்து கொள்வீர்கள்...

"நமக்கு கொஞ்சம் மெஸ்கலிடோக்களைச் சேர்க்கச் சொல்லி நான் அந்த மனிதரிடம் கூறட்டுமா? பியர் அருந்தினால் அடிக்கடி எழுந்துகொள்ள வேண்டியிருக்கிறது, அது பேச்சினைத் தடை செய்கிறது. இங்கே பார் கேமிலோ, உடனே எங்களுக்குக் கொஞ்சம் மெஸ்கல்ஸ் அனுப்பு!

"ம், ஆமாம், நான் சொல்லிக்கொண்டிருந்ததைப் போல…"

ஆனால் அவன் எதையும் சொல்லவில்லை. மேஜையில் தற்போது இறக்கைகளின்றிக் குட்டிப்புழுக்களைப் போல வட்டமிட்டிருந்த ஈசல்களுக்கு நடுவே ஒரு குறிப்பிட்ட இடத்தை வெறித்துக் கொண்டே இருந்தான்.

வெளியே இரவு நெருங்குவதைக் கேட்க முடிந்தது. நதிநீர் கெமிஷீன் மரத்தில் மோதுவதை. ஏற்கெனவே தொலைவாகிவிட்ட குழந்தைகளின் சத்தம். வாசலினூடாகத் தெரிந்த சிறிய வானில் நட்சத்திரங்களைக் காணமுடிந்தது.

ஈசல்களைப் பார்த்துக்கொண்டிருந்த மனிதன் அப்படியே மேசை மீது கவிழ்ந்து உறங்கிப்போனான்.

அவர்கள் அவனைத் தனியாக விட்டுச் சென்ற இரவு

"நீங்கள் ஏன் இவ்வளவு மெதுவாகச் செல்கிறீர்கள்?" என முன்னால் சென்றவர்களை வினவினான் ஃபெனிசானோ ரூயலஸ்.

"இப்படியே போனால் நாம் உறங்கிவிடுவோம். அங்கே சீக்கிரம் செல்ல நீங்கள் விரும்பவில்லையா?"

"நாம் நாளை விடியலில் அங்கே இருப்போம்," என அவர்கள் பதிலளித்தனர்.

அவர்கள் சொல்லி அவன் கடைசியாகக் கேட்டது அதுதான். அவர்களது இறுதி வார்த்தைகள். ஆனால் மறுநாள் இன்னொரு சமயம் அவன் அதனை நினைவுகூர்வான்.

தரையை வெறித்தபடி, இரவின் சிறுதுளி வெளிச்சத்தை ஆதாரமாக்க முயன்றவாறு, அந்த மூவரும் அங்கே நடந்து கொண்டிருந்தனர்.

"இருட்டாய் இருப்பது நல்லதாகப் போயிற்று. அவர்களால் நம்மைக் காண இயலாது." அதற்குச் சற்று முன்போ, முந்தைய இரவிலோ இதையும் அவர்கள்தான் சொன்னார்கள். அவனால் நினைவுகூர இயலவில்லை. உறக்கம் அவனது சிந்தனையைக் குழப்பியது.

இப்போது, மேலே ஏறும்போது, அது மீண்டும் வருவதை அவன் கண்டான். அவனுள்ளிருக்கும் அதிகச் சோர்வுற்ற பகுதியைத்

தேடுவது போல அது அவனை எதிர்கொண்டு சூழ்ந்ததை அவனால் உணரமுடிந்தது. துப்பாக்கிகள் தொங்கிய அவனது முதுகின் மேலே ஏறி அது அமர்ந்துகொண்டது.

நிலம் சமதளமாய் இருந்தபோது அவன் வேகமாக நடந்தான். ஏற்றம் துவங்கிய போது அவனது வேகம் குறைந்தது; அவனது தலை மெதுவாக அசையத் தொடங்கியது. அவன் வேகத்தைக் குறைக்கக் குறைக்க அவனது காலடிகளும் சிறிதாகின. உறக்கச் சடவான தலையை அவன் ஆட்டியபடியே இருக்க அவனுடன் வந்தவர்கள் அவனைக் கடந்து வெகு தொலைவு சென்றிருந்தனர்.

அவன் பின்தங்கிக்கொண்டிருந்தான். அவனால் காண முடிந்த தொலைவுவரை சாலை நீண்டிருந்தது. அவனது வளைந்த முதுகின்மேல் தூக்கம் தவழ்ந்துகொண்டிருந்தது.

காலடி ஓசைகள் அவனிடமிருந்து விலகி மறைவதைக் கவனித்தபடி இருந்தான்: எப்போதிருந்து என யாரும் அறியாதபடி, எத்தனை இரவுகளாக என யாரும் கணிக்கவியலாதபடி அவன் கேட்டுக்கொண்டிருந்த வெற்று அடிகள்: "முதல் இரவில் மேக்டலினாவிலிருந்து இங்கு வரை; அங்கிருந்து இங்கு வரை இரண்டாம் இரவில்; மற்றும் இது மூன்றாவது இரவு. இன்னும் அதிக இரவுகள் ஆகாது எனவும் பகலில் உறங்கியிருக்கலாம் எனவும் நினைத்துக்கொண்டான் அவன். ஆனால் அவர்கள் அதனை விரும்பவில்லை: 'நாம் உறங்கும்போது அவர்கள் நம்மைப் பிடித்துவிடுவார்கள். பிறகு எல்லாமே மோசமாகிவிடும்,'" என்றனர்.

"யாருக்கு மோசமாகும்?"

இப்போது உறக்கம் அவனைப் பேசச் செய்தது. "நான் அவர்களைக் காத்திருக்கச் சொன்னேன்: இன்றைய நாளை நாம் ஓய்வுக்கு ஒதுக்கலாம். நாளை நாம் ஒரே மூச்சில் நடக்கலாம், ஒருவேளை ஓடத் தேவைப்பட்டால் அதற்கான முனைப்புடனும் வலிமையுடனும்கூட. தேவைக்கு ஏற்றாற்போல."

மூடிய கண்களுடன் அவன் நின்றான். "இது மிக அதிகமாகிவிட்டது," என்றான். "இப்படி அவசரப்படுவதால் என்ன கிடைக்கும்? ஒரு நாள். ஏற்கெனவே பல நாள்களை வீணாக்கிய பிறகு அதற்கு

எந்த மதிப்பும் இல்லை. "சட்டென அவன் கத்தினான், "எங்கே இருக்கிறீர்கள்?"

பின் கிட்டத்தட்ட ஒரு ரகசியம் போல, "போய்க்கிட்டே இருங்க, அப்போ. போய்கிட்டே இருங்க," என்றான்.

அவன் ஒரு மரத்தில் சாய்ந்தான். தரை குளிர்ந்திருந்தது. அவனது வியர்வையும் குளிர்ந்த நீராகியது. அவனிடம் அவர்கள் கூறிய மலைத்தொடர் இதுவாகத்தான் இருக்கும். கீழே சமவெளியில் காலநிலை இதமாக இருந்தது, ஆனால் இங்கே குளிர் உங்கள் மேலங்கியை ஊடுருவுகிறது: "எனது சட்டையை மேலேற்றித் தங்களது ஜில்லிட்ட கைகளை அவர்கள் எனது சருமத்தில் வைத்து நகர்த்துவது போல."

அவனது கால்கள் பாசியினுள் புதைந்தன. இரவை அளக்க விரும்புவது போலக் கைகளை விரித்த அவன் மரவரிசையினை வந்தடைந்தான். டர்பண்டைன் அடர்ந்த காற்றைச் சுவாசித்தான். தன் உடல் எப்படி விறைக்கிறது என்பதை உணர்ந்தபடியே கற்றாழை மேல் படுத்து உறங்கிப்போனான்.

அதிகாலையின் குளிர் அவனை எழுப்பியது. பனியின் ஈரப்பதமும்.

கண்களைத் திறந்தான். இருண்ட கிளைகளுக்கு மேலே தெளிவான வானில் ஒளிவீசும் நட்சத்திரங்களைக் கண்டான்.

"இரவாகிக்கொண்டிருக்கிறது," என நினைத்து மறுபடியும் உறங்கிப் போனான்.

வறண்ட சாலையில் கூச்சல்களையும் கூர்மையான குளம்பொலிகளையும் கேட்டபோது அவன் விழித்துக் கொண்டான். தொடுவானில் ஒரு மஞ்சள் விளிம்பு தெரிந்தது.

அவனருகே கடந்து சென்ற கழுதையோட்டிகள் அவனை வெறித்தனர். அவனுக்கு முகமன் கூறினார்: "காலை வணக்கம்," என்றனர். ஆனால் அவன் பதிலளிக்கவில்லை.

அவன் என்ன செய்ய வேண்டுமென்பது நினைவிற்கு வந்தது. ஏற்கெனவே நாள் வெளுத்திருந்தது. காவலர்களிடமிருந்து தப்பிக்க அவன் இரவிலேயே மலைத்தொடரைக் கடந்திருக்க வேண்டும்.

அதுதான் மிகப் பாதுகாப்பான பயணமாக இருந்திருக்கும். அப்படித்தான் அவர்கள் சொல்லியிருந்தார்கள்.

துப்பாக்கிப் பையினை வாரி முதுகில் மாட்டிக்கொண்டான். சாலையின் புறம் சென்றவன் மேட்டில் ஏறிச் சூரியன் உதிக்கும் திசையை நோக்கி நகர்ந்தான். குன்றுகளாலான மலையை மேலும் கீழும் ஏறி இறங்கிக் கடந்தான்.

"அவனை மேலே பார்த்தோம். இந்த வழியாகவும் அந்த வழியாகவும் சென்ற அவன் நிறைய ஆயுதங்கள் வைத்திருந்தான்," எனக் கழுதையோட்டிகள் கூறுவது அவனுக்குக் கேட்டது.

துப்பாக்கிகளைக் கீழே எறிந்தான். குண்டுகள் வைத்திருந்த இடுப்புக் கச்சையைத் துறந்தான். சற்று இலகுவாக உணர்ந்தவன், கழுதையோட்டிகளைத் தாண்டிச் சென்றுவிட வேண்டும் என்பது போல ஓடத்தொடங்கினான்.

"மேலே ஏறி மலையைச் சுற்றிக் கீழே இறங்க வேண்டும்." அதைத்தான் அவன் செய்துகொண்டிருந்தான். கடவுள் சித்தம். அவர்கள் சொன்ன நேரத்தில் இல்லாவிடினும், அவர்கள் சொன்னதைத்தான் அவன் செய்துகொண்டிருந்தான்.

பள்ளத்தாக்கின் விளிம்பை அடைந்தான். தொலைவில் பரந்த சாம்பல் சமவெளி கண்ணில்பட்டது.

"அவர்கள் அங்கேதான் இருக்க வேண்டும். எவ்வித அச்சங்களுமின்றி சூரியனுக்குக் கீழே ஓய்வெடுத்தபடி" என நினைத்துக் கொண்டான்.

உருண்டு உருண்டு மீண்டும் உருண்டு பள்ளத்தாக்கினுள் கீழே சென்றான்.

"கடவுள் சித்தம்," என்றான். மேலும் கீழே உருண்டான்.

குதிரையோட்டிகள், "காலை வணக்கம்," எனக் கூறியது இன்னமும் தன் காதில் ஒலிப்பது போலிருந்தது அவனுக்கு. தன் கண்கள் தன்னை ஏமாற்றுவதாகக் கருதினான். முதல் காவலரிடம் சென்று, "நாங்கள் அவனை இன்னின்ன இடத்தில் கண்டோம். இங்கிருந்து அது வெகு தொலைவிலொன்றும் அல்ல" எனக் கூறுவார்கள்.

திடீரென அவன் உறைந்து நின்றான்.

“க்றிஸ்துவே,” என்றான். “நீடு வாழ்க க்றிஸ்டோ ரே!” எனக் கத்த எத்தனித்தவன் தன்னை நிறுத்திக்கொண்டான். உறையிலிருந்து துப்பாக்கியை எடுத்தவன் தனது சருமத்தில் அதனை நெருக்கமாக உணரும்படி சட்டைக்குள் செருகிக்கொண்டான். அது அவனுக்குத் தைரியத்தை அளித்தது. பெரிதாக நெருப்பு மூட்டித் தங்களைக் கதகதப்பாக்கி, சலசலத்துக்கொண்டிருந்த வீரர்களைப் பார்த்தவாறே, அவன் அகுவா ஜர்காவிலிருக்கும் பண்ணைகளை நோக்கி மெல்லிய அடிகள் வைத்து நகர்ந்தான்.

தொழுவத்தின் வேலியை நெருங்கி வந்ததும் அவனால் அவர்களைத் தெளிவாகக் காணமுடிந்தது; அவர்களது முகங்கள் அடையாளம் தெரிந்தன: அது அவர்கள்தான் - அவனது மாமா டானிஸுூம் அவனது மாமா லிப்டரோவும். வீரர்கள் நெருப்புக் கூளத்தினைச் சுற்றி வளைத்திருக்க, தொழுவத்தின் மத்தியில் இருந்த ஒரு மெஸ்கித் மரத்தில் தொங்கிய அவர்கள் முன்னும் பின்னும் ஊசலாடிக்கொண்டிருந்தனர். பளபளப்பான அவர்களது கண்களில் அப்பி முகங்களைக் கருமையடையச் செய்யும்விதம் நெருப்புக்குள்ளிருந்து எழுந்த புகையை அவர்கள் அப்போது உணர்ந்தது போலவே தெரியவில்லை.

அவன் அவர்களைத் தொடர்ந்து காண விரும்பவில்லை. வேலியை ஒட்டியபடியே நகர்ந்தவன் வயிற்றில் புழு நெளிவதைப்போல உணர்ந்தபோதும் ஒரு மூலையில் பதுங்கித் தன்னை நிதானப்படுத்திக் கொண்டான்.

அவனுக்கு மேலே யாரோ சொல்வது கேட்டது.

“ஏன் அவர்களைக் கீழே இறக்கத் தாமதம் செய்கிறீர்கள்?”

“இன்னொருவனும் இங்கே வருவதற்காகக் காத்திருக்கிறோம். மூன்று பேர் இருந்ததாகச் சொன்னார்கள், எனில் மூன்று பேர் இருக்க வேண்டும்தானே. இன்னும் வராமலிருப்பது வெறும் சிறுவன்தான் என்கிறார்கள்; ஆனால் சிறுவனோ யாரோ, அவன்தான் எனது லெஃப்டினண்ட் பார்ராவை மறைந்திருந்து தாக்கி அவரது ஆட்களை அழித்தொழித்தவன். வயதிலும் வாழ்விலும் மூத்த இந்த இருவரும் வந்த அதே வழியில்தான் அவனும் வந்தாக வேண்டும். இன்றோ நாளையோ அவன் வராவிட்டால் இந்த வழியில் வருகிற முதல் நபரைக்

கொன்றுவிடலாம் என எங்கள் மேஜர் சொல்கிறார், அவ்வாறாக அவரது ஆணை நிறைவேற்றப்படும்."

"நாம் ஏன் அவனைத் தேடிச் செல்லக்கூடாது? இங்கேயே இருப்பதன் சலிப்பையாவது தவிர்க்கலாமே."

"அதற்கு அவசியம் இல்லை. அவன் இவ்வழியாக வந்துதான் ஆகவேண்டும். காடகோரின் க்ரையஸ்டிராஸை அடைவதற்காக அவர்கள் அனைவருமே கோமான்ஞா மலைத்தொடரின் திசையில்தான் இறங்கியிருக்கிறார்கள். இவர்கள்தான் இறுதியாய் வந்தவர்கள். நமது லாஸ் ஆல்டோஸ் நண்பர்களுடன் சண்டையிடும் விதமாக, இதைக் கடந்து அவர்கள் செல்ல அனுமதிப்பதுதான் நல்லது."

"அது சிறந்த யோசனை. இவ்வழியாகவும் அவர்கள் நம்மைக் கடந்து செல்லாதபடி நாம் உறுதி செய்ய முடியுமாவெனப் பார்க்கலாம்.."

தனது வயிற்றைக் கலக்கிய அந்த உணர்வு அடங்கும்வரை மேலும் காத்திருந்தான் ஃபெலிஸியானோ ரூயலஸ். நீருக்குள் குதிக்கப் போவது போல, ஒரு பிடி காற்றை விழுங்கியவன் கிட்டத்தட்ட தரையில் தன்னை இழுத்தபடி பதுங்கிக் கைகளால் உந்தித் தவழ்ந்து நகர்ந்தான்.

நீரோடையின் விளிம்பை அடைந்தவன், புதர்களுக்கிடையே பாதையை உண்டாக்கியபடி நேரே நிமிர்ந்து ஓடத் தொடங்கினான். நீரோடை நிலத்தில் கரைந்து மறைந்த தொலைவு வரை அவன் திரும்பிப் பார்க்கவோ ஓட்டத்தை நிறுத்தவோ இல்லை.

பிறகு நின்றான். மேலும் கீழுமாக மூச்சு வாங்கினான்.

⓪

பஸோ டெல் நார்டே

"நான் வெளியூர் போகிறேன் அப்பா. அதை உங்களிடம் சொல்லத்தான் வந்தேன்."

"எந்த ஊருக்குப் போகிறாய், நான் அதைத் தெரிந்து கொள்ளலாமா?"

"வடக்கு எல்லைக்குச் செல்கிறேன்."

"அங்கே எதற்குச் செல்கிறாய்? இங்கு உனக்குத் தொழில் இல்லையா? நீ பன்றிகள் விற்றுக்கொண்டிருக்கிறாய்தானே?"

"முன்புதான். இப்போதில்லை. அதனால் எனக்கு எந்த வரும்படியும் இல்லை. கடந்த வாரம் எங்களுக்குச் சாப்பிட எதுவுமேயில்லை, அதற்கு முந்தைய வாரம் வெறும் காட்டுச் செடிகளைத்தான் சாப்பிட்டோம். எங்களுக்குப் பசிக்கிறது அப்பா; வசதியாக வாழ்வதால் உங்களுக்கு அதன் வாசனைகூடத் தெரியாது."

"நீ என்ன சொல்ல வருகிறாய்?"

"எங்களுக்குப் பசிக்கிறது என்று சொல்கிறேன். நீங்கள் அதை உணர்வதில்லை. நீங்கள் உங்களது பட்டாசுகளையும் உங்கள் வானவெடிகளையும் உங்கள் வெடிமருந்துகளையும் விற்று அதன்மூலம் திருப்தியாக வாழ்கிறீர்கள். கொண்டாட்டங்கள் இருந்துகொண்டிருக்கும் காலம் வரையிலும் உங்களுக்குப் பணம் கொட்டும்; ஆனால் எங்களுக்கில்லை அப்பா. இப்போதெல்லாம் யாரும் பன்றி வளர்ப்பதில்லை. அப்படியே வளர்த்தாலும் அதைச் சாப்பிட்டுவிடுகிறார்கள். அவற்றை வாங்குவதற்கான பணமும் இல்லை. வியாபாரம் படுத்துவிட்டது அப்பா."

“சரி, எல் நார்டேவில் மட்டும் நீ என்ன கிழித்துவிடுவாய்?”

“ம், பணம் சம்பாதிப்பேன். கார்மெலோ பணக்காரனாய்த் திரும்பிவந்ததையும் கிராமஃபோன் வாங்கி ஒரு பாடலுக்கு ஐந்து செண்ட்கள் வசூலிப்பதையும் நீங்கள் பார்த்தீர்கள்தானே. டான்ஸோனிலிருந்து சோகப் பாடல்கள் பாடுகிற ஆண்டர்ஸன் வரை அனைவருக்கும் ஒரே விலைதான்; எல்லோருக்கும் ஒன்றுதான், அதிலிருந்து அவன் நன்றாகச் சம்பாரிக்கிறான், அதைக் கேட்பதற்காக மக்கள் வரிசையில்கூட நிற்கிறார்கள். அதனால்தான் சொல்கிறேன்; ஒருவர் அங்கே சென்று திரும்ப வேண்டும், அவ்வளவுதான். அதனால் நான் போகிறேன்.”

“உன் மனைவியையும் குழந்தைகளையும் என்ன செய்வாய்?”

“அதுதான், அதற்காகத்தான் நான் உங்களிடம் சொல்ல வந்தேன், நீங்கள் அவர்களைக் கவனித்துக்கொள்ள வேண்டும்.”

“என்னை நீ என்ன நினைத்தாய், உன் தாதி என்றா? நீ போனால், கடவுள் அவர்களைப் பார்த்துக்கொள்ளட்டும். திரும்பவும் என்னால் குழந்தைகளையெல்லாம் வளர்க்க முடியாது. உன்னையும் உன் சகோதரியையும் - அவளது ஆத்மா சாந்தி அடையட்டும் - வளர்த்ததே எனக்குப் போதுமானது. இனி நான் எந்தப் பொறுப்புகளையும் ஏற்றுக்கொள்ளத் தயாராயில்லை. நாக்கு இல்லாமல் மணி எப்படி ஒலிக்கும்?”

“என்ன சொல்வதென்று எனக்குத் தெரியவில்லை அப்பா, இதற்குமுன் இதனைக் கேட்டது போலவும் இல்லை. உங்களிடம் வளர்ந்ததால் எனக்கு என்ன கிடைத்தது? கடும் வேலையைத் தவிர வேறொன்றும் இல்லை. என்ன வழியாக இருந்தாலும் அதனை நானே கண்டறியும்படியாக நீங்கள் என்னை இவ்வுலகில் விட்டுவிட்டீர்கள். பட்டாசுத் தொழிலைக்கூட நீங்கள் எனக்குக் கற்றுத்தரவில்லை, நான் உங்களுக்குப் போட்டியாக வந்துவிடக் கூடாதென்பதற்காகக் கூட இருக்கலாம். எப்படி வாழ்வதென நானே கற்றுக்கொள்ளும்படி வெறும் கால்சட்டையும் சட்டையும் அணிவித்து என்னைத் தெருவில் விட்டீர்கள், எனது பெயரில் எதுவுமே இல்லாமல் வீட்டைவிட்டும் துரத்தினீர்கள். இப்போது எங்கள் நிலை என்னவாயிற்றென்று பாருங்கள்: பசியினால் நாங்கள் மரணித்துக்கொண்டிருக்கிறோம். உங்களது மருமகளும்

பேரக்குழந்தைகளும் நானும், உங்கள் மகன், உங்கள் சந்ததியினர் அனைவரும் என்றும்கூடக் கூறலாம், சீரழிந்து வீழ்ந்து இறக்கப் போகிறோம். நாங்கள் பசியுடன் இருக்கிறோம் என்பதுதான் எங்களுக்கு ஆத்திரமூட்டுகிறது. அது சட்டத்தின்படி சரியானதென நினைக்கிறீர்களா? அது நியாயமானதுதானா?"

"அதைப்பற்றி எனக்கென்ன கவலை? நீ ஏன் திருமணம் செய்தாய்? வீட்டைவிட்டுப் போன நீ என்னிடம் அனுமதிகூடக் கேட்கவில்லை."

"டிரான்ஸிடோவை நீங்கள் ஒருபோதும் நல்ல பெண்ணாகவே நினைத்ததில்லை என்பதால்தான் அப்படிக் கூறுகிறீர்கள். நான் அவளை அழைத்துவந்த போதெல்லாம் அவளை அவமரியாதையாகத்தான் நடத்தினீர்கள், முதன்முதலில் அவள் வந்தபோது நீங்கள் அவளைப் பார்க்கக்கூட இல்லை என்பதை மறக்காதீர்கள்: 'இதோ, அப்பா, இந்தப் பெண்ணைத்தான் திருமணம் செய்துகொள்ளலாம் என்று இருக்கிறேன்.' அவள் ஒரு வேசி என்பது போலவும் அவளைப் பற்றி உங்களுக்கு எல்லாமே தெரியும் என்பது போலவும் நீங்கள் சொலவடைகளை உருவாக்க ஆரம்பித்தீர்கள். எனக்கே கூடப் புரியாததுபோல ஏராளமான விஷயங்களைச் சொன்னீர்கள். அதனால்தான் அதன் பிறகு நான் அவளை இங்கு அழைத்து வரக் கூட இல்லை. அதனால் நீங்கள் இது குறித்து என்னிடம் வருத்தம் கொள்ளக்கூடாது. இப்போது நீங்கள் அவளைக் கவனித்துக்கொள்ள வேண்டும் என்று மட்டுமே கேட்கிறேன், ஏனென்றால் நான் போவதில் தீவிரமாக இருக்கிறேன். இங்கே செய்வதற்கு எதுவுமே இல்லை, வேறு எப்படியும் இதைச் சரிசெய்யவும் இயலவில்லை."

"அதெல்லாம் வதந்திகள். நீ சாப்பிடுவதற்காக உழைக்கிறாய், வாழ்வதற்காகச் சாப்பிடுகிறாய். எனது ஞானத்திலிருந்து நீ கற்றுக் கொள்ள வேண்டும். எனக்கு வயதாகிவிட்டது, ஆனால் எந்தப் புகார்களும் இல்லை. நான் சிறுவனாக இருந்த காலத்தைப் பற்றியெல்லாம் பேசக்கூடச் செய்யாதே; அவ்வப்போது பெண்களுக்குத் தரக்கூட என்னிடம் பணம் இருந்தது. ஒருவர் வேலையில் இருக்கும் போது அவருக்கு எல்லாவற்றிற்கும் போதுமான அளவு பணம் கிடைக்கிறது, உடலின் தேவைகளைத் தீர்த்துக்கொள்ளவும் கூட கொஞ்சம் கிடைக்கிறது. நீ ஒரு

முட்டாள் என்பதுதான் பிரச்சினை. அதுவும் என்னிடமிருந்துதான் உனக்கு வந்தது என்று மட்டும் சொல்லிவிடாதே."

"ஆனால் நான் உங்கள் மூலமாகத்தான் பிறந்தேன். ஒரு குதிரையை மேய்ச்சல் நிலத்திற்கு அனுப்பியது போல் அல்லாமல் நீங்கள் எனக்குச் சிறந்த வழியைக் காட்டியிருக்க வேண்டும்."

"இங்கிருந்து வெளியேறிய போது நீ ஏற்கெனவே பெரியவனாகி இருந்தாய். அல்லது நான் உன்னைக் காலமெல்லாம் தாங்கிக் கொண்டிருப்பேன் என்று நினைத்தாயா? ஓணான்கள் மட்டுமே சாகும் வரை ஒரே பொந்தில் உண்டு வாழும். உனக்கென ஒரு பெண் இருக்கிறாள், குழந்தைகள் இருக்கிறார்கள், நீ அதிர்ஷ்டக்காரன் என்று சொல்; மற்றவர்களுக்கெல்லாம் தங்கள் வாழ்வில் அது கூடக் கிடையாது, ஒரு நதியின் நீரைப் போல எதையுமே அனுபவிக்காமல் அவர்கள் வாழ்வைக் கடந்து சென்றுவிடுகிறார்கள்."

"பழமொழிகள் உருவாக்குவது எப்படி எனத் தெரிந்திருந்தும் நீங்கள் அதைக் கூட எனக்குக் கற்றுத் தரவில்லை. அதைக் கொண்டாவது, உங்களைப் போலவே, பிறரை மகிழ்விக்க என்னிடமும் ஏதேனும் இருந்திருக்கும். கற்றுத் தரும்படி உங்களிடம் நான் கோரிய நாளில்: 'போய் முட்டைகளை விற்பனைசெய், அதன் மூலம் அதிகம் கிடைக்கும்,' என்று சொன்னீர்கள். முதலில் முட்டைகள் விற்ற நான் பிறகு கோழிகளையும் பிறகு பன்றிகளையும் விற்றேன், அது மோசமில்லை என்றுதான் நான் கூற வேண்டும். ஆனால் பணம் கரைந்துவிடுகிறது; குழந்தைகள் பிறந்து அதனைத் தண்ணீர் போலச் செலவழிக்கிறார்கள், பிறகு வியாபாரத்திற்கென எதுவும் எஞ்சுவதில்லை, யாரும் கடன் தருவதும் இல்லை. ஏற்கெனவே நான் சொன்னது போலப் போனவாரம் கீரைகளைச் சாப்பிட்டோம், இந்த வாரம் அதுவும் கூட இல்லை. அதனால்தான் நான் போகிறேன். ஆனால் நீங்கள் நம்பாவிட்டாலும் பரவாயில்லை, போவது குறித்து நான் மிகுந்த வருத்தம் கொள்கிறேன். ஏனென்றால் பிள்ளைகளை வெறுமனே வளர்த்து வெளியே துரத்திவிட்ட உங்களைப் போல அல்லாது நான் என் குழந்தைகளை நேசிக்கிறேன்."

“நீ ஒரு விஷயத்தைக் கற்றுக்கொள்ள வேண்டும் மகனே: ஒவ்வொரு புதிய கூட்டிலும் ஒருவர் ஒரு முட்டையினை விட்டுச் செல்ல வேண்டும். முதுமையின் சிறகுகள் உங்களிடம் சேரும்போதுதான் எப்படி வாழ வேண்டும் என்பதை நீங்கள் புரிந்துகொள்வீர்கள், குழந்தைகள் நம்மை விட்டுச் சென்று விடுவார்கள் என்பதையும் அவர்கள் நன்றி கெட்டவர்கள் என்பதையும்; உங்களது நினைவுகளைக்கூட அவர்கள் தின்று தீர்த்துவிடுவார்கள்.”

“சும்மா அது ஒரு பழைய சொலவடை.”

“இருக்கலாம், ஆனால் அதுதான் உண்மை.”

“நான் ஒன்றும் உங்களை மறந்துவிடவில்லை, உங்களுக்கே தெரியும்.”

“ஏதாவது தேவையென்றால் மட்டும்தான் நீ என்னைத் தேடி வருவாய். உனக்கு எந்தப் பிரச்சினையும் இல்லாவிட்டால் நீ என்னை மறந்து விடுவாய். உன் அம்மா இறந்ததிலிருந்தே நான் தனிமையாகத்தான் உணர்கிறேன்; உன் சகோதரி இறந்தபோது, இன்னும் தனிமையாக; நீ இங்கிருந்து கிளம்பியபோது நான் எப்போதைக்குமாகத் தனியாகிவிட்டதாக உணர்ந்தேன். இப்போது நீ வந்து என் உணர்வுகளை மீண்டும் தூண்டி விட முயல்கிறாய்; ஆனால் ஒரு புதிய உயிரைத் தோற்றுவிப்பதைவிடச் சிரமம், இறந்த ஒருவரை உயிர்ப்பிப்பது என்பதை நீ அறியமாட்டாய். எதையேனும் கற்றுக்கொள். பயணம் செய்தால்தான் நிறைய விஷயங்களைக் கற்றுக்கொள்ள முடியும். உன்னுடைய நாரைக் கொண்டுதான் உன்னை நீ தேய்க்க வேண்டும், அதைத்தான் நீ செய்ய வேண்டும்.”

“அப்படியானால் நீங்கள் அவர்களைக் கவனித்துக்கொள்ள மாட்டீர்கள்?”

“அப்படியே அவர்களை அங்கேயே விட்டுச் செல், பசியினாலெல்லாம் யாரும் செத்து விடமாட்டார்கள்.”

“நீங்கள் அவர்களைக் கவனித்துக் கொள்வீர்களா என்று சொல்லுங்கள், உறுதியாகத் தெரியாமல் என்னால் கிளம்ப முடியாது.”

"மொத்தம் அவர்கள் எத்தனை பேர்?"

"மூன்று பையன்களும் இரண்டு பிள்ளைகளும், பதின்ம வயதுப் பெண் போன்ற உங்களது மருமகளும்."

"மறுபடியும் ஏமாற்றித் திரிகிறாள் என்றா சொல்ல வருகிறாய்?"

"நான்தான் அவளது முதல் கணவன், அவள் புதிதாக இருந்தாள். அவள் ஒரு நல்ல பெண். அவளிடம் கருணையோடிருங்கள் அப்பா."

"நீ எப்போது திரும்பி வருவாய்?"

"சீக்கிரமே அப்பா. கொஞ்சம் பணம் சேர்ந்த உடனேயே நான் திரும்பிவிடுவேன். அவர்களுக்காக நீங்கள் செலவழிப்பதை நான் இருமடங்காகத் தருவேன். அவர்களுக்கு உணவு தாருங்கள், அதை மட்டும்தான் நான் உங்களிடம் கேட்கிறேன்."

பண்ணைகளில் இருந்து மக்கள் கிராமங்களுக்கு இறங்கி வந்தார்கள். கிராமத்திலிருந்த மக்கள் நகரத்தை நோக்கிச் சென்றார்கள். நகரத்தில் மக்கள் காணாமலாகிவிட்டார்கள், அவர்கள் மக்களோடு கரைந்து விடுகிறார்கள்.

"அவர்கள் எனக்கு எங்கு வேலை தருவார்கள் என உங்களுக்குத் தெரியுமா?"

"ம், ஸியூதா யுவேராவிற்குச் செல். இருநூறு பெஸோக்கள் தந்தால் நான் உன்னை அங்கு அழைத்துச் செல்வேன். குறிப்பிட்ட நபரிடம் சென்று நான்தான் உன்னை அனுப்பினேன் என்று சொல். ஆனால் வேறு யாரிடமும் சொல்லாதே."

"ஆகட்டும் ஐயா, நான் நாளை கொண்டு வருகிறேன்."

"ஐயா, இதோ அந்த இருநூறு பெஸோக்கள்."

"நல்லது. ஸியூதா யுவேராவில் இருக்கும் நம் நண்பரிடம் தர நான் உனக்கு ஒரு சிறிய குறிப்பெழுதித் தருகிறேன். அதைத் தொலைத்துவிடாதே. அவன் உன்னை எல்லையைத் தாண்டி அழைத்துச் செல்வான், உன்னிடம் ஒப்பந்தம் கூட இருக்கிறது.

நீ அதிர்ஷ்டசாலி, நீ சுலபமாகக் கண்டுபிடிப்பதற்காக இதோ முகவரியும் தொலைபேசி எண்ணும். இப்போது நீ டெக்ஸாஸிற்குச் செல்லவில்லை. ஆரிகான் பற்றிக் கேள்விப்பட்டிருக்கிறாயா? சரி, நீ ஆரிகானுக்குச் செல்ல விரும்புவதாக அவனிடம் கூறு. ஆப்பிள்கள் பறிக்க வேண்டும், அவ்வளவுதான், பருத்தியுடன் எந்தச் சம்பந்தமும் இல்லை. நீ திறமைசாலி என்பது தெரிகிறது. அங்கே சென்றதும் நீ ஃபெர்னாண்டஸைப் பார். அவனைத் தெரியாதா? பரவாயில்லை, விசாரித்துக்கொள். ஆப்பிள் பறிக்க விருப்பமில்லை எனில் ரயில் தண்டவாளக் குற்றிகள் பதிக்கச் செல். அதில் சம்பளம் கூடுதல், வேலை நாள்களும் அதிகம். ஏராளம் டாலர்களுடன் நீ திரும்பி வரலாம். அட்டையைத் தொலைத்து விடாதே."

"அப்பா, அவர்கள் எங்களைக் கொன்றுவிட்டார்கள்."

"யாரை?"

"எங்களை. நதியைக் கடக்கும்போது. எங்கள் எல்லோரையும் கொல்லும்வரை அவர்கள் குண்டுமாரி பொழிந்தார்கள்."

"எங்கே?"

"அங்கே, எல் பஸோ டெல் நார்டேவில், அவர்கள் எங்கள் மீது ஒளியைப் பாய்ச்சிய போது, நாங்கள் நதியைக் கடந்த போது."

"எதற்காக?"

"இல்லை. அதை என்னால் கண்டறியவே இயலவில்லை. எஸ்தானிஸ்லடோவை நினைவிருக்கிறதா? அங்கே செல்வதற்கு என்னுடன் வந்தவன் அவன்தான். விஷயங்கள் எப்படி என எல்லாம் அத்துப்படியாக அவன் எனக்குச் சொன்னான், முதலில் நாங்கள் மெக்ஸிகோ நகரத்திற்குச் சென்று அங்கிருந்து எல் பெஸோவிற்குச் சென்றோம். துப்பாக்கிகளால் அவர்கள் எங்களைச் சுட்டபோது நாங்கள் நதியைக் கடந்துகொண்டிருந்தோம். 'என்னை இங்கிருந்து கூட்டிச் செல் பெய்ஸானோ, விட்டுப் போகாதே,' என அவன் என்னிடம் கூறியதால் நான் திரும்பி வந்தேன். உடல் முழுக்கத் துளைகளாகி, சதையெல்லாம்

சிதைந்து, அவன் ஏற்கெனவே கிட்டத்தட்ட இறந்திருந்தான். அவனை இறுகப் பற்றியபடி, எங்களைத் தேடி ஒளி விழுந்த திசைக்கு எதிராக முடிந்த அளவு நான் அவனை இழுத்தேன். “நீ உயிரோடிருக்கிறாயா?’ என அவனிடம் கேட்டேன். ‘என்னை இங்கிருந்து அழைத்துச் செல் பெய்ஸானோ,’ என அவன் பதிலளித்தான். பிறகு அவன் கூறினான்: ‘நான் அவர்களிடம் சிக்கிக்கொண்டேன்.’ ஒரு துப்பாக்கிச் சூட்டால் எனது ஒரு கை உடைந்து முழங்கை அருகே எலும்பு வெளியே வந்துவிட்டது. எனவே நான் எனது காயம்படாத கையினால் அவனைத் தாங்கிக்கொண்டு, ‘இங்கே நன்றாக இறுக்கிப்பிடி,’ என்றேன். என் கையில், நதிக்கரையில், ஓஜினாகா என்கிற இடத்திலிருந்து எங்கள் மேல் ஒளி பாய்ந்துகொண்டிருக்க, எதுவுமே நடவாதது போல நதியைத் தொடர்ந்து வருடிக்கொண்டிருந்த நாணற்புதர்களுக்கு நடுவே அவன் இறந்துபோனான்.

“கரைக்கு அவனைத் தூக்கி வந்த நான், ‘இன்னமும் நீ உயிரோடிருக்கிறாயா?’ என வினவினேன். ஆனால் அவன் பதில் சொல்லவில்லை. எஸ்தானிஸ்லடோவை உயிர்ப்பிக்க நான் அதிகாலை வரை போராடினேன்; அவனைத் தேய்த்த நான் அவனது நுரையீரலுக்கு ஒத்தடம் தந்து அவனை மூச்சு விடச் செய்ய முயற்சித்தேன், ஆனால் அவன் ஒரு சத்தம் கூட எழுப்பவில்லை.

“பிற்பகலில் ஒரு குடியேற்ற அதிகாரி என்னிடம் வந்தார்.

“‘ஏய், இங்கே என்ன செய்துகொண்டிருக்கிறாய்?’

“‘அது… இந்த இறந்துபோன மனிதனை நான் பராமரித்துக் கொண்டிருக்கிறேன்.’

“‘நீதான் அவனைக் கொன்றாயா?’

“‘இல்லை சார்ஜெண்ட்,’ என்றேன் நான்.

“‘நான் சார்ஜெண்ட் இல்லை. வேறு யார் அதைச் செய்தது?’

“அவர் சீருடையில் இருந்தார். அதில் கழுகுக் குஞ்சுகளும் வரையப்பட்டிருந்தன. அவர் ராணுவத்தைச் சேர்ந்தவர் எனக்

கண்டுகொண்டேன். ஒரு பெரிய துப்பாக்கியும் அவரிடம் இருந்ததால் அதில் எனக்கு எந்தச் சந்தேகமும் தோன்றவில்லை.

"அவர் தொடர்ந்து கேட்டுக்கொண்டே இருந்தார். 'யார் அதைச் செய்தது?'

"அவர் என் முடியைப் பிடித்து இழுத்தபோது, என் கைகள் உடைந்திருந்ததால் நான் திருப்பி அடிக்கவுமில்லை, என்னைத் தற்காத்துக்கொள்ளவும் இல்லை. அவர் தொடர்ந்து கேட்டார்.

"'என்னை அடிக்காதீர்கள், எனக்கு ஒரு கைதான் இருக்கிறது,' என்றேன்.

"பிறகு அவன் என்னை அடிப்பதை நிறுத்திவிட்டார்."

"என்ன நடந்தது, சொல்?' என்றார் அவர்.

"'நேற்றிரவு எங்களை அவர்கள் வெளியேற்றினார்கள். மறுபுறம் செல்வதற்கான பயணத்தைத் துவங்கிவிட்டதை எண்ணி மகிழ்ந்தபடி சீழ்க்கையடித்து நாங்கள் நிஜ மகிழ்ச்சியுடன் நதியின் நடுவில் இருந்தபோது துப்பாக்கிச்சூடு தொடங்கியது. அதிலிருந்து தப்பிப்பதற்கான எந்த வழியும் இல்லை. இதோ இவனும் நானும் மட்டும்தான் சமாளித்துத் தப்பித்தோம், அதுவும் கூடப் பாதிதான் இயன்றிருக்கிறது, அவனது உடலைப் பாருங்கள், ஏற்கெனவே மரித்துவிட்டது.'

"'உங்களைத் தாக்கியவர்கள் யார்?'

"'இல்லை, நாங்கள் அவர்களைப் பார்க்கக் கூட இல்லை. அவர்கள் எங்களின்மீது மட்டும்தான் ஒளியைப் பாய்ச்சினார்கள், பிறகு டுமீல் டுமீல். எனது முழங்கை திருகி, 'என்னை நீரிலிருந்து வெளியே கூட்டிச் செல்,' என இவன் கூறுவது கேட்கும்வரை துப்பாக்கிச் சூடு ஒலித்தது. ஆனால் அவர்களைப் பார்த்திருந்தாலும் அதனால் எங்களுக்கு எந்தப் பயனும் இருக்காது.'

"'அப்படியானால் அது அபாஸிக்களாக இருக்க வேண்டும்.'

"'எந்த அபாஸிக்கள்?'

"'மறுபுறத்தில் வசிக்கிற சிலரை அவர்கள் அப்படித்தான் அழைக்கிறார்கள்.;

"'ஆனால் டெக்ஸாஸைச் சேர்ந்தவர்கள்தானே மறுபுறம் வசிக்கிறார்கள்?'

"'ஆமாம், ஆனால் நமக்கு ஒரு அறிமுகமும் இல்லாத டெக்ஸாஸ்காரர்களால்தான் அப்புறம் நிரம்பியிருக்கிறது. உன் நண்பனைத் தூக்கிச் செல்வதற்காக நான் அவர்களை ஒஜினாகாவிற்கு அழைக்கவிருக்கிறேன், நீ வீட்டிற்குச் செல்லத் தயாராகு. நீ எங்கிருந்து வருகிறாய்? நீ அங்கிருந்து கிளம்பியிருக்கவே கூடாது. உன்னிடம் பணம் ஏதாவது இருக்கிறதா?'

"'இறந்தவனிடமிருந்து நான் கொஞ்சம் பணம் எடுத்தேன். அது போதுமானதாய் இருக்குமா என்று பார்க்கலாம்.'

"'நாடு திரும்புபவர்களுக்கான நிதி என்னிடம் இருக்கிறது. பயணச்சீட்டிற்குத் தேவையான அளவு நான் உனக்குத் தருகிறேன்; ஆனால் மீண்டும் நான் இங்கே உன்னைப் பார்த்தால் நீ அதற்காக மிகுந்த வருத்தப்படுவாய். ஒரே முகத்தை இரண்டு முறை பார்ப்பது எனக்குப் பிடிக்காது. ம், கிளம்பு!'

"அதனால் இங்கே திரும்பிவந்து உங்களிடம் அதைப் பற்றிச் சொல்ல வந்தேன் அப்பா."

"முட்டாளாகவும் ஏமாளியாகவும் இருக்கிற உனக்கு இது தேவைதான். உன் வீட்டிற்குச் செல்லும் வரை பொறுத்திரு; அங்கே சென்றதனால் இங்கே உனக்கு என்ன நேர்ந்ததென அப்போது தெரியும்."

"ஏதேனும் மோசமாக நடந்துவிட்டதா அப்பா? குழந்தைகளில் யாரேனும் இறந்துவிட்டார்களா?"

"டிரான்ஸிடோ உன்னைவிட்டு ஒரு கழுதையோட்டியுடன் சென்றுவிட்டாள். அவள் மிகவும் நல்லவள் என்று சொன்னாய், அல்லவா? உனது குழந்தைகள் பின்புறத்தில் உறங்கிக் கொண்டிருக்கிறார்கள். இரவைக் கழிப்பதற்கு வேறு ஏதேனும் இடத்தை நீ தேடிக்கொள்வது நல்லது, எனது செலவுகளை

ஈடுகட்ட நான் உனது வீட்டை விற்றுவிட்டேன். தரகுக்கூலி முப்பது பெஸோக்களையும் நீ எனக்குத் தர வேண்டும்."

"சரி அப்பா. நான் உங்களிடம் சண்டையிட எண்ணவில்லை. நாளையேகூட இங்கே ஒரு வேலையில் சேர்ந்து உங்களுக்குத் தர வேண்டிய அனைத்தையும் தந்துவிடுவேன். டிரான்ஸிடோவுடன் கழுதையோட்டி எந்தத் திசையில் சென்றதாகச் சொன்னீர்கள்?"

"ஒருவேளை அந்த வழியாக இருக்கலாம். நான் சரியாகக் கவனிக்கவில்லை."

"சரி நான் இதோ வந்துவிடுகிறேன், அவளைச் சென்று அழைக்கப் போகிறேன்."

"நீ எந்த வழியாகச் செல்கிறாய்?"

"அவள் சென்றதாகச் சொன்னீர்களே, அந்த வழியில் அப்பா."

⓪

நினைவிருக்கும்

உர்பனோ கோமஸை உங்களுக்கு நினைவிருக்கும். டான் உர்பனோவின் மகன்; கிறிஸ்தவ நாடகங்களான பாஸ்டரேலாக்களை இயக்கிய, “சபிக்கப்பட்ட தேவதையின் புகார்” பாடலைப் பாடியபடியே இன்ஃப்ளூயென்ஸா காலத்தில் இறந்துபோன திமாஸின் பேரன். அது நிகழ்ந்து பல ஆண்டுகள் ஆகியிருக்கும், கிட்டத்தட்ட பதினைந்து. ஆனால் உங்களுக்கு அவரை நிச்சயம் நினைவிருக்கும். நாங்களும் அவரை, “எல் அப்யூலோ” - தாத்தா - என்று அழைத்தது நினைவிருக்கும், ஏனென்றால் அவரது இன்னொரு மகன் ஃபிடென்சியோ கோமஸிற்கு இரண்டு விளையாட்டுத் தனமான மகள்கள் இருந்தனர்: கரிய குள்ளமான ஒருத்திக்கு “அரெமெங்கடா” - சிறுத்தவள் எனப் பட்டப் பெயர் இட்டிருந்தோம். நீல நிறக் கண்கள் கொண்ட உயரமான இன்னொருத்தி, அவள் அவருடைய மகளில்லை என்றும் கூட எல்லோரும் சொல்வதுண்டு; விக்கலால் பாதிக்கப்பட்டிருந்தாள் என்பது தாண்டிச் சொல்வதற்கு வேறொன்றும் இல்லை. பூசை வேளையில், மிகச் சரியாக அப்பம் படைத்தலின் போது, அவள் விக்கலால் தாக்கப்பட்டு ஒரே சமயத்தில் அழுவது போலவும் சிரிப்பது போலவும் அச்சத்தம் ஒலித்துப் பின் அவளை அவர்கள் வெளியே கொண்டு சென்று கொஞ்சம் சர்க்கரை நீர் தந்து அமைதிப்படுத்தியது நினைவிருக்கும். இறுதியில் அவள் நதிக்கருகே ஆளிவிதை ஆலை இருக்குமிடத்தில் இயங்கும், முன்பு லிப்ராடோவுடையதாயிருந்த, மெஸ்கல் மதுக்கடையின் சொந்தக்காரனாகிய லூஸியோ சிகாவைத் திருமணம் செய்து கொண்டாள்.

அவனது அம்மா, "லா பெரன்ஹானா" - கத்தரிச்செடி என்று அழைக்கப்பட்டது நினைவிருக்கும், எப்போதும் எங்கேனும் சிக்கிக் கொள்கிற அவள் விளைவாக ஒவ்வொரு முறையும் இன்னொரு குழந்தையை ஈன்றெடுப்பாள். அவளிடம் கொஞ்சம்தான் பணம் இருந்ததெனச் சொன்னார்கள், ஆனால் அவை அனைத்தையும் அவள் ஈமச்சடங்குகளுக்கே செலவழித்தாள், ஏனென்றால் பிறந்த உடனேயே அவளது அனைத்துக் குழந்தைகளும் இறந்துவிட, சேர்ந்திசைக் குழுப் பையன்களைக் கொண்டு அவர்களுக்குத் துதிப் பாடல்களைப் பாடவும் இசைக்கவும் செய்து கல்லறைக்கு எடுத்துச் சென்றாள். "இரட்சிக்கணும்" "புகழ் ஓங்குக" வகைப் பாடல்களைப் பாடுகிற அவர்கள், "இதோ ஆண்டவரே, உங்களுக்கு இன்னொரு தேவனை அனுப்புகிறேன்," என்ற பாடலைப் பாடினார்கள். ஒவ்வொரு சவ அடக்கமும் விலை மிகுந்ததாக இருந்தது, துக்கம் விசாரிக்க வந்தவர்களுக்கு உபசாரம் செய்து செய்து இறுதியில் அவள் ஏழ்மையானாள். உர்பனோவும் நடாலியாவும் மட்டும்தான் உயிருடன் இருந்தார்கள், பிறக்கும்போதே ஏழையாய்ப் பிறந்த அவர்களை வளர்க்க வழியின்றி இறுதிக் குழந்தைப் பேற்றின்போது ஐம்பது வயதாகிப் போயிருந்த அவள் இறந்துவிட்டாள்.

உங்களுக்கு அவளை நிச்சயம் தெரிந்திருக்கும். எப்போதும் பிரச்சினை செய்துகொண்டே இருப்பாள், திடல் சந்தையில் தக்காளிக்கு அதிக விலை சொல்லி இவளிடமிருந்து திருடுவதாக கடைப் பெண்களிடம் வாதம் செய்து கூச்சலிடுவாள். ஏற்கெனவே ஏழையாகிவிட்டிருந்த அவள், அதன் பிறகு குப்பைகளைக் கிளறி வெங்காயத் துண்டுகளையும், வேக வைக்கப்பட்ட பீன்ஸ்களையும், "தன் குழந்தைகளுக்கு இனிப்பூட்ட" கரும்புத் துண்டங்களையும் சேகரிப்பதை நீங்கள் பார்க்க முடியும். ஏற்கெனவே நான் சொன்னதுபோல இருவர்தான், உயிர்பிழைக்க முடிந்த இரு குழந்தைகள்தான் அவளுக்கு இருந்தார்கள். அதன்பின் அவர்கள் அவளைத் தொலைத்துவிட்டார்கள்.

உர்பனோ கோமஸிற்குக் கிட்டத்தட்ட எங்களது வயதுதான், ஒருசில மாதங்கள் மூத்தவனாக இருக்கலாம். நொண்டி விளையாடுவதிலும் ஏமாற்றுவதிலும் வல்லவன். மலைகளுக்குச் சென்றால் வெகு எளிதாகக் கிடைக்கக்கூடிய பூக்களை அவன்

எங்களுக்கு விற்பான், நாங்களும் வாங்குவோம். நினைவிருக்கும். பள்ளி முற்றத்திலிருக்கும் மரத்தில் காய்க்கிற மாங்காய்களைத் திருடி எங்களுக்கு விற்பான், வாயிலினருகே இரண்டு சென்ட்டிற்கு வாங்குகிற மிளகாய்களை எங்களுக்கு ஐந்து சென்ட் விலை வைத்து விற்பான். தன் ஆடையின் பைகளில் இருக்கும் அனைத்துப் பொருட்களின் மீதும் அவன் பந்தயம் கட்டுவான்: கோலிக் குண்டுகள், பம்பரங்களும் சாட்டைகளும், வெகுதூரம் பறந்து விடக்கூடாதென காலில் நூல் கட்டி நாங்கள் விளையாடுகிற பச்சை வண்டுகள் கூட.

எல்லோரிடமும் அவன் வம்பிழுப்பான், உங்களுக்கு நினைவிருக்கும்.

திருமணமாகி சில நாள்களிலேயே மனம் பிறழ்ந்துவிட்ட நசிடோ ரிவெரோவின் மைத்துனன் அவன். நசிடோவின் மனைவி இனஸ் தன் வாழ்வாதாரத்திற்காக நெடுஞ்சாலையின் காவல் மையத்திற்கருகே பழச்சாறுக் கடையை நடத்த வேண்டியிருந்தது. அங்கு, டான் ரெஃப்யூஜியோவின் சலூன் கடையில் கடன் வாங்கிய மாண்டலினை வைத்து சுதிசேராத பாடல்களைப் பாடி நேரம் கடத்திக்கொண்டிருப்பான் நசிடோ.

நாங்களும் உர்பனோவுடன் சென்று அவனது சகோதரியைப் பார்த்துப் பழச்சாறு அருந்திவிட்டுக் கடனாளியாகத் திரும்புவோம். எங்களிடம் ஒருபோதும் பணம் இல்லாதிருந்ததால், நாங்கள் எப்போதும் அதைத் திருப்பிச் செலுத்தியதில்லை. பின்பு அவனைக் காணும் போதெல்லாம், எங்களிடமிருந்து அவன் பணம் பெறாதபடி, நாங்கள் ஒவ்வொருவருமே திரும்பி ஓடிவிட்டதால் அவனுக்கு நண்பர்களே இல்லாமல் போய்விட்டது.

அப்போதிருந்துதான் அவன் மோசமானவனாக மாறியிருக்க வேண்டும், அல்லது அது அவனது பிறவிக் குணமாகவும் இருக்கலாம்.

ஐந்தாம் வகுப்பில் அரெமெங்கடாவுடன் கை கழுவும் இடத்திற்குப் பின்புறம் உலர்ந்த நீர்த் தொட்டிக்குள் கணவன் மனைவி விளையாட்டு விளையாடியதற்காகப் பள்ளியிலிருந்து வெளியே துரத்தப்பட்டான். எல்லோரும் நகைக்கும்படி அவனது காதைப் பிடித்து வெளிவாசலுக்குத் தரதரவென இழுத்து வந்தார்கள், சிறுவர்களுக்கும் சிறுமிகளுக்கும் இடையே

நடக்க வைத்து அவனை அவமானப்படுத்தினார்கள். நிமிர்ந்த தலையுடன், “இதற்கெல்லாம் நீங்கள் மோசமாக அனுபவிப்பீர்கள்,” எனும்விதம் கையால் சைகை செய்தபடி அவர்களுக்கிடையே நடந்து சென்றான்.

அடுத்ததாக அது அவளது முறை, உதட்டினைப் பிதுக்கியபடி கண்களே கத்திகள் என்பது போலப் பார்த்தவாறு வந்த அவள் கதவினை அடைந்ததும் ஒரு பெரிய விசும்பலை வெளிப்படுத்த, அதன் வீறிடல் ஒரு குள்ளநரியினுடையதைப் போல அந்தப் பிற்பகல் முழுவதும் ஒலித்துக்கொண்டிருந்தது.

நிஜமாகவே உங்களது ஞாபகத்திறனில் ஏதேனும் கோளாறிருக்கா விட்டால் நிச்சயம் அது உங்களுக்கு நினைவில் இருக்கும்.

ஆலைக்குச் சொந்தக்காரரான அவனது மாமா ஃபிடென்ஸியோ கொடூரமாக அவனைத் தாக்கியதால் கிட்டத்தட்ட செயலிழந்து போன அவன் மிகுந்த ஆத்திரத்துடன் நகரை விட்டே வெளியேறிவிட்டான் என எல்லோரும் சொல்கிறார்கள்.

உண்மை என்னவெனில் ஒரு காவல் அதிகாரியாகி அவன் இங்கு திரும்பி வரும்வரை நாங்கள் அவனைப் பார்க்கவில்லை. பிரதானச் சதுக்கத்தில் கால்களுக்கிடையே ஒரு துப்பாக்கியுடன் நீளிருக்கையில் அமர்ந்து எல்லோரையும் கோபத்துடன் பார்த்துக் கொண்டிருப்பான். யாரிடமும் அவன் பேசவில்லை. ஒருவருக்கும் முகமன் கூறவுமில்லை. அப்படி யாரேனும் அவனைப் பார்த்தால் அந்த நபரை அறியாதது போல அவர்களைக் கவனியாததாக நடித்தான்.

அப்போதுதான் அவன் மாண்டலினுடன் இருக்கும் தன் மைத்துனனைக் கொன்றான். இரவு நேரத்தில், எட்டு மணியாகிச் சற்று நேரத்தில், கழுவாயிலிருக்கும் ஆன்மாக்களுக்கான மணி இன்னமும் ஒலித்துக்கொண்டிருந்த போதுதான் அவனுக்காக ஒரு பாடல் பாடிச் சமர்ப்பிக்க வேண்டுமென நசிடோவிற்குத் தோன்றியது. அப்போதுதான் கூக்குரலும் ஒலித்தது. தேவாலயத்தில் ஜெபம் செய்துகொண்டிருந்த மக்கள் ஓடிவந்து அவர்களைப் பார்த்தார்கள்: கால்களை உயர்த்தி மாண்டலினால் தன்னைக் காத்துக்கொள்ள நசிடோ முயன்றுகொண்டிருக்க, மக்கள் கத்துவது எதுவும் காதில் விழாமல், நரகத்திலிருந்து வந்த ஒரு

நாயின் சீற்றத்துடன் தன் துப்பாக்கியின் பின்புறத்தால் அவனை விடாமல் அடித்துக்கொண்டிருந்தான் உர்பனோ. இந்த ஊரைக் கூடச் சேராத ஒருவன் கூட்டத்திலிருந்து சென்று அவனிடமிருந்து துப்பாக்கியைப் பிடுங்கி அதனால் அவனது முதுகில் அடித்துத் தோட்டத்து இருக்கையில் அவனைத் தள்ளி அங்கே படுக்க வைத்தான்.

அந்த இரவை அவன் அங்கே கழிக்க அவர்கள் அனுமதித்தார்கள். சூரியோதயத்தில் அவன் கிளம்பியிருந்தான். முதலில் அவன் திருச்சபைக்குச் சென்று பாதிரியாரின் ஆசிர்வாதத்தைக் கோரியதாகவும் ஆனால் அவர் மறுத்துவிட்டதாகவும்கூட எல்லோரும் சொல்கிறார்கள்.

சாலையில் அவனைக் கைது செய்தார்கள். தெம்பில்லாமல் தடுமாறி அவன் ஓய்வெடுக்க அமர்ந்தபோது அவர்கள் அவனைக் கைது செய்ய வந்தார்கள். அவன் எந்த எதிர்ப்பும் தெரிவிக்கவில்லை. சுருக்குக் கயிற்றினை அவனே தன் கழுத்தில் மாட்டிக்கொண்டதாகவும் தூக்கிலிடுவதற்குத் தனக்கு மிகவும் பிடித்த மரத்தை அவன் தேர்ந்தெடுத்ததாகவும்கூட எல்லோரும் கூறுகிறார்கள்.

உங்களுக்கு அவனை நிச்சயம் நினைவிருக்கும், நாம் பள்ளியில் ஒரே வகுப்பினைச் சேர்ந்தவர்கள் என்பதால் நான் அவனை அறிந்தது போலவே நீங்களும் அவனை அறிந்திருப்பீர்கள்.

◎

நாய்கள் குரைப்பது உனக்குக் கேட்கவில்லை

"மேலே இருப்பவனே, இக்னேஷியோ, உனக்கு ஏதேனும் கேட்டாலோ வெளிச்சம் தெரிந்தாலோ சொல்."

"எனக்கு எதுவும் தெரியவில்லை."

"நாம் அருகில் வந்திருப்போம்."

"ஆமாம், ஆனால் எனக்கு எதுவும் கேட்கவில்லை."

"நன்றாகப் பார்."

"எனக்கு எதுவும் தெரியவில்லை."

"இதனால் உன்நிலை மோசமாய்த்தான் ஆகும் இக்னேஷியோ."

பாறைகளின் மேல் ஏறி இறங்கியபடி நகர்ந்த அவர்களது நீண்ட கருத்த நிழல் ஆற்றுப் படுகையினூடாகப் பெரிதும் சிறிதுமாகிக் கொண்டே தொடர்ந்தது. தடுமாறிய அது ஓர் ஒற்றை நிழல்தான்.

ஒரு வட்டச் சுடரென நிலா நிலத்திலிருந்து உதித்துக் கொண்டிருந்தது.

"நாம் கிராமத்தை நெருங்கியிருப்போம் இக்னேஷியோ. உனது காதுகள் திறந்துதான் இருக்கின்றன, நாய்களின் குரைப்பொலி கேட்கிறதா என்று கவனிக்க முயற்சிசெய். டொனாயோ இந்த மலைக்கு மறுபுறமே இருக்கிறதென அவர்கள் சொன்னது

நினைவிருக்கிறதா? நாம் மலையிலிருந்து கிளம்பி பல மணிநேரங்கள் ஆகிவிட்டன."

"ஆமாம், ஆனால் எனக்கு எதற்கான அறிகுறியுமே தெரியவில்லை."

"எனக்குச் சோர்வாக இருக்கிறது."

"என்னைக் கீழே இறக்குங்கள்."

ஒரு திண்மையான பாறையை நெருங்கிச் சென்ற கிழவன் தோள்களிலிருந்து தன் பாரத்தை இறக்காமலேயே குனிந்து நின்றான். அவனது கால்கள் பின்னிக்கொண்ட போதும் அவன் உட்கார விரும்பவில்லை. ஏனென்றால் தன் மகனது உடலை அவனால் மீண்டும் தூக்க முடியாது. சற்றுமுன், சில மணி நேரங்களுக்கு முன்பு, அவர்கள் அவனை இவனது தோளில் ஏற்ற உதவியிருந்தார்கள். அப்போதிருந்து இங்குவரை இவன் அவனைச் சுமந்தபடியேயுள்ளான்.

"நீ எப்படி இருக்கிறாய்?"

"மோசமாக."

அவன் குறைவாகப் பேசினான். குறைவிலும் குறைவாக. சில சமயங்களில் அவன் தூங்கிவிட்டாற் போலிருந்தான். சில சமயங்களில் அவன் குளிர்ந்துவிட்டது போலிருந்தான். அவன் நடுங்கினான். தன் மகனுக்கு நடுக்கம் ஏற்பட்டபோதெல்லாம் அதில் ஏற்பட்ட அதிர்வாலும் அவனது பாதங்கள் தன் பக்கவாட்டில் தார்க் குச்சியென அழுத்தியதாலும் இவனால் அதை உணர்ந்துகொள்ள முடிந்தது. அதோடு இவனது கழுத்தைச் சுற்றியுள்ள மகனது கரங்கள் தலையை இறுக்கிக் கிலுகிலுப்பையைப் போல இவனைக் குலுக்கும்.

நாக்கைக் கடித்துவிடாதவாறு பற்களை இறுக்கிக்கொண்டவன், மகன் ஓய்ந்தபிறகு,

"ரொம்பவும் சிரமமாக இருக்கிறதா?" என்றான்.

"கொஞ்சம்," என்றான் இக்னேஷியோ.

ஆரம்பத்தில், "என்னைக் கீழே இறக்குங்கள்... இங்கேயே விட்டுவிடுங்கள்... நீங்கள் மட்டும் செல்லுங்கள். நாளையோ, உடல் சற்றுச் சரியானதுமோ நான் உங்களுடன் சேர்ந்து கொள்கிறேன்,' என்று கூறினான் இக்னேஷியோ. கிட்டத்தட்ட ஐம்பதுமுறை கூறியிருப்பான். ஆனால் இப்போது அவன் அதைக்கூடச் சொல்லவில்லை.

அவர்களுக்கு முன்னால் நிலா தெரிந்தது. அவனது கண்களை ஒளியால் நிரப்பி, அவர்களது நிழலை மேலும் இருண்டதாகவும் நீளமாகவும் நிலத்தில் விழச் செய்த பெரிய சிவப்பு நிலா.

"நாம் எங்கே செல்கிறோம் என்பதே எனக்குத் தெரியவில்லை," என்றான் தந்தை.

அதற்கு யாருமே பதிலளிக்கவில்லை.

முழுக்க நிலவால் ஒளியூட்டப்பட்டு, ரத்தமற்று வெளிறிய முகத்தில் மங்கிய ஒளியைப் பிரதிபலித்தவாறு அவனது மகன் மேலே இருந்தான். இவன் கீழே இருந்தான்.

"உனக்குக் கேட்கிறதா இக்னேஷியோ? என்னால் சரியாகப் பார்க்கமுடியவில்லை என்றேனே."

மற்றவன் தொடர்ந்து அமைதியாக இருந்தான்.

தள்ளாடியபடி மேலும் நடந்தான். குனிந்து நிமிர்கிற உடல் மேலும் தள்ளாடவே செய்தது.

"இது சாலை கிடையாது. மலையுச்சியின் மறுபுறம் டொனாயா இருப்பதாக அவர்கள் சொன்னார்கள். நாம் ஏற்கெனவே முகட்டினைக் கடந்துவிட்டோம். ஆனால் டொனாயா எங்குமே கண்ணுக்குப் புலப்படவில்லை, அது அருகில் இருப்பதற்கான எவ்வித ஒலியும் கேட்கவில்லை. நீதான் மேலே இருக்கிறாயே, உனக்கு என்ன தெரிகிறதென்பதை ஏன் சொல்ல மறுக்கிறாய் இக்னேஷியோ?"

"என்னைக் கீழே இறக்குங்கள் அப்பா."

"உனக்குக் கஷ்டமாக இருக்கிறதா?"

“ஆமாம்.”

“என் முதுகே ஒடிந்தாலும் சரி, நான் உன்னை டொனாயாவிற்குத் தூக்கிச் செல்வேன். உன்னைச் சரிசெய்ய ஒருவரைக் கண்டுபிடிப்பேன். நகரத்தில் ஒரு மருத்துவர் இருப்பதாகச் சொல்கிறார்கள். நான் அவரிடம் உன்னை இட்டுச் செல்வேன். நான் உன்னைப் பலமணி நேரங்களாகச் சுமந்திருக்கிறேன், உன்னைத் தேடிக்கொண்டிருப்பவர்கள் உன் வாழ்வை முடித்துவிடும்படியாக உன்னை இங்கே விட்டுச் செல்ல மாட்டேன்.”

சற்றுத் தடுமாறியவன், பக்கவாட்டில் இரண்டு மூன்று அடிகள் நகர்ந்து மீண்டும் தன்னை நிமிர்த்திக்கொண்டான்.

“நான் உன்னை டொனாயாவிற்குத் தூக்கிச் செல்வேன்.”

“என்னைக் கீழே விடுங்கள்.”

அவனது குரல் கிட்டத்தட்ட ஒரு ரகசியம் போலத் தேய்ந்திருந்தது.

“எனக்குக் கொஞ்ச நேரம் உறங்க வேண்டும்.”

“மேலேயே உறங்கு. நான் உன்னை இறுக்கமாகத்தான் பற்றியிருக்கிறேன்.”

தெளிவான நீலவானிற்குள் நிலா ஏறிக்கொண்டிருந்தது. வியர்வையால் நனைந்த கிழவனின் முகம் ஒளியால் நிரம்பியிருந்தது. மகனது கரங்களுக்கிடையே இறுக்கமாகப் பற்றப்பட்டிருந்த தலையை நிமிர்த்த முடியாத அவன், நிலவொளியை நேராகப் பார்க்காதவாறு கண்களை மறைத்துக் கொண்டான்.

“நான் செய்வதெல்லாம் உனக்காக அல்ல. இறந்துபோன உன் அன்னைக்காகத்தான் செய்கிறேன். நீ அவளுடைய மகன் என்பதால் செய்கிறேன். தற்போதுபோல, உன்னைக் கவனித்துக்கொள்ளக் கூடிய ஓர் இடத்திற்குத் தூக்கிவராமல், பார்த்த இடத்திலேயே விட்டுவிட்டு வந்திருந்தால் அவள் என்னைக் குற்றஞ்சாட்டியிருப்பாள். அவள்தான் எனக்குத் தைரியம் தருகிறாள், நீ அல்ல. நீ எனக்கு வெறும் சிரமங்களையும் அவமானங்களையும் வெறும் மானக்கேடுகளையும் மட்டுமே

விளைவித்திருக்கிறாய் என்கிற உண்மையிலிருந்தே அது தொடங்கிவிடுகிறது."

பேசப் பேச அவனுக்கு வியர்த்தது. ஆனால் இரவின் காற்று அதனை உலரச் செய்தது. உலர்ந்த வியர்வையின்மீது அவன் மேலும் மேலும் வியர்த்தான்.

"என் முதுகே ஒடிந்தாலும்கூட நான் உன்னை டொனாயாவிற்குச் சுமந்து செல்வேன், அவர்களால் உனக்கு உண்டான காயம் சரிசெய்யப்பட வேண்டும். உடல்நிலை சரியானதும் நீ மீண்டும் தீயவழிகளுக்குத்தான் திரும்புவாய் என்பது எனக்கு நிச்சயமாகத் தெரியும். அதைப் பற்றி இனி எனக்குக் கவலை இல்லை. உன்னைப் பற்றி எதையும் நான் கேள்விப்பட இயலாத வெகுதொலைவிற்கு நீ சென்றுவிட்டால் போதும். அதுமட்டும் நடந்துவிட்டால்... என்னைப் பொறுத்தவரை நீ இனி என் மகனே அல்ல. உன் உடலில் ஓடும் என் ரத்தத்தை நான் மறுதலிக்கிறேன். என்மூலம் நீ பெற்ற பாகத்தினைச் சபிக்கிறேன். 'அவனுக்கு நானளித்த ரத்தம் அவனது சிறுநீரகத்தில் சீரழியட்டும்,' என்று நான் சொன்னேன். வீதிக்குச் சென்று திருடியும் மக்களைக் கொன்றும் - அதிலும் நல்லவர்களை - நீ வாழ்க்கையை நடத்துகிறாய் எனக் கேள்வியுற்ற அந்த நொடியிலேயே நான் இதனைச் சொல்லிவிட்டேன். அது மட்டுமல்ல, என் நண்பன் உனக்கு ஞானஸ்தானம் செய்வித்தவன். உனக்குப் பெயரிட்டவன். உன்னுடன் மோதுகிற அவலம் அவனுக்கும்தான் நேர்ந்துவிட்டது. அப்போதிருந்தே நான் சொல்லிவிட்டேன்: 'இவன் எனது மகனாய் இருக்க முடியாது.'"

"உன் கண்களில் ஏதாவது புலப்படுகிறதா என்று பார். ஏதாவது கேட்கிறதா என்றும். என் காதுகளால் பயனில்லாதது போலாகிவிட்டது, நீ மேலிருந்து இதைச் செய்ய முடியும்."

"எனக்கு எதுவும் தெரியவில்லை."

"ரொம்பவும் மோசம் இக்னேஷியோ."

"தாகமாக இருக்கிறது."

"கொஞ்ச நேரம் சமாளி. நாம் பக்கத்தில் வந்திருப்போம். ஏற்கெனவே வெகு தாமதமாகிவிட்டதால் கிராமத்தில் எல்லோரும்

விளக்குகளை அணைத்திருப்பார்கள். ஆனால் நாய்கள் குரைப்பதையேனும் கேட்க வேண்டும். கவனித்துக் கேள்.”

“தண்ணீர் தாருங்கள்.”

“இங்கே தண்ணீரே இல்லை. பாறைகளைத் தவிர எதுவுமே இல்லை. கொஞ்சம் சமாளி. ஒருவேளை இருந்தாலும், நீரருந்துவதற்காக நான் உன்னைக் கீழே இறக்க மாட்டேன். உன்னை மீண்டும் முதுகில் ஏற்ற என்னால் இயலாது, உதவுவதற்கும் வேறு யாரும் இல்லை.”

“எனக்கு மிகவும் தாகமாக இருக்கிறது, ரொம்பத் தூக்கம் வருகிறது”

“நீ பிறந்த காலங்கள் நினைவிற்கு வருகின்றன. அப்போதும் இப்படித்தான் இருந்தாய். பசியோடு எழுந்து உண்டுவிட்டு மீண்டும் உறங்கிவிடுவாய். பால் போதாத போது உன் அம்மா உனக்கு நீரைத் தருவாள். ஆனால் உனக்கு வயிறு நிறையாது. பிறகு உனக்குப் பித்துப் பிடித்தாற்போல ஆகிவிடும். நாளாக நாளாக அந்தப் பித்து உன் தலைக்குள் ஏறிவிடும் என நான் ஒருபோதும் நினைத்ததில்லை. ஆனால் அதுதான் நடந்தது. உன் அம்மா - அவளது ஆத்மா சாந்தியடையட்டும் - நீ உறுதியானவனாக வளரவேண்டுமென விரும்பினாள். நீ வளர்ந்து அவளைப் பார்த்துக்கொள்வாய் என்றும் நினைத்தாள். அவளுக்கு நீ மட்டுமே ஆதாரம். அவளுக்குப் பிறக்கவிருந்த இன்னொரு குழந்தை அவளைக் கொன்றுவிட்டது. இப்போதுவரை அவள் உயிரோடிருந்திருந்தால் நீ இன்னொரு முறை அவளைக் கொன்றிருப்பாய்.”

தான் தோளில் தூக்கிக்கொண்டு வருகிற மகன் தன் முழங்காலால் உள்நோக்கி அழுத்துவதை விடுத்துக் கால்களை அவற்றின் போக்கில் விட்டதால் அவை ஒருபுறத்திலிருந்து மறுபுறம் ஊசலாடுவதை இவனால் உணரமுடிந்தது. தனக்கு மேலே இருக்கும் தலை தேம்புவதைப் போலக் குலுங்குவதையும் இவனால் உணரமுடிந்தது.

அடர்த்தியான கண்ணீர்த் துளிகள் தன் தலைமேல் விழுவதை உணர்ந்தான்.

"அழுகிறாயா இக்னேஷியோ? உன் அம்மாவின் நினைவு உன்னை அழச் செய்கிறது, அப்படித்தானே? ஆனால் நீ அவளுக்கு எதுவுமே செய்யவில்லை. நீ எங்களுக்கு மோசமானவற்றையே திருப்பிச் செலுத்தியிருக்கிறாய். அன்பிற்குப் பதிலாக, நாங்கள் உன் உடலைத் தீமையால் நிரப்பிவிட்டோம் போல் தெரிகிறது. இப்போது பார்த்தாயா? அவர்கள் உன்னைக் காயப்படுத்திவிட்டார்கள். உன் நண்பர்களுக்கு என்னவாயிற்று? அவர்கள் அனைவரையும் கொன்றுவிட்டார்களா? ஆனால் அவர்களுக்கு யாரும் இல்லை. 'எங்களால் துயரப்பட யாரும் இல்லை,' என அவர்கள் சொல்லக்கூடுமாய் இருக்கும். ஆனால் இக்னேஷியோ, நீ?"

இறுதியாக அந்தக் கிராமம் வந்துவிட்டது. நிலவொளியில் கூரைகள் மின்னுவதை இவனால் காணமுடிந்தது. இறுதி முயற்சியாக அவனது முழங்காலின் பின்பகுதி மடங்கியபோது தன் மகனது எடை தன்னை நசுக்கிவிடும் என்பதுபோல் இவன் உணர்ந்தான். முதல் குடியிருப்பை அடைந்ததும் நடைபாதையின் ஒரு சுவற்றில் சாய்ந்து மூட்டுகளெல்லாம் நீங்கிவிட்டாற்போன்ற அந்த உடலைச் சாவதானப்படுத்தினான்.

அவ்வளவு நேரம் தன் கழுத்தை இறுகப் பற்றியிருந்த மகனது விரல்களை மிகுந்த சிரமத்துடன் பிரித்தவன் சுமையிலிருந்து விடுபட்டதும் எல்லாப் புறமுமிருந்தும் நாய்கள் குரைப்பதைக் கேட்டான்.

"இந்தச் சத்தங்கள் உனக்குக் கேட்கவில்லையா இக்னேஷியோ?" என்றான். "அந்த நம்பிக்கையைக் கூட நீ எனக்குத் தந்து உதவவில்லை."

◎

அழிவின் நாள்

"அது செப்டம்பரில் நிகழ்ந்தது. இந்த ஆண்டு செப்டம்பரில் அல்ல, கடந்த ஆண்டு. அல்லது அதற்கு முந்தைய ஆண்டா, மெலிடன்?"

"இல்லை, கடந்த ஆண்டுதான்."

"ஆமாம், ஆமாம், எனக்கு நன்றாக நினைவிருக்கிறது. கடந்த ஆண்டு செப்டம்பரில்தான், இருபத்தி ஒன்று வாக்கில். சொல் மெலிடன், மிகச் சரியாக செப்டம்பர் இருபத்தியொன்றில்தானே நிலநடுக்கம் ஏற்பட்டது?"

"அதற்குச் சற்று முன்பு. பதினெட்டு என நினைக்கிறேன்."

"சரிதான். அந்தச் சமயத்தில் நான் டக்ஸ்கக்யூவெஸ்கோவில் இருந்தேன். மிட்டாய்களால் செய்யப்பட்டதுபோல வீடுகள் இடிந்ததை நான் பார்த்தேன், மடிந்து, முகபாவங்களை வெளிப்படுத்தியபடி, ஒட்டுமொத்தச் சுவர்களும் தரையில் நொறுங்கி விழுந்தன. அதிர்ச்சியுடன் இடிபாடுகளிலிருந்து வெளிவந்த மக்கள் கூச்சலிட்டபடியே தேவாலயத்தை நோக்கி ஓடினர். சற்றுப் பொறு. ஏன் மெலிடன், டக்ஸ்கக்யூவெஸ்கோவில் தேவாலயம் எதுவும் இருப்பதுபோல் தெரியவில்லையே. உனக்கு ஏதேனும் நினைவிருக்கிறதா?"

"அங்கு எந்த தேவாலயமும் இல்லை. இருநூறு ஆண்டுகளுக்கு முந்தைய தேவாலயத்தினுடையது போன்ற வெகுசில உடைந்த சுவர்கள் மட்டுமே அங்கிருப்பதாக மக்கள் கூறுகிறார்கள்; ஆனால்

அதுவோ அது எப்படி இருந்தது என்பதுவோ ஒருவருக்கும் நினைவில்லை; மாறாக அந்த இடம் அத்தி மரங்கள் அடர்ந்த, கைவிடப்பட்ட தொழுவம் போலதான் இருக்கிறது."

"சரிதான். அப்படியானால் நான் நிலநடுக்கத்தில் சிக்கியது டக்ஸ்கக்யூவெஸ்கோவில் அல்ல, அது எல் பொஷோட்டாக இருக்க வேண்டும். ஆனால் எல் பொஷோட்டோ ஒரு பண்ணை, இல்லையா?"

"ஆனால் தேவாலயம் என்று மக்கள் அழைக்கிற ஒரு சிறிய குடில் அங்கே இருக்கிறது; லாஸ் அல்காட்ரசஸின் தோட்டத்திற்குச் சற்றுத்தள்ளி அது இருக்கிறது."

"அப்படியானால், நான் குறிப்பிடுகிற அந்த நிலநடுக்கம் என்னைத் தாக்கியது அங்கேயாகத்தான் இருக்கவேண்டும், உள்ளுக்குள் ஏதோ உருளுவதுபோல ஒட்டுமொத்த பூமியும் முன்னும் பின்னுமாகச் சாய்ந்தது. சரி, சில நாள்களுக்குப் பிறகு; ஏனென்றால் ஆளுநர் வந்தபோது நாங்கள் சுவர்களை எழுப்பி நிறுத்திக்கொண்டிருந்தோம்; என்ன உதவி செய்ய முடியும் என்பதைப் பார்ப்பதற்காக அவர் அங்கு வந்தார். ஆளுநர் வந்துவிட்டால், மக்கள் அவரைப் பார்த்துவிட்டால், எல்லாமும் சரியாகிவிடும் என்பதை நீங்கள் அறிவீர்கள். வீட்டிற்குள்ளேயே இருந்து கட்டளைகள் பிறப்பித்தபடி இல்லாமல், அவர் நேரில் வருகிறாரே, அதுதான் விஷயம். அவர் வந்துவிட்டால் எல்லாமும் சரியாகிவிடும், மக்களின்மேல் அவர்களது வீடுகள் விழுந்திருந்த போதும் அவரைப் பார்ப்பதிலேயே அவர்கள் மகிழ்ந்துவிடுவார்கள். அப்படித்தானே மெலிடன்?"

"அப்படித்தான்."

"நல்லது, நான் சொல்லியதுபோல, கடந்த ஆண்டு செப்டம்பரில் சம்பவம் ஏற்பட்டுச் சில நாட்களுக்குப் பிறகு, நிலநடுக்கத்தினால் எங்களுக்கு ஏற்பட்ட பாதிப்பினைக் காண ஆளுநர் வந்தார். அவர் தனியாக வந்தார் என நினைக்க வேண்டாம், புவியியலாளர் ஒருவரும் விஷயங்கள் தெரிந்தவர்கள் சிலரும் உடன் வந்தனர். மெலிடன், ஆளுநரின் பரிவாரங்களுக்கு உணவளிக்க நமக்குக் கிட்டத்தட்ட எவ்வளவு செலவானது?"

"கிட்டத்தட்ட நான்காயிரம் பெஸோக்கள்."

"ஒரே ஒருநாள் மட்டுமே அங்கிருந்த அவர்கள், இரவானதும் கிளம்பிவிட்டார்கள், இல்லையென்றால் நமக்கு அது எவ்வளவு கடனில் போய் முடிந்திருக்கும் என்பதே தெரியாது, என்றாலும் உண்மையை ஒப்புக்கொள்ள வேண்டும், நாங்கள் மிக மகிழ்ச்சியாக இருந்தோம்: கழுத்தை நீட்டி ஆளுநரை எட்டிப் பார்த்த மக்கள், காட்டு வான்கோழியை அவர் எப்படிச் சாப்பிட்டார், எலும்பினை உறிஞ்சினாரா, க்வாக்கமோல் சல்ஸாவைத் தடவி எவ்வளவு வேகமாக அடுத்தடுத்த டார்டில்லாக்களை எடுத்தார் என்பது குறித்தெல்லாம் பேசிக்கொண்டார்கள்; அவர்கள் ஒவ்வொன்றையும் கவனித்தார்கள். மிகவும் நிதானமாக இருந்த அவர், மிகத் தீவிரமாக இருந்தார், அவ்வப்போது மீசையில் ஒற்றி எடுப்பதற்கு மட்டுமே பயன்படுத்திய கைக்குட்டை அழுக்காகிவிடக்கூடாதென்பதற்காகக் கைகளைக் காலுறையில் துடைத்துக்கொண்டார். பின்பு மாதுளை பானம் அவர் தலைக்கேறியதும், எல்லோரும் கூட்டாகப் பாட ஆரம்பித்தார்கள். தேய்ந்துபோன ஒலிநாடா போல அவர்கள் திரும்பத் திரும்பப் பாடிய அந்தப் பாடல் எதுவெனச் சொல்லமுடியுமா மெலிடன்?"

"ஆன்மாவின் துயர்த் தருணங்களை நீ அறியமாட்டாய்," என்று வருகிற பாடல்.

"நினைவாற்றலைப் பொருத்தவரை நீ கெட்டிக்காரன் மெலிடன், அதில் சந்தேகமே இல்லை. ஆமாம், அதுதான். ஆளுநர் வெறுமனே சிரித்தார்; கழிவறை எங்கிருக்கிறதென அவர் அறிய விரும்பினார். மீண்டும் தன் இருக்கையில் அமர்ந்தவர், மேஜை மேலிருந்த கார்னேஷன் பூக்களை நுகர்ந்தார். பாடிக்கொண்டிருந்த மக்களைப் பார்த்தவர் தாளத்திற்கேற்றவாறு தலையை அசைத்தபடி சிரித்தார். அவர் மகிழ்ச்சியாக இருந்தார் என்பதில் சந்தேகமே இல்லை, ஏனெனில் அவரது மக்கள் மகிழ்ச்சியாக இருந்தார்கள்; அவர் என்ன நினைக்கிறார் என்பதைக்கூட அனுமானித்துவிட முடிந்தது. உரைகளுக்கான நேரம் வந்தபோது, அவருடைய ஆட்களில் இடதுபுறம் மாறுகண் உடைய ஒருவன் தலையை நிமிர்த்தியபடி எழுந்தான். பேசினான். அவன் எதைப் பற்றிப் பேசினான் என்பது குறித்து எந்தச் சந்தேகமும் இல்லை. சதுக்கத்தில் நாங்கள் சிலையாய் எழுப்பியிருக்கும் யுவாரெஸைக்

அழிவின் நாள் | 171

குறித்துப் பேசினான், நினைவுச் சின்னத்தில் இருப்பது யுவாரெஸ் என்பதை அப்போதுதான் நாங்கள் தெரிந்துகொண்டோம், அதற்கு முன் அதனை யாராலும் எங்களுக்கு எடுத்துக் கூற இயலவில்லை. அது ஹிடல்கோ அல்லது மொரிலோஸ் அல்லது வெனுஸ்டியானோ கர்ரன்ஸாவாக இருக்கும் என்றே நாங்கள் எப்போதும் நினைத்திருந்தோம், ஏனென்றால் இவர்கள் யாருடைய பிறந்த நாளாவது வரும்போது அங்குதான் நிகழ்ச்சிகள் நடக்கும். அந்தப் பகட்டுக்காரன் அன்று வந்து அது டான் பெனிடோ யுவாரெஸ் என்று கூறும்வரை. அப்புறம் அவன் கூறிய விஷயங்கள்! உண்மைதானே மெலிடன்? நீ நல்ல நினைவாற்றல் கொண்டவன், அவன் சொன்னதெல்லாம் நிச்சயம் உனக்கு நினைவிருக்கும்."

"நன்றாக நினைவிருக்கிறது; ஆனால் நான் அதனைப் பலமுறை சொல்லிவிட்டதால் எரிச்சலூட்டுவதாக ஆகிவிட்டது."

"பரவாயில்லை, அது அவசியமில்லை. இந்தக் கனவான்கள் இனிமையான ஒன்றைத் தவறவிட்டுவிடுவார்கள் என்பதற்காகச் சொன்னேன். ஆளுநர் என்ன சொன்னார் என்பதை நீ இவர்களுக்குச் சொல்ல விரும்பக்கூடும்.

"விஷயம் என்னவென்றால், வலியில் இருப்பவர்களையும் வீடுகளை இழந்தவர்களையும் பார்வையிட வந்ததாக இல்லாமல் அது ஒரு ஒப்பற்ற மதுக்கொண்டாட்ட நிகழ்வாகிவிட்டது. டெபெக் இசைக்குழு எப்போது நகரத்திற்குச் சென்றார்கள் எனத் தெரியவில்லை, ஆனால் அங்கே சென்றிருந்தார்கள். முன்னதாக, அனைத்துப் பேருந்துகளும் ஆளுநரின் ஆட்களை அழைத்துவரச் சென்றிருந்ததால் இசைக்குழுவினர் நடந்துவந்திருந்தனர். யாழையும் மேளத்தையும் ததச்சம் ச்சம் ச்சம் என நன்கு உரக்க வாசித்தவாறு, கைத்தாளத்துடன் "ஜோபிலொட் மொஜாதோ" பாடலைச் சப்தமாகவும் உணர்வுமயமாகவும் பாடியபடி உள்ளே நுழைந்தனர். நீங்கள் அதை நேரில் பார்த்திருக்க வேண்டும், ஆளுநர்கூடத் தன் அங்கியைக் கழற்றி கழுத்துப்பட்டையைத் தளர்த்திக்கொண்டார், கட்டற்ற கொண்டாட்டம் தொடர்ந்து நிகழ்ந்தது. மேலும் மேலும் பல குப்பிகளில் மதுவைக் கொண்டுவந்தவர்கள் அவசரமாக அதிக மான்கறியைச் சுட்டார்கள், நீங்கள் யாவரும் அதனை நம்பவிரும்ப மாட்டீர்களாயினும், அவர்கள் யாரும் அதனை அறிந்திருக்காவிடினும், இப்பகுதியில் அதிகமாக இருக்கிற

மான்கறியை அவர்கள் உண்டார்கள். பார்பிக்யூ மிகவும் சுவையாக இருந்ததாக அவர்கள் கூறியபோது நாங்கள் நகைத்தோம், இல்லையா மெலிடன்? ஏனென்றால் அவர்கள் கூறுகிற அந்த பார்பிக்யூ என்றால் என்னவென்று எங்களுக்கு ஒரு அறிமுகமும் இல்லை. உண்மை என்னவெனில், ஒரு தட்டில் நாங்கள் பரிமாறி முடித்திருக்கும் முன்பே அவர்கள் இன்னொன்றைக் கேட்பார்கள், நாங்கள் என்ன செய்ய முடியும், அவர்களுக்குப் பரிமாறுவதற்காகத்தான் நாங்கள் அங்கே இருந்தோம்; டிம்ப்ரே நிர்வாகியான, எப்போதும் கஞ்சத்தனமாய் இருக்கிற, லிபோரியோ சொன்னான்: “இந்த வரவேற்புக்கு ஆகிற இந்தச் செலவு இவ்வளவு ஆவது குறித்து நாம் கவலைகொள்ளத் தேவையில்லை, பணம் எதற்கேனும் பிரயோஜனப்படவேண்டும்தானே.” பிறகு அப்போது மேயராக இருந்த மெலிடனாகிய நீங்கள், “மது ஆறாய் ஓடட்டும், இப்படி ஒரு வரவு வீணாக்கப்படக்கூடாது,” என்று கூறியபோது எனக்கு உங்களை அவ்வளவாக அடையாளம் தெரியவில்லை. “ஆமாம், மது பெருக்கெடுத்தது, அதுதான் முழுமையான உண்மை; மேஜை விரிப்புகள்கூட அதனால் சிகப்பாகின. அந்த ஆட்கள் திருப்தியடைந்தது போலவே தெரியவில்லை. ஆளுநர் தனது இடத்திலிருந்து நகரக்கூட இல்லை என்பதைக் கவனித்தேன்; அவர் எதையும் கேட்கவும்கூட இல்லை, மக்கள் அவரிடம் சென்று தந்ததை அவர் குடிக்கவும் உண்ணவும் செய்தார்; ஆனால் அவரை மகிழ்விக்க விரும்பிய ஒத்தூதிகள் அவரது மேஜை முழுக்க நிரம்பியிருப்பதை உறுதிசெய்துகொண்டனர். உப்புக் குப்பியைப் பயன்படுத்தி முடித்ததும் வைக்க இடமில்லாமல், அவர் அதனைத் தன் சட்டைப்பையில் வைத்துக்கொள்ள வேண்டியிருந்தது. நான் அவரிடம் சென்று, “உப்பு வேண்டுமா தளபதி?” என வினவியபோது அவர் சிரித்துக்கொண்டே தன் சட்டைப்பையைக் காட்டினார், அப்படித்தான் நான் அதனைத் தெரிந்துகொண்டேன்.

“அவர் பேச ஆரம்பித்ததும்தான் முக்கியமான நிகழ்வு நடந்தேறியது. பரவசத்தில் எல்லோருக்கும் புல்லரித்தது. மெதுவாக, மிக மெதுவாக எழுந்த அவர் நாற்காலியைத் தன்காலால் பின்னால் தள்ளுவதை நாங்கள் பார்த்தோம்; கைகளை மேஜைமேல் வைத்தார்; பறக்கப்போவது போலத் தலையைக்

குனிந்தார்; அதன்பிறகு அவர் இருமியதும் நாங்கள் அனைவரும் அமைதியானோம். அவர் என்ன சொன்னார் மெலிடன்?"

"'என் சக குடிமக்களே,' என்றார் அவர். 'எனது வழியை நினைவுகூர்ந்து, என் வாக்குறுதிகளுக்கான ஒரே காரணத்தைப் புதுப்பிக்கிறேன். இதற்குமுன் இந்த நிலத்தை ஜனாதிபதி பதவிக்கான வேட்பாளரின் அடையாளமற்ற துணையாக, பிரதிநிதித்துவப்படுத்தப்பட்ட ஒருவருக்கு முழுஒத்துழைப்பு நல்கும் ஆதரவாளராக, தன் அரசியல் நிலைப்பாடுகளிலிருந்து சற்றும் விலகாத நேர்மையைக் கொண்ட அவருடன் பார்வையிட்டிருக்கிறேன். மாறாக, அவர், உண்மையில், நம் மக்களின் மேலான ஒருமைப்பாட்டினை நோக்கமாகக் கொண்டிருக்கும் ஜனநாயகக் கோட்பாடுகளின் உறுதியான அறிக்கையாக, இதுவரை உறுதிப்படுத்தப்படாத, நிகழ்த்தப்படாத புரட்சிகர லட்சியவாதத்தின் ஒருங்கிணைவின் அடையாளமாக இருக்கும் நேர்மையான மனநிலையுடன் தொடர்புடையவர்.'"

"அப்போது பலத்த கைத்தட்டல் எழுந்தது, இல்லையா மெலிடன்?"

"ஆமாம், ஏராளமான கைத்தட்டல்கள். அதன்பின் அவர் தொடர்ந்தார்:

"என் பாதை மாறவில்லை சக குடிமக்களே. ஒரு போட்டியாளனாக நான் வாக்குறுதிகள் தந்தேன், எதை நிறைவேற்ற முடியுமோ அதை மட்டுமே தர விரும்பினேன். நடைமுறைப்படுத்தப்பட்டவுடன், அவை தனிப்பட்டதாக அன்றி பொதுவான பலன் தருகிறவையாக அமையும்; ஒரு குறிப்பிட்ட இனத்தைச் சேர்ந்த மக்களின் தனியுரிமையாகவும் அது ஆகாது. என் அரசாங்கத்தின் திட்டங்களால் கணிக்கப்படாத, இயற்கையின் இந்த முரணான சூழலில் நாம் இன்று இங்கு கூடியிருக்கிறோம்...'

"அதேதான், என் தளபதி!" என அங்கிருக்கிற யாரோ கத்தினார்கள். "அதேதான்! சரியாகச் சொன்னீர்கள்!'

"...இந்த விஷயத்தில் நான் சொல்கிறேன், இயற்கை நம்மைத் தண்டித்திருக்கிறபோது, நம்முடையதாய் இருந்திருக்கக்கூடிய நம்முடைய வீடுகளை அழித்திருக்கிறபோது, நிலநடுக்கம் உணரப்பட்ட இந்தப் புவியில் நமது இருப்பு, நிகழ்கிறவற்றை

வெறுமனே அனுபவிப்பதாக இருக்கிறது. நாம் உதவிசெய்யவே விரும்புகிறோம், பிறர் துயரத்தில் மகிழ்கிற நீரோ மனநிலை இல்லை, இன்னும் சொல்லப்போனால், இடிபட்ட வீடுகளைத் திரும்பக் கட்டுவதில் எங்களது படையினை உடனடியாக ஈடுபடுத்தத் தயாராக இருக்கிறோம், மரணத்தால் இழப்புகள் ஏற்பட்ட இல்லங்களுக்கு ஆறுதல்கூறும் சகோதரத்துவத்திற்குத் தயாராய் இருக்கிறோம். அதிகாரத்திற்கான எந்த ஆசையும் இன்றி பல ஆண்டுகளுக்கு முன்பு நான் வந்திருந்த ஒரு மகிழ்ச்சியான கடந்தகாலம், இப்போது ஒரு துயர வீட்டைப் பார்ப்பதில் என்னை வருத்தமடையச் செய்கிறது. ஆம் சக குடிமக்களே, உடைமைகளை இழந்து காயமுற்றவர்களையும், இறந்தவர்களை இன்னும் சிதிலங்களிலிருந்து மீட்காமல் இருப்பவர்களது துயரங்களையும் பார்ப்பது என்னைக் காயப்படுத்துகிறது.'"

"அப்போதும் அங்கே கைதட்டலும் எழுந்தது, இல்லையா மெலிடன்?"

"இல்லை. அச்சமயத்தில் முந்தைய அதே நபரின் கூக்குரலை மீண்டும் கேட்க முடிந்தது: 'அதேதான், மேதகு ஆளுநரே! சரியாகச் சொன்னீர்கள்!' பின் எங்களுக்கு அருகில் இருந்த யாரோ சொன்னார்கள்: 'அந்தக் குடிகாரனை அமைதிப்படுத்துங்கள்!'"

"ஹ்ம், ஆமாம். மேஜையின் இறுதியில் ஓர் அமளி எழ வாய்ப்பிருந்ததுபோல் தோன்றியது, ஆனால் ஆளுநர் மீண்டும் பேசத் தொடங்கியதும் எல்லோரும் அமைதியடைந்தனர்.

"'டக்ஸ்கக்யூயென் மக்களே, நான் மீண்டும் வலியுறுத்துகிறேன்: உங்களது துரதிர்ஷ்டம் என்னை வேதனையடையச் செய்கிறது. பெர்னல், மேதகு பெர்னல் டியாஜ் டெல் காஸ்டில்லோ, "இறந்து போன மனிதர்கள் இறந்துபோவதற்கான ஒப்பந்தத்தில் இருந்தார்கள்," எனச் சொன்னதையும் தாண்டி, நான் எனது மனிதாபிமான மற்றும் இருப்பியல் கோட்பாடுகளின் அடிப்படையில் சொல்கிறேன்: ஒரு மரம் தன் முதல் பூப்பிலேயே வெட்டப்பட்டதைப் போன்ற துயரத்துடன் இது என்னை வேதனை கொள்ளச் செய்கிறது! எங்களது அதிகாரத்தைக் கொண்டு நாங்கள் உங்களுக்கு உதவ முடியும். உயிர்ப்புள்ள, பெருமைமிகு அரசாங்கத்தின் படையினர் இந்த எதிர்பாராத

மற்றும் விரும்பத்தகாத பேரழிவில் காயமடைந்தவர்களுக்கு உதவ விரும்புகின்றனர். உங்களுக்கு அளித்த வாக்குறுதிகளை நிறைவேற்றாமல் எனது ஆட்சி முடியாது. அதேசமயம், நமக்குத் துன்பம் விளைவிப்பதோ நம்மைக் கைவிடுவதோ கடவுளின் விருப்பமாக இருந்திருக்குமென நான் நம்பவில்லை...'

"அங்கே அவர் நிறுத்திக்கொண்டார். அதன்பிறகு அவர் என்ன சொன்னார் என்பதை என்னால் கண்டறிய முடியவில்லை, பின்புறமிருந்த மேஜைகளில் எழுந்த அமளி அதிகரித்துக்கொண்டே சென்றதனால் அவர் தொடர்ந்து என்ன சொன்னார் என்பதைக் கவனிப்பது சிரமமாக இருந்தது..."

"மிக உண்மை மெலிடன். நீங்கள் அதனைப் பார்த்திருக்க வேண்டும். அதிலேயே எல்லாமும் புரிந்திருக்கும். கூட்டத்தில் இருந்த அந்த அதே ஆள் மீண்டும் கத்தத் தொடங்கினான், "அதேதான்! அதேதான்! என்று அவன் கத்தியது தெருவில்கூடக் கேட்டிருக்கும். அவர்கள் அவனை அடக்க முயன்றபோது துப்பாக்கியை வெளியே எடுத்துத் தலைக்கு மேலே சுட்டவன், கூரையில் அதனைக் காலி செய்திருந்தான். அவன் சுட ஆரம்பித்தவுடனே பார்த்துக்கொண்டிருந்தவர்கள் ஓட ஆரம்பித்தார்கள். அதன் விளைவாக மேஜைகள் கீழே கவிழ, தட்டுகள் உடையும் சத்தம் கேட்டது, டம்ளர்களையும் பாட்டில்களையும் துப்பாக்கி வைத்திருந்த மனிதன் மீது வீசி அவனை அமைதிப்படுத்த முயன்றார்கள். ஆனால் அவை சுவரில்தான் மோதி உடைந்தன. தன் ஆயுதத்தில் புதிய குண்டுகளைப் பொருத்திய அவன், எல்லாப்புறமுமிருந்து தன்மீது எறியப்பட்டு பறந்துவரும் ஏராளம் பாட்டில்களிலிருந்து தப்பும்விதம் இருபுறமும் பக்கவாட்டில் நகர்ந்தபடியே மீண்டும் சுட ஆரம்பித்தான்.

"மிகத் தீவிரமாக, முகம் சுளித்தபடி, வெறும் பார்வையாலேயே கலவரத்தை அடக்கிவிட வேண்டும் என்பதுபோல அமளியைக் கவனித்தபடி அப்போது ஆளுநர் நின்றுகொண்டிருந்ததை நீங்கள் பார்த்திருக்க வேண்டும்,

"யார் சென்று இசைக்குழுவினரிடம் என்ன இசைக்கச் சொன்னார்கள் எனத் தெரியவில்லை, ஆனால் முழுப் பலமும் கொண்டு இசைக்குழுவினர் தேசிய கீதத்தை இசைக்க

ஆரம்பித்துவிட்டார்கள் என்பதுதான் உண்மை - ட்ரம்போன் இசைக்கருவியை ஊதியவனது கன்னமே கிட்டத்தட்ட வெடித்துவிட்டது என்னும் அளவிற்கு இருந்தது அவர்களது வலு; ஆனால் எந்த மாற்றமும் நிகழவில்லை. ஆனால் அடுத்ததாக, வெளியே தெருவில் எதோ சண்டை ஆரம்பித்திருந்தது. வெளியே சில ஆட்கள் கத்தியால் தாக்கிக்கொள்கிறார்கள் என்று ஆளுநரிடம் சொல்ல சிலர் வந்தார்கள்; சற்றுக் கவனமாகக் கேட்டால், உண்மைதான், 'அவர்களை விலக்கிவிடுங்கள், இல்லையென்றால் ஒருவரை ஒருவர் கொன்றுவிடுவார்கள்!' எனப் பெண்கள் கத்துவது உள்ளேயும்கூடக் கேட்டது. 'அவன் என் கணவனைக் கொன்றுவிட்டான்! பிடியுங்கள் அவனை!' என்று இன்னொரு கூச்சல் கேட்டது.

"ஆளுநர் அசையக்கூட இல்லை, அவர் தொடர்ந்து நின்றுகொண்டிருந்தார். ஏய் மெலிடன், அது என்ன வார்த்தை..."

"திடமாக."

"அதேதான், திடமாக. வெளியே ஏற்பட்ட அமளியின் காரணமாக உள்ளே எல்லாமும் அமைதியடைவதுபோல் தோன்றியது. 'அதேதான்,' என்கிற குடிமகன் மயங்கிவிட்டான்; ஏதோ ஒரு குப்பி அவன்மீது தாக்கியதில், அவன் கால்களை அகட்டியபடி தரையில் கிடந்தான். அவனிடம் சென்ற ஆளுநர், இன்னமும் அவனது கையில் இருந்த துப்பாக்கியை எடுத்தார், இறுகப் பற்றியிருந்த அவனிடமிருந்து அதனைப் பிடுங்க வேண்டியிருந்தது. வேறு ஒருவரிடம் அதனைக் கொடுத்த அவர், 'இவனைக் கவனித்துக்கொள், இவன் மீண்டும் ஆயுதமேந்தாதபடி பார்த்துக் கொள்,' என்றார். 'ஆகட்டும் தளபதி,' எனப் பதிலளித்தான் அவன்.

"பாதிக்கப்பட்டவர்களுக்காக அமைதி காக்கும்படி முதலில் பேசிய பிலுக்கன் கேட்டுக்கொள்ளும்வரை, ஏனென்றே தெரியாமல், இசைக்குழு தொடர்ந்து தேசியகீதத்தையே இசைத்துக் கொண்டிருந்தது. மெலிட்டன், எதில் பாதிக்கப்பட்டவர்களுக்காக அவன் நம்மை அமைதி காக்கச் சொன்னான்?"

"சச்சரவில் பாதிக்கப்பட்டவர்களுக்காக."

"ஆமாம், அவர்களுக்காக. அதன்பிறகு எல்லோரும் அமர்ந்து மேஜைகளை மீண்டும் நிமிர்த்தி, தொடர்ந்து மதுபானம் அருந்தி, "துயர்த் தருணங்களின்" பாடலைப் பாடிக்கொண்டிருந்தனர்.

"இந்த ஒட்டுமொத்தக் களேபரமும் நடந்தது செப்டம்பர் இருபத்தி ஒன்றில்தான் என்பது எனக்கு இப்போதுதான் நினைவுக்கு வருகிறது: ஏனென்றால் அன்றுதான் என் மனைவி எங்கள் மகன் மெரென்ஸியோவைப் பெற்றெடுத்தாள். நிதானமின்றி எல்லையற்றுக் குடித்த நான் தாமதமாக வீடு திரும்பினேன். அந்த நிலையில் நான் அவளைத் தனியாக விட்டுவிட்டேன் என்று அவள் என்னுடன் பல வாரங்களாகப் பேசவே இல்லை. மீண்டும் அவள் சமாதானமான பிறகுதான், மருத்துவச்சியைக் கூப்பிடும் அளவுகூட நான் பொறுப்புள்ளவனாக இருக்கவில்லை என்றும், கடவுள் தந்திருந்த அறிவைக்கொண்டு அவளேதான் அதைச் சமாளிக்க வேண்டியிருந்தது என்றும் அவள் கூறினாள்."

⓪

ஆர்க் ஏஞ்சல் மெடில்டாவின் வாரிசு

கோரஸான் டி மரியாவில்* சிலகாலம் முன்பு எரமைட்ஸ் என்றழைக்கப்பட்ட ஒரு தந்தையும் மகனும் வசித்துவந்தனர். ஒருவன் யுரேமியோ ஸெடிஸ்லோ; இன்னொருவனும் யுரேமியோ ஸெடிஸ்லோதான் எனினும் அவர்கள் இருவரையும் வேறுபடுத்தி அடையாளம் காணுவதில் சிரமமில்லாதபடிக்கு முதலாமவனுக்கு இரண்டாமவனை விட இருபத்தைந்து ஆண்டுகால வாழ்க்கையின் கூடுதல் கொடை வாய்த்திருந்தது.

அத்தகைய கொடைகளில் ஒன்றாக, தகப்பன் யுரேமியோவிற்குக் கடவுள் தாராளமாய் வழங்கியிருந்த உயரத்தையும் முரட்டுத்தனத்தையும் குறிப்பிடலாம். அதற்கு மாறாகத் தன் மகனை அதிலிருந்து முற்றிலும் வேறுபட்டவனாக - உருவத்திலும்கூட - அவன் ஆக்கியிருந்தான். மேலும் கூறவேண்டுமானால் ஒரு கம்பியைப் போல எலும்பும் தோலுமாய் இருந்த அவன் வெறுப்பு ஒரு பாறையைப் போல் அழுத்திக்கொண்டிருக்கும் வாழ்வைத்தான் - அதை நாம் அப்படி அழைக்கமுடியுமாயின் - வாழ்ந்தான்; அவன் பிறந்ததே ஒரு துரதிர்ஷ்டம்தான் என்று கூறுவதே மிகச் சரியானதாக இருக்கும்.

அவனை அதீதமாக வெறுத்தது அவனது தந்தைதான், உண்மைதான் தோழர்; ஏனென்றால் நான்தான் அவனுக்கு ஞானஸ்தானம் வழங்கினேன். அவன் செய்ததெல்லாம் அவனது தோற்றத்திற்குப் பொருத்தமாய்த்தான் இருந்தது.

★ கோரஸான் டி மரியா என்றால் மரியாவின் இதயம் என்று பொருள்

அவன் ஓர் ஒன்றரை ஆள் - மிகப் பெரிதானவன் - அவனுக்கு அருகில் நிற்பதும் அவனது பலத்தைக் குறித்து எண்ணுவதுமே கூட அச்சமூட்டக்கூடியதுதான், வெறுமனே அவனைப் பார்ப்பது மட்டுமேகூட உங்களுக்கு அத்தகைய உணர்வை ஏற்படுத்திவிடும். அவனைப் பார்க்கும்போது, ஏதோ மோசமான மனநிலையிலோ அல்லது மீந்துபோன பாகங்களைக் கொண்டோ படைக்கப்பட்டவர்கள்தான் நாம் என்று உங்களுக்குத் தோன்றிவிடும்.

கோரஸான் டி மரியாவிலும் அதன் சுற்றுப் புறத்திலும் அப்படி வளர்ந்த ஒரே ஒருவன் அவன் மட்டும்தான், இங்கிருக்கிற மற்ற அனைவரும் பக்கவாட்டில் வளர்கிறவர்களாகவும் குள்ளமானவர்களாகவும்தான் இருந்தார்கள்; குள்ளமானவர்கள் ஆதியில் தோன்றியதே இங்கிருந்துதான் என்றும்கூட எல்லோரும் சொல்வதுண்டு; அங்கிருக்கிற அனைவரும் குள்ளமானவர்களாய் இருந்தார்கள் என்பதுதான் நிலவரம். இங்கே இருப்பவர்களில் யாரேனும் அங்கிருந்து வந்தவர்களாயின் வருத்தம் கொள்ளமாட்டீர்கள் என நம்புகிறேன், என்றாலும் நான் என் நிலைப்பாட்டில் உறுதியாய் இருக்கிறேன்.

சரி நாம் தொடக்கத்திற்குச் செல்வோம், கோரஸான் டி மரியாவில் சில காலம் முன்பு வசித்த சிலரைப் பற்றி நான் உங்களுக்குச் சொல்ல ஆரம்பித்தேன். மூத்த யுரேமியாவிடம் லாஸ் அனிமாஸ் என்கிற ஒரு பள்ளத்தாக்கு இருந்தது. ஆனால் பல பின்னடைவுகளால் இவ்வுலகில் அதன் மதிப்பு வீழ்ந்துபோயிருந்தது, அதற்கு அவன் எந்தக் கவனமும் அளிக்கவில்லை என்பது அதில் முக்கியமானது. தன் மகனுக்கு அதனை விட்டுச் செல்வதில் ஒருபோதும் அவனுக்கு விருப்பமில்லை, அவனது மகனுக்கு நான் ஞானத்தந்தை என்பதை முன்பே கூறியிருந்தேன். வளர்ந்தபிறகு தன் மகன் வாழ்வதற்கான எந்த ஆதாரமும் இருக்கக்கூடாதென்கிற ஒரே காரணத்திற்காக அவன் தன் பள்ளத்தாக்கினைத் துண்டு துண்டாக விற்றுக் குவளை குவளையாகப் பிங்கரோட்டைக் குடித்துத் தீர்த்தான். அதில் அவன் கிட்டத்தட்ட வெற்றியும் பெற்றான். மகனால் கொஞ்சம்கூட மேலெழ இயலவில்லை, மிகப் பரிதாபமாக இருந்தான், இரக்கமுள்ள சிலரின் புண்ணியத்தில் அவன்

தன்னை நிலைநிறுத்திக்கொள்ள வேண்டியிருந்தது; அவனது தந்தை அவனுக்கு எந்தக் கவனமும் அளிக்கவில்லை, இவனைப் பார்த்தாலே அவனுக்கு ரத்தம் கொதிப்பது போலாகிவிட்டது.

ஆனால் இவையனைத்தையும் புரிந்துகொள்வதற்கு நாம் இன்னும் சற்றுப் பின்னே செல்ல வேண்டும். அதாவது, அந்தச் சிறுவன் பிறந்ததற்கு முன், அந்தச் சிறுவனின் அன்னையாகப் போகிற பெண்ணை யுரேமியா சந்தித்ததற்கு முன்பும்கூட.

அவனது அன்னையின் பெயர் மெடில்டா ஆர்க் ஏஞ்சல். அதுமட்டுமின்றி, அவள் கோரஸான் டி மரியாவைச் சேர்ந்தவள் அல்ல, சற்றுத் தொலைவில் இருக்கிற சுபடெரோஸ் எனப்படுகிற ஸெடில்லோ ஒருபோதும் நேரில் சென்றிருக்காத, கேள்வியறிவின் மூலம் மட்டுமே அதுகுறித்து அறிந்திருந்த ஓர் இடமாகும் அது; அச்சமயத்தில் அவள் எனக்கு நிச்சயிக்கப்பட்டிருந்தாள்; ஆனால் எப்போது என்ன நடக்கும் என்பது யாருக்கும் தெரியாது, எனவே நான் அவனை அந்தப் பெண்ணைக் காண்பிப்பதற்காக அழைத்துச் சென்றபோது - அவளைக் குறித்துப் பெருமையடித்துக்கொள்வதற்காகக் கொஞ்சம், எங்களது திருமணத்திற்குப் புரவலனாக இருக்க அவனை ஒப்புக்கொள்ளச் செய்வதற்காகக் கொஞ்சம் - என்மீது அவளுக்கு இருப்பதாகச் சொன்ன உணர்வுகளெல்லாம் தீர்ந்துபோய்விடும் என்றோ, அவளது பெருமூச்சுகள் வெப்பமிழக்கத் தொடங்கும் என்றோ, அவளது இதயம் இன்னொருவரால் திருடப்படும் என்றோ நான் கற்பனை செய்திருக்கவில்லை.

அதை நான் பின்புதான் தெரிந்துகொண்டேன்.

இருந்தாலும்கூட, மெடில்டா ஆர்க் ஏஞ்சல் யார் என்பதும் எப்படிப்பட்டவள் என்பதும் முதலில் உங்களுக்குத் தெரிந்திருக்க வேண்டும். அங்கேதான் நான் செல்கிறேன். அவசரமின்றி நான் உங்களுக்கு அதைச் சொல்வேன். மெதுவாக. அதுதான் நம் ஒவ்வொருவரின் முன்பும் நமது ஒட்டுமொத்த வாழ்க்கையும் இருக்கிறதே.

சுபடெரோஸிலுள்ள ஓர் உணவகத்தின் உரிமையாளரான டொனா ஸினெஸியாவோ என்னவோ, அவனது மகள்தான் அவள்; அந்தியில் மூழ்கிய இடம் என்று குறிப்பிடப்பட்ட

அவ்விடத்தில்தான் எங்களது தினசரி வருமானம் சென்று உயிர்துறந்தது. அப்படித்தான் அப்பகுதியில் சுற்றித்திரிந்த கழுதையோட்டிகளுக்கும் அவளைக் குறித்துத் தெரிய வந்தது, அவளைத் தன் கண்களுக்கும் அவர்கள் விருந்தாக்கினர். அந்த நாள்களில், அவள் காணாமல் போனதற்கு முன்பு, எங்கள் எல்லோருக்குள்ளும் நீர் போல் நிறைந்த சிறுமியாய் இருந்தாள் அவள்.

ஆனால், சற்றும் எதிர்பாரத ஒரு தினத்தில், அது எப்படி நிகழ்ந்ததென்பதே பிடிபடாமல், அவள் ஒரு பெண்ணாகி விட்டாள். கிட்டத்தட்ட கனவு போன்ற ஒரு புன்னகை அவளிலிருந்து எழுந்து மிகுந்த வலுக்கொண்டு மட்டுமே பிடுங்க முடிகிற ஓர் ஆணியைப்போல எல்லோருக்குள்ளும் ஆழ்ந்து இறங்கிவிட்டது. அதன்பிறகு அவளது உதடுகள், முத்தங்களால் பூப்படைந்தது போல வெடித்துத் திறந்துகொண்டன. அவள் அழகாகிவிட்டாள் என்பதைச் சொல்லித்தான் ஆகவேண்டும்.

ஒருவருக்கு அவ்வளவு தகுதியில்லை என்று கூறினால் சரிதான். பாருங்கள், நீங்கள் ஒரு கழுதையோட்டி. சாலையில் செல்லும்போது தனக்குத்தானே பேசிக்கொள்வதில் இருக்கும் மகிழ்ச்சிக்காகவே அதைச் செய்பவர்.

ஆனால் நான் வாழ்வில் வெகுதூரம் நடந்தது அவளது சாலையில்தான், ஒருபோதும் அவளைக் காதலிப்பதை நான் நிறுத்தமாட்டேன் என்னும் அளவிற்கு இருந்தது அது.

கதையின் முடிவு: யுரேமியா அவளைச் சொந்தமாக்கிக் கொண்டான்.

நான் ஒரு பயணத்தை முடித்துத் திரும்பி வந்த போது அவள் லாஸ் அனிமாஸின் உடைமையாளனை ஏற்கெனவே மணம் முடித்திருந்ததை அறிந்துகொண்டேன். அவள் பேராசைக்கு ஆளாகியிருக்க வேண்டும் அல்லது அவனது பெரிய ஆகிருதி அதற்குக் காரணமாக இருந்திருக்கும் என நான் நினைத்துக் கொண்டேன். என் முடிவுகள் ஒருபோதும் தவறியதில்லை. என் வயிற்றில் வலி ஏற்படுத்தியது என்னவென்றால், - வலியின் வேதனை அங்குதானே அதிகம் தெரியும் - அவளைக் காண்பதற்காகவே சென்று அவளது பார்வையில் ஆறுதல் கண்ட

அந்த உருப்படாதவன்கள் அத்தனை பேரையும் அவன் மறந்து விட்டான் என்பதுதான். அதிலும் குறிப்பாக, உங்களது அடிமை வேலைக்காரனான ட்ரான்க்யுலினோ ஹெரராவாகிய நான் - முத்தங்களுடனும் அணைப்புகளுடனும் எல்லாவற்றுடனும் அவள் எனக்கு நிச்சயிக்கப்பட்டிருந்தாள். நெருங்கிச் சென்று பார்த்தோமானால், பசியை எதிர்கொள்ளும் எந்த விலங்கும் தொழுவத்தை விட்டு வெளியேறத்தான் செய்யும்; அவள் வயிறு அவ்வளவு திருப்தியாக நிரம்பவில்லை என்றுதான் கூற வேண்டும். நாங்கள் ஏராளமானோர் இருந்தோம் என்பதால் அது எங்களுக்குப் போதுமானதாக இல்லை என்பது பாதிக் காரணம், நாங்கள் உணவருந்த வேண்டும் என்பதற்காக அவன் தனது உணவைக் கூடத் தியாகம் செய்ய எப்போதும் தயாராக இருந்தான் என்பது மீதிக் காரணம்.

அதன்பிறகு அவள் எடை கூடினாள். ஒரு குழந்தையைப் பெற்றாள். பின் இறந்து போனாள். கட்டுப்பாடிழந்து ஓடிய ஒரு குதிரையினால் அவள் கொல்லப்பட்டாள்.

குழந்தைக்கு ஞானஸ்தானம் வழங்கிவிட்டு நாங்கள் அப்போதுதான் வந்திருந்தோம். அவனைத் தன் கரங்களில் அவள் ஏந்தியிருந்தாள். குதிரை ஏன் எப்படிக் கட்டுப்பாடிழந்தது என்பது குறித்து என்னால் உங்களுக்குக் கூற இயலவில்லை, நான் சற்று முன்னே சென்றுகொண்டிருந்தேன். அது ஒரு குதிரை என்பது மட்டுமே எனக்கு நினைவிருக்கிறது. ஒரு சாம்பல் வண்ண மேகம் போல் அது எங்களைக் கடந்து சென்றது, குதிரையை விட அதன் வேகத்தால் உண்டான காற்றினைத்தான் எங்களால் காண முடிந்தது; தனியாக, பூமியின் மீது ஓர் அழுக்குத் தடம் போல மெடில்டா ஆர்க் ஏஞ்சல் எங்களுக்குப் பின்னால் சற்றுத் தொலைவில் ஒரு நீர்க்குட்டையில் முகம் பதியத் தூக்கி எறியப்பட்டிருந்தாள். நாங்கள் ஏராளமானோர் அவ்வளவு தூரம் காதலித்த அந்த முகம் இப்போது இன்னமும் துடித்துக் கொண்டிருந்த அவளது உடலில் இருந்து ஒரு நீரூற்றுப் போல் பொங்கிய ரத்தத்தைக் கழுவிக் கொண்டிருப்பது போல கிட்டத்தட்ட மூழ்கிக் கிடந்தது.

ஆனால் அச்சமயத்தில் அவள் எங்களுடையவளல்ல. தன்னுடையவளாகவே அவளை வார்த்துக்கொண்ட யுரேமியோ ஸெடில்லோ என்கிற அந்த ஒரே ஒருவனின் சொத்து அவள். அதோடு மெடில்டா நிச்சயம் பேரழகானவள். அவளை உருமாற்றுவதிருக்கட்டும், அவளுக்குக் குழந்தை பிறக்கும் அளவிற்கு அவளது சதைகளின் விளிம்புகளையெல்லாம் தாண்டி அவன் உள் நுழைந்திருந்தான். எனவே எனக்கு அச்சமயத்தில் நினைவுகளின் ஒரு கீற்றையோ நிழலையோ தாண்டி அவள் குறித்து எதுவும் எஞ்சியிருந்திருக்கவில்லை.

என்றாலும் நான் அவளைப் பார்ப்பதைத் தவிர்க்கவில்லை. ஒரு தோழன் என்கிற வகையில் மட்டும்தான் என்றாலும் சற்று அவளுக்கு அருகில் இருக்க இயலும் என்பதற்காகவே நான் அவளது மகனுக்கு ஞானஸ்தானம் வழங்க ஒப்புக்கொண்டிருந்தேன்.

அதனால்தான் என்னைக் கடந்த அந்தக் காற்றை அவளது வாழ்வின் சுடரை அணைத்த காற்றை - அது என்னவோ அணையாமல் எரிந்துகொண்டிருந்தாற்போல - உங்களுக்கு எதிரில் எரிந்துகொண்டிருப்பதைப் போல என்னால் இப்போதும் உணர முடிகிறது.

நீர் நிறைந்த அவளது கண்களை நான்தான் மூட வேண்டியதாகிற்று; வேதனையினால் கோணியிருந்த வாயினை நேராக்கியதும் நான்தான்; அவளுக்குள் நுழைந்து, விலங்கு வேகமெடுத்து ஓடி ஓடி அவள் கீழே விழும் வரை கூடிக்கொண்டே சென்ற வேதனை. அவள் தன் மகனைச் சுற்றி அணைத்தபடி விழுந்திருந்தாள் என நான் முன்பே கூறியிருந்தேன். அந்தத் துயரச் சம்பவம் நிகழ்ந்துகொண்டிருந்த ஒவ்வொரு நொடியும் அவளது உடலிலிருந்து மொத்தத் திரவமும் வெளியேறி வந்ததால் அவளது தசையெல்லாம் ஏற்கெனவே உலர்ந்து ஒரு ஓடு போல ஆகிக்கொண்டிருந்தது. திறந்திருந்த அவளது கண்கள் குழந்தை மேல் நிலைத்திருந்தன. அவள் நீரில் ஊறியிருந்தாள் என்று சொன்னேன். கண்ணீரில் அல்ல, அவளது முகம் மூழ்கியிருந்த சேறு நிறைந்த அந்தக் குட்டையின் அழுக்கு நீரில். விழும்போது தன் குழந்தையைத் தான் நசுக்கிவிட வில்லை என்கிற மகிழ்ச்சியுடன் அவள் இறந்திருந்தாற்போல் தோன்றியது; அவளது கண்களில் மகிழ்ச்சியின் வெள்ளத்தைக் காண முடிந்தது. அவள்

உயிருடனிருந்தபோது இருந்தது போலவே இப்போதும் அன்பைச் சிந்திய அந்தக் கண்களை நான்தான் மூட வேண்டி வந்தது.

நாங்கள் அவளைப் புதைத்தோம். அடைவதற்கு மிகக் கடினமாய் இருந்த அந்த வாய் மண்ணால் நிறைந்தது. அவள் ஒட்டுமொத்தமாகக் குழியின் ஆழத்திற்குள் காணாமல் போவதை, அவளது வடிவம் மறையும் வரை நின்று நாங்கள் பார்த்துக் கொண்டிருந்தோம். அங்கே இன்னமும் ஒரு வேலிக்கம்பு போல யுரேமியோ ஸெடில்லோ இருந்தான். நான் நினைத்தேன்: 'இவன் அவளை சுபடெரோஸிலேயே விட்டுவிட்டிருந்தால் ஒரு வேளை அவள் இப்போதும் உயிருடன் இருந்திருப்பாள்.'

"அவள் இந்நேரம் உயிருடன் இருந்திருப்பாள்," எனத் தொடங்கினான் அவன். "இந்தச் சிறுவன் மட்டும் தவறிழைக்காதிருந்திருந்தால்," என்றவன் அந்தச் சிறுவன் எப்படி ஒரு ஆந்தையைப் போல அலற நேர்ந்து அதனால் அவர்கள் பயணித்த குதிரை எளிதாகப் பயந்துவிட்டது என்றும் பேசினான். பையன் அலறாதவாறு பார்த்துக்கொள்ளும்படி அவளிடம் வலியுறுத்தும் விதமாக அவன் பலமுறை அன்னையை எச்சரித்திருக்கிறான். அவள் தான் விழுந்ததைத் தவிர்த்திருக்கலாம் என்றும் அவன் கூறினான்.; ஆனால் அவள் அதற்கு நேரெதிராக நடந்துகொண்டாள். "மகனை நசுக்கிவிடாதபடி இடைவெளியை ஏற்படுத்த அவள் ஒரு வளைவு போல் தன்னை ஆக்கிக்கொண்டாள். எனவே எப்படிப் பார்த்தாலும் எல்லாத் தவறும் அந்தச் சிறுவனுடையதுதான். அவனது அலறல் யாரை வேண்டுமானாலும் பயமுறுத்திவிடும். நான் ஏன் அவனை நேசிக்க வேண்டும்? அவனால் எனக்கு எந்தப் பயனும் இல்லை. அவளால் எனக்கு நிறைய குழந்தைகளைத் தந்திருக்க முடியும், எனக்கு வேண்டிய அத்தனை குழந்தைகளையும்; ஆனால் இங்கிருக்கிற இவன் நான் அவளுடன் வாழ்வதைக்கூட அனுமதிக்கவில்லை." இறந்த பெண் குறித்து அவன் கொண்டது வருத்தமா அல்லது கோபமா எனப் பிரித்தறிய முடியாதபடி, இந்த விஷயங்களையும் இன்னும் பலவற்றையும்கூறி அவன் அப்படித்தான் வெடித்தான்.

ஆனால் தன் மகன் மீது அவன் கொண்டிருந்த வெறுப்பு எப்போதும் ஒருவரால் உணர்ந்துகொள்ள முடிவதாய் இருந்தது.

அதைத்தான் நான் துவக்கத்திலிருந்தே உங்களிடம் கூறி வருகிறேன். யுரேமியோ குடிக்கு அடிமையானான். பிங்கரோட்† பாட்டில்கள் வாங்குவதற்காக அவன் தன் நிலத்தைத் துண்டு துண்டாக விற்க ஆரம்பித்தான். பிறகு அவன் அதனை பீப்பாய்களில் வாங்க ஆரம்பித்தான். ஒருமுறை யுரேமியாவிற்கு முகவரியிடப்பட்டிருந்த பிங்கரோட் பீப்பாய்களைக் கொண்டு வந்து இறக்குவதற்காகவே நான் ஒரு முழு இரயிலை வாடகைக்கு அமர்த்த வேண்டியிருந்தது. அவன் தன் முழு ஆற்றலையும் அதற்கே செலவழித்தான்; அதற்கும் என் ஞானக் குழந்தையைக் கை ஓயும்வரை அடிப்பதற்கும்.

அப்படியாக இதே போலவே பல வருடங்கள் கடந்து ஓடின. எல்லாவற்றையும் தாண்டி சில தெய்வாதீனமான ஆன்மாக்களின் ஆதரவால் சிறிய யுரேமியோ வளர்ந்தான்; தான் பிறந்தபோது கொணர்ந்த மூச்சுக் காற்றுடனே. கோழையாகவும் கொலைகாரனாகவும் கருதிய தந்தையின் மிதியோடுதான் ஒவ்வொரு நாள் காலையும் அவன் எழுந்துகொள்வான். அவனைக் கொலை செய்யவில்லை என்றாலும், பசியாலேனும் அவன் இறந்திடவும் அதன் மூலம் அவனது இருப்பையே தான் மறந்திடவும் அந்தத் தந்தை விரும்பினான். ஆனால் அவன் பிழைத்திருந்தான். இன்னொரு புறம் காலம் செல்லச் செல்ல அவனது தந்தை வலுவிழந்துகொண்டே சென்றான். ஆனால் ஒருவரால் சுமக்க முடிகிற எல்லாச் சுமைகளையும் விடக் காலம் கனமானது என்பதை நீங்களும் நானும் அனைவரும் அறிவோம். எனவே அவன் தொடர்ந்து தன் கசப்புணர்விற்கு உயிரூட்டிக் கொண்டே இருந்தபோதும், அவர்கள் இருவரும் சேர்ந்து ஓர் ஒற்றை வாழ்க்கை வாழும் விதமாகும் வரை அவனுள்ளிருந்த வெறுப்பு குறைந்துகொண்டே சென்றது.

நான் வெகு அரிதாகவே அவர்களைத் தேடிச் சென்றேன். தன் தந்தை குடித்துவிட்டு உறங்கும் போது என் ஞானக் குழந்தை புல்லாங்குழல் வாசிக்கிறான் என்பதை நான் கேள்வியுற்றிருந்தேன். அவர்கள் ஒருபோதும் பேசிக்கொள்ளவோ ஒருவரை ஒருவர் பார்த்துக்கொள்ளவோ இல்லை; ஆனால் கோரஸான் டி மரியா முழுவதையுமே இரவு சூழ்ந்துவிட்ட போதும் புல்லாங்குழல்

† பிங்கரோட்: bingarrote – மது

ஓசை எல்லோருக்கும் கேட்கும்; சில சமயங்களில் நள்ளிரவு தாண்டியும்கூட நீங்கள் அதனைக் கேட்டுக்கொண்டிருக்க இயலும்.

சரி, இந்த நீளமான கதையைச் சுருக்கமாக முடிக்க, ஓர் அமைதியான நாளில் நகரத்தில் ஏராளமாய் நிறைந்திருக்கும் சில கலவரக்காரர்கள் கோரஸான் டி மரியாவிற்கு வந்தனர். தெரு முழுவதும் புல்லாக இருந்ததால் எந்தச் சப்தமும் எழவில்லை; எனவே அவர்கள் அனைவருமே விலங்குகளில் வந்திருந்த போதும் அமைதியாகவே கடந்துவிட்டனர். அந்த இடம் மிகுந்த அமைதியுடன் இருந்ததாகவும் ஆனால் அவர்கள் எந்தச் சலனமும் ஏற்படுத்தாமல் சென்றதால், கிரிக்கெட் பூச்சிகள் பாடுவதும் ஸோமோர்முஜோ பறவைகள் கத்துவதும்கூடக் கேட்டது; ஆனால் இதையெல்லாமும் விட அவர்கள் எரமைட்ஸின் வீட்டினைக் கடந்த போது அதிலிருந்து ஒலித்த புல்லாங்குழல் இசை அவர்கள் தொலைவில் செல்லச் செல்ல ஒலி குறைந்து பின் மறைந்து போனது.

அவர்கள் என்னவிதமான கலகக்காரர்கள், அவர்கள் என்னவெல்லாம் செய்துகொண்டிருந்தார்கள் என்பதெல்லாம் யாருக்குத் தெரியும். உண்மை என்னவெனில் சில நாள்கள் கழித்து அரசாங்கத்தின் படையும் அவ்வழியாக நிற்காமல் கடந்து சென்றிருக்கிறது அப்படித்தான் என்னிடம் சொன்னார்கள். அச்சமயம் மூத்த யுரேமியோ - சற்றுப் பலவீனமாகியிருந்தான் - தன்னையும் அழைத்துச் செல்லும்படி அவர்களிடம் கோரியிருக்கிறான். அவர்கள் பின்தொடர்ந்து செல்கிற கொள்ளைக்காரர்களில் ஒருவனிடம் தான் தீர்க்க வேண்டிய கணக்கு ஒன்று இருப்பதாக அவன் கூறியிருப்பான் போலும். ஆமாம், அவர்கள் அதற்கு ஒப்புக்கொண்டார்கள். கையில் துப்பாக்கியுடன் குதிரையில் ஏறி வீட்டை விட்டுக் கிளம்பிய அவன், படைகளுடன் சென்று சேருமாறு பாய்ந்து சென்றான். ஏற்கெனவே நான் கூறியது போல மிக உயரமான அவன் தலையில் தொப்பியணிவதில் கவனமின்றி நீண்ட முடிகள் காற்றில் பறக்கச் சென்றதைப் பார்க்கக் கொடி பறப்பது போலிருந்தது.

சில நாள்களுக்கு யாருக்குமே எதுவும் தெரிந்திருக்கவில்லை. எல்லாமுமே எப்போதும் போல அமைதியாக இருந்திருக்கிறது. அச்சமயத்தில்தான் நான் வரநேர்ந்தது. அவர்கள் இருவரைக்

குறித்தும் யாரும் எதுவும் பேசியிராத தாழ்வான நிலத்திலிருந்து நான் வந்தேன். திடீரென எல்லோரும் வர ஆரம்பித்தனர். கொமிலெரோக்களை உங்களுக்குத் தெரியுமில்லையா: மலைப்பகுதியில் ஒப்பந்தத் தொழில் செய்து வாழ்ந்து வருபவர்கள், அவர்கள் நிலப்பகுதிக்கு வந்தார்களெனில் அது ஏதேனும் வாங்குவதற்காக இருக்கும் அல்லது அவர்கள் மனதில் ஏதேனும் இருக்கும். இம்முறை அவர்கள் அச்சத்தினால் கீழே வந்திருந்தார்கள். மலையில் சில நாள்களாகத் தொடர்ந்து சண்டை போய்க்கொண்டிருப்பதாக அவர்கள் கூறினார்கள். பாதுகாப்பான வசிப்பிடத்தைத் தேடி ஏற்கெனவே சிலர் இங்கே வர ஆரம்பித்திருந்தனர்.

பிற்பகல் எவரது நடமாட்டமும் இன்றிக் கடந்திருந்தது. இரவும் வந்தது. அவர்கள் வேறு பாதையில் செல்ல ஆரம்பித்து விட்டார்கள் என்று நாங்கள் சிலர் நினைத்தோம். மூடிய கதவுகளுக்குப் பின் நாங்கள் காத்திருந்தோம். தேவாலய மணி ஒன்பது அடித்துப் பின் பத்தும் அடித்தது. அதன்பின் மணி ஒலி கேட்ட அதே நேரத்தில் சமிக்ஞையோசையும் கேட்டது. அதன் பின் குதிரைகளின் குளம்பொலி. அது யார் என்பதைக் காண நான் வெளியே பார்த்தேன். ஓய்ந்துபோன குதிரைகளின் மேல் அமர்ந்துவரும் சில குண்டர்கள் வந்தனர். சிலருக்கு ரத்தம் ஒழுகிக்கொண்டிருந்தது; மற்றவர்கள் நிச்சயம் உறங்கியிருந்தார்கள் அல்லது தூங்கி வழிந்தார்கள். அவர்கள் தொடர்ந்து சென்று கொண்டிருந்தார்கள்.

இரவிலிருந்து தனித்துப் பிரித்தறிய இயலாத அந்த இருண்ட உருவங்களின் அணிவகுப்பு முடிந்ததென நினைக்கும் சமயத்தில் முதலில் லேசாகவும் பின் தெளிவாகவும் புல்லாங்குழலின் இசை ஒலித்தது. அதன்பின் என் ஞானக் குழந்தை யுரேமியோ என் தோழன் யுரேமியோ ஸெடில்லோவின் குதிரையை ஓட்டியபடி வந்துகொண்டிருப்பதைக் கண்டேன். பின்புறம் அமர்ந்து வந்த அவனது இடது கையிலிருந்த புல்லாங்குழலில் அவன் மொத்தமாய் மூழ்கியிருக்க, வலது கை சேணத்தின் மேல் கிடத்தப்பட்டிருந்த மரணித்துவிட்ட தன் தந்தையின் உடலைப் பற்றியிருந்தது.

◎

அனெக்லெட்டோ மொரோன்ஸ்*

கிழவிகள், பேய்க்குப் பிறந்தவள்கள்! அவர்கள் அனைவரும் ஒட்டுமொத்தமாக அணிவகுத்து வருவதை நான் பார்த்தேன். கரிய ஆடை அணிந்து எரிக்கும் சூரியக் கதிர்களுக்குக் கீழே கழுதைகளைப் போல் வியர்த்தபடி. கழுதைகளினாலான தொடர் வண்டியைப் போல புகையைக் கிளப்பிய அவர்களைத் தொலைவிலேயே நான் பார்த்துவிட்டேன். கரேரென்று... அனைவரும். தங்களது அகன்ற கரிய கழுத்துக்குட்டையின் மீது முகத்திலிருந்து பெரிய வியர்வைத் துளிகள் விழுந்து வழிய அமுலாவிலிருந்து கால்நடையாகவே பிரார்த்தனைகளும் பாடல்களுமாக வெயிலில் வந்தார்கள்.

அவர்கள் வருவதைப் பார்த்த நான் ஒளிந்துகொண்டேன். அவர்கள் அங்கே என்ன செய்தார்கள் என்பதும் யாரைத் தேடி வந்தார்கள் என்பதும் எனக்குத் தெரியும். அதனால்தான் கையில் கால்ச்சட்டையுடன் நான் தொழுவத்திற்கு வெகு பின்னால் ஒளிந்து கொள்ள ஓடினேன்.

எப்படியோ அவர்கள் வந்து என்னைச் சந்தித்து விட்டார்கள். “புனித மேரி வாழ்க!” என்றார்கள்.

எனது நிலையைப் பார்த்து அவர்கள் மேலும் அருகே நெருங்காமல் நிற்கட்டும் என்பதற்காக, ஒரு பாறை மீது காற்சட்டையைக் கணுக்கால் வரை இறக்கிக் குத்துக்காலிட்டு அமர்ந்திருந்தேன்.

★ அனெக்லெட்டோ மொரோன் – முட்டாள் தேவதூதன் என்று பொருள்.

ஆனால் அதையும் மீறி அவர்கள், "புனித மேரி வாழ்க!" என்று மட்டும் கூறிவிட்டு, மெதுவாக என் அருகில் வந்தார்கள்.

கேடுகெட்ட கிழவிகள்! வெட்கம் கெட்டவர்கள்! சிலுவையிட்டுக் கொண்ட அவர்கள், மொத்தமாக, நெருக்கியடித்தபடி, முகத்தின் குறுக்கே அப்பிய கூந்தலிலிருந்து நீர் சொட்டுவது போல வியர்வை ஒழுக நேரே என்னிடம் வந்தார்கள்.

"நாங்கள் உங்களைப் பார்க்க வந்தோம், லூகாஸ் லுகடெரோ. உங்களைப் பார்க்க மட்டுமே அமுலாவிலிருந்து வந்தோம். நீங்கள் வீட்டிலிருப்பதாகச் சற்று அருகிலிருக்கும் சிலர் கூறினார்கள்; ஆனால் நீங்கள் இவ்வளவு தொலைவில் உள்ளே இருப்பீர்கள் என்று நாங்கள் நினைத்திருக்கவில்லை; அதுவும் இந்த இடத்தில் இதைச் செய்துகொண்டு. நீங்கள் கோழிக் குஞ்சுகளுக்குத் தீவனமிட்டுக் கொண்டிருப்பீர்கள் என நினைத்தோம், அதனால்தான் நாங்கள் உள்ளே வந்தோம். உங்களைப் பார்க்கத்தான் வந்தோம்."

அந்தக் கிழவிகள்! கழுதைவிட்டை போல அசிங்கமான கிழவிகள்.

"உங்களுக்கு என்ன வேண்டுமென்று சொல்லுங்கள்." என்னைக் காண்பதைத் தவிர்க்க அவர்கள் கண்களை மூடிக்கொண்டிருக்கையில் நான் காற்சட்டையை மாட்டிக் கொண்டே வினவினேன்.

"நாங்கள் ஒரு திட்டத்துடன் இருக்கிறோம். ஸாண்டோ ஸாண்டியாகோவிலும் ஸாண்டா இனெஸிலும் நாங்கள் உங்களைத் தேடினோம், ஆனால் நீங்கள் அங்கிருந்து காலிசெய்து இந்தப் பள்ளத்தாக்கிற்குக் குடிபெயர்ந்துவிட்டதாக அவர்கள் கூறினார்கள். அதனால் நாங்கள் இங்கு வந்தோம். நாங்கள் அமுலாவிலிருந்து வருகிறோம்."

அவர்கள் எங்கிருந்து வருகிறார்கள் என்பதும் அவர்கள் யார் என்பதும் எனக்கு முன்பே தெரிந்திருந்தது; அவர்களது பெயர்களைக்கூட நான் ஒப்பித்திருப்பேன், ஆனால் தெரியாததுபோல் நடித்தேன்.

“அப்படியாக லூகாஸ் லுகடெரோ, தெய்வத்தின் சித்தத்தால் நாங்கள் உங்களைக் கண்டறிந்துவிட்டோம்.”

வரவேற்பறைக்கு நகரும்படி அவர்களைக் கூறிய நான் அவர்கள் அமர சில நாற்காலிகளையும் எடுத்து வந்தேன். அவர்களுக்குப் பசிக்கிறதா அல்லது தாகம் தணிக்க ஒரு கோப்பைத் தண்ணீராவது தரட்டுமா என வினவினேன்.

கழுத்துக் குட்டையினால் வியர்வையைத் துடைத்தபடி அவர்கள் அமர்ந்தார்கள்.

“வேண்டாம்,” எனப் பதிலளித்தார்கள். “உங்களைச் சிரமப்படுத்து வதற்காக நாங்கள் வரவில்லை. உங்களுக்கான ஒரு செய்தியுடன் இங்கு வந்திருக்கிறோம். உங்களுக்கு என்னைத் தெரியும், இல்லையா லூகாஸ் லுகடெரோ?” என ஒரு பெண் வினவினாள்.

“கொஞ்சமாக,” எனப் பதிலளித்தேன் நான். “உன்னை எங்கோ பார்த்திருக்கிறேன் என நினைக்கிறேன். ஒருவேளை நீ பாஞ்ச்சா ஃப்ரெகோசோவா? ஹோமோபோனோ ரமோஸுடன் ஓடிப்போனாளே...”

“ஆமாம், நான்தான். ஆனால் நான் யாருடனும் ஓடிப்போகவில்லை. அவையெல்லாம் வெறும் மோசமான வதந்திகள் மட்டுமே. நாங்கள் இருவரும் பெர்ரிகளைத் தேடும்போது தொலைந்து போனோம். சபை உறுப்பினராகிய நான் எப்படி யாருடனும்...”

“பாஞ்ச்சா, என்ன சொல்கிறாய்?”

“ஏய், லூகாஸ்... நீங்கள் தவறான சிந்தனைகளிலேயே இருக்கிறீர்கள். இன்னமும் எல்லோரையும் பழிபோட்டுக்கொண்டு திரிகிறீர்கள். ஆனால் உங்களுக்கு என்னைத் தெரியுமென்பது நிஜமாதலால், இந்த வாய்ப்பைப் பயன்படுத்திக்கொண்டு, நாங்கள் ஏன் வந்தோமென்று உங்களுக்குச் சொல்ல விரும்புகிறேன்.”

“உங்களுக்கு ஒரு குவளைத் தண்ணீர்கூட வேண்டாமா?” என மீண்டும் வினவினேன்.

“உங்களைச் சிரமப்படுத்த விரும்பவில்லை. ஆனால் நீங்கள் இவ்வளவு தூரம் சொல்வதால் நாங்கள் மறுக்க மாட்டோம்.”

முதலில் ஒரு குவளை மிர்டில் பானம் கொணர்ந்து அவர்கள் குடித்து முடித்ததும் இன்னொன்றும் கொணர்ந்தேன், அதையும் குடித்து முடித்தார்கள். பிறகு நான் ஒரு குவளை ஆற்றுநீர் கொண்டுவந்து தந்தேன். பிறகு குடிப்பதற்காக, அவர்கள் அதை அப்படியே வைத்துவிட்டார்கள், ஏனென்றால் அவர்களைப் பொறுத்தவரை, ஜீரணிக்க ஆரம்பித்ததும் தாகமும் அதிகமாகும்.

புழுதிபடிந்த கருப்பு ஆடைகளுடன் பத்துப் பெண்கள் ஒரே வரிசையில் அமர்ந்திருந்தார்கள். பொன்ஸியானோவின் மகள்கள், எமிலியானோ, க்ரெஸென்ஸியானோ, மதுக்கடைக்காரன் டொரிபியோ, நாவிதன் அனஸ்டேஸியோ போன்றோரின் மகள்களும்கூட.

கிழட்டுக் கழுதைகள்! ஒருத்திகூட சகிக்கும்படி இல்லை. எல்லோருக்கும் ஐம்பது வயதிற்கு மேலாகிவிட்டது. வாடி உலர்ந்த பெரிய மலர்கள்போல உதிர்ந்துவிட்டார்கள். கணக்கில் கொள்ளும்படி ஒருத்திகூட இல்லை.

"இங்கே நீங்களெல்லாம் எதைத் தேடிக்கொண்டு இருக்கிறீர்கள்?"

"நாங்கள் உங்களைப் பார்க்கத்தான் வந்தோம்."

"நல்லது, நீங்கள் எங்களைப் பார்த்துவிட்டீர்கள். என்னைப் பற்றிக் கவலைப்படாதீர்கள்."

"நீங்கள் நெடுந்தொலைவு வந்துவிட்டீர்கள். இந்த மறைவிடத்திற்கு. முகவரியுமில்லை, உங்களைப் பற்றி அறிந்தவர்களும் இல்லை. உங்களைக் கண்டறிய நிறைய சிரமப்பட வேண்டியிருந்தது, பலபேரிடம் விசாரிக்க வேண்டியும் இருந்தது."

"நான் ஒளிந்துகொள்ளவில்லை. யாருடைய தொந்தரவுமின்றி இங்கு மகிழ்ச்சியாக வாழ்கிறேன். உங்களது நோக்கம்தான் என்ன, நான் தெரிந்துகொள்ளலாமா?" என வினவினேன்.

"ம், இது இப்படித்தான் இருக்கிறது.... நாங்கள் உண்ண எதையேனும் தரவேண்டுமெனச் சிரமப்படாதீர்கள். டார்கசிடாவின் வீட்டில் நாங்கள் ஏற்கெனவே உண்டுவிட்டோம். எங்கள் அனைவருக்கும் அங்கு உணவு வழங்கப்பட்டது. எனவே கவனமாகக் கேளுங்கள்.

நாங்கள் கூறுவதைக் கேட்கும்விதம், நாங்கள் உங்களைப் பார்க்கும்படி எங்களுக்கு எதிரில் நீங்கள் அமருங்கள்."

என்னால் சகஜமாக முடியவில்லை. நான் மீண்டும் தொழுவத்திற்குச் செல்ல விரும்பினேன். கோழிகள் கொக்கரிப்பது கேட்டது, முயல்கள் வந்து சாப்பிட்டுவிடும் முன்பு நான் முட்டைகளைச் சேகரிக்க விரும்பினேன்.

"நான் முட்டைகளை எடுக்கப் போகிறேன்," என்றேன்.

"நிஜமாகவா, ஆனால் நாங்கள் ஏற்கெனவே சாப்பிட்டுவிட்டோம். எங்களுக்காக உங்களைச் சிரமப்படுத்திக் கொள்ளாதீர்கள்."

"எனது முட்டைகளைத் தின்கிற இரண்டு காட்டு முயல்கள் இருக்கின்றன. நான் இப்போது வந்துவிடுகிறேன்."

நான் தொழுவத்திற்குச் சென்றேன்.

திரும்ப வரக்கூடாதென நினைத்தேன் நான். அந்த நரைமுடிக் கிழவிகளை அங்கேயே விட்டுவிட்டு மலையிருக்கும் திசையிலுள்ள கதவினூடாக நழுவிவிட விரும்பினேன்.

மூலையில் நான் குவித்து வைத்திருந்த கற்களையும் கல்லறையின் வடிவத்தையும் பார்த்தேன். அந்த வடிவத்தைக் குலைப்பதற்காக ஆங்காங்கே இருக்கும் கற்களை எடுத்து வெவ்வேறுபுறம் எறிந்தேன். அந்த வழுவழுப்பான ஆற்றுக் கற்களை நான் வெகுதூரம் எறிந்தேன். பிசாசுக் கிழவிகள். எனக்கு வேலை வைத்துவிட்டார்கள். இங்கே வர ஏன் முடிவு செய்தார்கள் என்றே எனக்குத் தெரியவில்லை.

வேலையைப் பாதியில் விட்டுவிட்டு நான் திரும்பிச் சென்றேன்.

"நீங்கள் அந்த முயல்களைக் கொன்றுவிட்டீர்களா? அவற்றின்மீது நீங்கள் கற்கள் எரிவதைப் பார்த்தோம். முட்டைகளைச் சற்றுநேரம் எங்களிடம் தாருங்கள், நீங்கள் சிரமப்பட்டிருக்கக் கூடாது."

"உங்கள் முலைகளுக்கருகில் வைத்தால் அவை பொறித்துவிடக்கூடும், அவற்றை வெளியே வையுங்கள்."

“அட! நீங்கள் இன்னமும் அப்படியேதான் இருக்கிறீர்கள் லூகாஸ் லுகடெரோ. எப்போதும் இனிக்கப் பேசுகிறவர். நாங்கள் என்னவோ அவ்வளவு சூடேற்றுகிறவர்கள் போல.”

“எனக்கு அதைக் குறித்தெல்லாம் எதுவும் தெரியாது. இந்த இடம் முழுவதுமே சூடாக இருக்கிறது.”

அவர்கள் வெளியேற வேண்டுமென்று மட்டும்தான் விரும்பினேன். அவர்களைத் திசைதிருப்பிவிட்டு என் வீட்டிலிருந்து நான் வெளியேற ஒரு வழியைக் கண்டறிய விரும்பினேன், மீண்டும் இங்கு வரவேண்டுமென அவர்கள் நினைக்கவே கூடாது. ஆனால் எனக்கு எந்தத் திட்டமும் உதிக்கவில்லை.

ஜனவரியிலிருந்தே, அனெக்லெட்டோ மொரோன்ஸ் காணாமல் போன அப்போதிருந்தே இவர்கள் என்னைத் தேடிக்கொண்டிருப்பதை அறிவேன். அமூலா சபையைச் சேர்ந்த முதிய பெண்கள் என்னைத் தேடிக்கொண்டிருப்பதாகப் பலரும் என்னிடம் கூறியிருந்தனர். அனெக்லெட்டோ மொரோன்ஸ் மீது அக்கறை கொள்ள வாய்ப்பிருப்பவர்கள் அவர்கள் மட்டுமே.

இப்போது அவர்கள் இங்கு வந்துவிட்டார்கள்.

இரவு வரும்வரை நான் தொடர்ந்து பேசிக்கொண்டிருக்கவோ அவர்கள் நேரத்தை வீணடிக்கவோ செய்தால் அவர்கள் கிளம்பியாக வேண்டியிருக்கும். இரவை இங்கே கழிக்கிற ஆபத்தினை அவர்கள் தேர்ந்தெடுக்க மாட்டார்கள்.

ஆனால் அதுமட்டுமே எல்லாமுமாய் இருந்த ஒரு காலம் முன்பிருந்தது: தங்களது வேலையைச் சட்டென முடித்துக் கொண்டு அமுலாவிற்குத் திரும்பிச் செல்ல விரும்புவதாக பொன்ஸியானோவின் மகள் கூறியபோது. அப்போதுதான் நான் அவர்கள் இங்கேயே தங்கினாலும் தரையில் போதுமான இடமும் விரிப்புகளும் இருப்பதால் அவர்கள் அதைக் குறித்துக் கவலை கொள்ளவேண்டாம் என்பதைத் தெரியப்படுத்தினேன். நான் இருக்கும்போது என் வீட்டில் அவர்கள் இரவைக் கழித்ததை யாரேனும் கண்டுபிடித்தால் என்ன நினைப்பார்கள் என்பதால் அவர்கள் அது குறித்துச் சிந்திக்கமாட்டார்கள் என எல்லோரும் தெரிவித்தனர். அவர்கள் அது குறித்துச் சிந்திக்கமாட்டார்கள்.

எனவே அவர்கள் தலைக்குள் ஓடிக்கொண்டிருக்கும் விஷயத்தைக் கைவிடும்விதம் இரவாகும் வரை பேச்சை இழுப்பதுதான் செய்யவேண்டிய விஷயம்.

நான் அவர்களில் ஒருவரிடம் கேட்டேன்.

"ம், உன் கணவர் என்ன சொல்கிறார்?"

"எனக்குக் கணவர் யாரும் இல்லை லூகாஸ். நான் உங்களுடைய தோழியாய் இருந்தேன் என்பது உங்களுக்கு நினைவில்லையா? காத்திருந்தேன், காத்திருந்தேன், நான் உங்களுக்காகக் காத்துக்கொண்டே இருந்தேன். பிறகு உங்களுக்குத் திருமணமானதை அறிந்துகொண்டேன். அப்போது யாருக்குமே நான் தேவையாய் இருக்கவில்லை."

"அப்படியானால் நான்? எனக்கு என்னவாயிற்றென்றால் நேரமேயில்லாதபடி என்னை வேறு வேலைகள் ஆக்கிரமித்து விட்டன; ஆனால் இப்போதும் நேரமிருக்கிறது."

"ஆனால் உங்களுக்குத் திருமணமாகிவிட்டது லூகாஸ் லுகடெரோ. அதோடு ஸாண்டா நினோவின் மகளும் குறைந்தவளல்ல. மீண்டும் ஏன் என்னைத் தூண்டிவிடுகிறீர்கள்? நான் இப்போதுதான் உங்களை மறந்திருக்கிறேன்.

"ஆனால் நான் மறக்கவில்லை. ஆமாம், உன் பெயரென்ன?"

"நீவ்ஸ்... இப்போதும் என் பெயர் நீவ்ஸ்தான். நீவ்ஸ் கார்ஸியா. என்னை அழவைக்காதீர்கள் லூகாஸ் லுகடெரோ. உங்களது வாக்குறுதிகள் எவ்வளவு இனிமையாக, ஆதுரமாக இருந்தன என்பதனை நினைப்பதே அழுகையை வரவைக்கிறது."

"நீவ்ஸ், நீவ்ஸ்... நிச்சயம் எனக்கு உன்னை நினைவிருக்கிறது. யாரேனும் உன்னை மறக்க இயலுமா? உன் தோல் அவ்வளவு வழுவழுப்பாக இருக்கும். எனக்கு நினைவிருக்கிறது. இப்போதும் உன்னை என் கரங்களில் உணர்கிறேன். மிகுந்த வழவழப்பு, மென்மை. என்னைப் பார்க்கவரும்போது நீ அணிந்திருந்த உடையின் வாசனை, கற்பூரம் போலிருந்தது அதன் மனம். அப்படியே நீ என்னை நெருங்கி அணைத்துக்கொள்வாய். நான்

உன்னை என் எலும்புகளில் உணரும் வண்ணம் அவ்வளவு இறுக்கி அணைத்தாய். எனக்கு நினைவிருக்கிறது.”

“அதைப் பற்றியெல்லாம் பேசுவதை நிறுத்துங்கள் லூகாஸ் லுகடெரோ. நேற்று நான் பாவமன்னிப்பிற்குச் சென்றேன், இப்போது நீங்கள் எனக்குள் கெட்ட சிந்தனைகளைத் தூண்டி, என் மேல் பாவங்களை எறிகிறீர்கள்.”

“உன் முழங்காலுக்குப் பின்புறம் நான் முத்தமிட்டேன், நினைவிருக்கிறதா? அங்கே வேண்டாம், கூச்சமாய் இருக்கிறதென நீ சொல்வாய். உன் முழங்காலுக்குப் பின்புறம் இப்போதும் அந்தக் குழிகள் இருக்கின்றனவா?”

“பேசுவதை நிறுத்துங்கள் லூகாஸ் லுகடெரோ. நீங்கள் எனக்குச் செய்தவற்றைக் கடவுள் மன்னிக்கமாட்டார். நீங்கள் நிச்சயம் அனுபவிப்பீர்கள்.”

“நான் உனக்கு ஏதேனும் தவறிழைத்தேனா? உன்னை மோசமாக நடத்தினேனா?”

“நான் அதனைத் தொலைத்தெறிய வேண்டியிருந்தது. அதை நான் இங்கு எல்லோர் முன்பும் சொல்லும்படி வைக்காதீர்கள். ஆனால் நீங்கள் தெரிந்துகொள்வதற்காகத்தான் சொல்கிறேன்: நான் அதனைத் தொலைத்தெறிய வேண்டியிருந்தது. அது ஒரு சதைப் பிண்டம் போலிருந்தது. அதன் தந்தை வெறும் ஒரு சதைப் பிண்டம் மட்டும்தான் எனும்போது நான் ஏன் அவரை விரும்பினேன்?”

“அப்படியானால் அதுதான் நடந்திருக்கிறது. எனக்கு அது தெரியவில்லை. உங்கள் அனைவருக்கும் இன்னும் கொஞ்சம் மிர்டில் சூப் தரட்டுமா? அதைச் செய்வதற்கு எனக்கு அதிக நேரம் எடுக்காது. கொஞ்சம் பொறுங்கள்.”

நான் மீண்டும் மிர்டில் பறிப்பதற்காகத் தொழுவத்திற்குச் சென்றேன். அந்தப் பெண்ணின் மோசமான மனநிலை சரியாவதற்குப் போதுமான நேரம்வரை நான் அங்கு சுற்றிக்கொண்டிருந்தேன்.

நான் திரும்பிவந்தபோது அவள் போய்விட்டிருந்தாள்.

"அவள் போய்விட்டாளா?"

"ஆமாம், போய்விட்டாள். நீங்கள் அவளை அழவைத்துவிட்டீர்கள்."

"நான் நேரத்தைப் போக்குவதற்காக மட்டுமே அவளிடம் பேசவிரும்பினேன். பருவமழை எவ்வளவு தாமதித்து விட்டதென்பதைக் கவனித்தீர்களா? அமுலாவில் இந்நேரம் மழைபெய்திருக்கும், இல்லையா?"

"ஆமாம், முந்தாநாள் அங்கு புயல்மழை."

"அது ஒரு நல்ல இடம் என்பதில் எனக்கு எந்தச் சந்தேகமும் இல்லை. நிறைய மழைபெய்கிறது, மக்கள் செழிப்பாக வாழ்கிறார்கள். இங்கு ஒரு மேகத்திற்கான தடயம்கூட இல்லை. ரொகாஷியானோதான் இப்போதும் மேயராக இருக்கிறாரா?"

"ஆமாம், அவர்தான்."

"ரொகாஷியானோ ஒரு நல்ல மனிதர்."

"இல்லை, அவன் கெட்டவன்."

"நீங்கள் சொல்வது சரியாகவும் இருக்கலாம். எடெல்மிரோவைப் பற்றிச் சொல்லுங்களேன், இன்னமும் அவனது மருந்தகம் மூடித்தான் கிடக்கிறதா?"

"எடெல்மிரோ இறந்துவிட்டான். நான் அப்படிச் சொல்லக் கூடாதென்றாலும், அவன் இறந்தது நல்லதுதான்; ஆனால் அவனும் கெட்டவன்தான். நினோ அனெக்லெட்டோவின் பெருமைகளைக் குலைத்தவர்களில் அவனும் ஒருவன். மக்களை ஏமாற்றுவதாகவும், புராணிகனாகவும் வஞ்சகனாகவும் இருப்பதாகவும் அவன் அவரைக் குற்றம் சாட்டினான். எல்லோரிடமும் அதையே சொல்லிக்கொண்டிருந்தான். ஆனால் யாரும் அதற்குச் செவிமடுக்கவில்லை, கடவுளும் அவனைத் தண்டித்துவிட்டார். ஒரு நாயைப் போல ரேபிஸ் வந்து செத்தான் அவன்."

"கடவுள் அவனை நரகத்திற்குத்தான் அனுப்பியிருப்பார்."

"அவன்மீது விறகைக் குவிப்பதில் சாத்தான் சோர்வுறாதிருக்கட்டும்."

“நீதிபதி லிரியோ லோபெஸிற்கும் அதுவே நடக்கட்டும், எடெல்மிரோவுடன் சேர்ந்துகொண்டு அவர்தான் ஸாண்டோ நினோவைச் சிறையில் தள்ளினார்.”

இப்போது அவர்கள் பேச்சில் இறங்கியதால், அவர்களுக்குத் தோன்றுவதையெல்லாம் கூற அனுமதித்தேன். என்னை அவர்கள் தனியே விட்டால் மட்டும் போதும். ஆனால் திடீரென முடிவுசெய்து,

“நீங்கள் எங்களுடன் வருகிறீர்களா?” என வினவினர்.

“எங்கு?”

“அமுலாவிற்கு. அதற்காகத்தான் நாங்கள் வந்தோம். உங்களைத் திரும்ப அழைத்துச் செல்வதற்காக.”

ஒரு நொடி எனக்கு மீண்டும் தொழுவத்திற்குச் செல்லத் தோன்றியது. மலையின் திசையில் இருக்கிற கதவின் வழியாகச் சென்று மறைந்துவிட வேண்டும். சூனியக் கிழவிகள்!

“அமுலாவிற்கு வந்து நான் அப்படி என்ன பிடுங்கப்போகிறேன்?”

“எங்களது பிரார்த்தனைகளில் நீங்கள் இணைய வேண்டும். நினோ அனெக்லெட்டோ திருச்சபையைச் சேர்ந்த நாங்கள் அனைவரும் அவரைப் புனிதராக்கக் கோரி நவநாள் ஜெபம் ஆரம்பித்திருக்கிறோம். நீங்கள் அவரது மருமகன், நீங்கள் அவருக்குச் சாட்சியாக வேண்டும். அவருக்கு நெருக்கமான ஒருவரை, தனது அற்புதங்களால் அவர் புகழ்பெறுவதற்கு முந்தைய காலத்தில் அவரை அறிந்தவரை அழைத்து வரும்படி மதகுரு எங்களுக்குக் கட்டளையிட்டுள்ளார். அவரருகே இருந்த உங்களைத் தவிர வேறு யார் அவரது கருணையின் மகிமைகளை உலகிற்குச் சிறப்பாகச் சொல்ல முடியும்? அதற்காகத்தான் எங்களுடன் இந்த முன்னெடுப்பில் இணைந்து கொள்வதற்காகத்தான் உங்களைத் தேடினோம்.”

சூனியக் கிழவிகள்! முன்பே இதனைச் சொல்லியிருந்தால் என்ன?

“என்னால் முடியாது,” என்றேன் நான். “இங்கே என் வீட்டைப் பார்த்துக்கொள்ள யாரும் இல்லை.”

“நாங்களும் இவ்விஷயத்தை யோசித்திருந்தோம். இரண்டு பெண்கள் இங்கேயே தங்கிக்கொள்வார்கள். மேலும், உங்கள் மனைவி இங்கிருக்கிறார்.”

“எனக்கு இப்போது மனைவி யாரும் இல்லை.”

“அவளுக்கு என்னவாயிற்று? நினோ அனெக்லெட்டோவின் மகள்?”

“அவள் போய்விட்டாள். நான் அவளைத் துரத்தி விட்டேன்.”

“ஆனால் அப்படி இருக்கக்கூடாது லூகாஸ் லுகடெரோ. பாவம் அப்பெண் துயரத்தில் இருப்பாள். மிகவும் நல்லவள் அவள். மிக இளமையானவளும் கூட. அழகானவளும்தான். அவளை எங்கே அனுப்பினீர்கள் லூகாஸ் லுகடெரோ? மனம் திரும்பும் பெண்களுக்கான மடத்திலாவது அவளைச் சேர்க்கலாமே. எங்களுக்குச் சற்றுத் திருப்தியாக இருக்கும்.”

“அவளை நான் எங்கும் சென்று சேர்க்கவில்லை. துரத்தி விட்டேன். மனம் திரும்புகிற பெண்களுடன் அவள் இல்லை என்பது எனக்கு உறுதியாகத் தெரியும்; அவளுக்குக் கூத்தடித்துத் திரிவதில்தான் மகிழ்ச்சி. இப்போதும் அவள் அப்படியேதான் இருப்பாள் - காற்சட்டைகளைக் கழற்றியபடி.”

“நீங்கள் சொல்வதை நம்ப மாட்டோம் லூகாஸ், உங்களைக் கொஞ்சம்கூட நம்ப மாட்டோம். அவள் இங்கேதான், இதே வீட்டின் ஏதோ ஓர் அறையில் கதவைச் சாத்திக்கொண்டு பிரார்த்தனையில் ஈடுபட்டிருக்க வேண்டும். எப்போதுமே நீங்கள் பொய்யர்தான், ஒரு பொய் சாட்சியும்கூட. ஹெர்மெலிண்டோவின் மகள்கள் ஒவ்வொரு முறை சாலையில் முகத்தைக் காட்டிய போதும், “அந்தப் புறாக்கள்,” என எல்லோரும் பாடியதால் அவர்கள் எல் க்ரல்லோவிற்குச் சென்றுவிட்டது நினைவிருக்கிறதா? நீங்கள் உருவாக்கிய வதந்தி மட்டும்தான் அதற்குக் காரணம். நீங்கள் சொல்கிற எதையும் யாரும் நம்பவே முடியாது லூகாஸ் லுகடெரோ.”

“என்றால் நான் அமுலாவிற்கு வருவதற்கு எந்தக் காரணமும் இல்லை.”

“முதலில் நீங்கள் பாவமன்னிப்பு கோருங்கள், எல்லாம் சரியாகிவிடும். கடைசியாக நீங்கள் எப்போது பாவமன்னிப்பு கோரினீர்கள்?”

“ச்சே! அது பதினைந்து ஆண்டுகளுக்கு முன்பு. கிறிஸ்டெரோக்கள் என்னைச் சுட எத்தனித்தபோது. என் முதுகில் துப்பாக்கியை வைத்து அழுத்தி என்னைப் பாதிரியார் முன் முழங்காலிடச் செய்தபோது நான் ஒருபோதும் செய்திடாத விஷயங்களைச் சொன்னேன். எதிர்காலத்தில் செய்ய வாய்ப்புள்ள விஷயங்களுக்காகக்கூட நான் பாவமன்னிப்பு கோரினேன்.”

“நீங்கள் ஸாண்டேடா நினோவின் மருமகனாக இல்லாமல் இருந்திருந்தால், எதையேனும் கோருவதை விடுங்கள், உங்களைத் தேடிக் கூட நாங்கள் வந்திருக்கமாட்டோம். நீங்கள் எப்போதுமே ஓர் உண்மையான சாத்தான்தான்.”

அனெக்லெட்டோ மொரோன்ஸின் உதவியாளராக வேறு எதற்காகவும் இருந்திருக்க மாட்டேன். அவன் சாத்தானின் அவதாரம்தான்.”

“தெய்வ நிந்தனை செய்யாதீர்கள்.”

“உங்களுக்கெல்லாம் அவனைப் பற்றித் தெரியாது, அதனால்தான்.”

“நாங்கள் அவரை ஒரு புனிதராக அறிவோம்.”

“ஆனால் ஒரு மதவியாபாரியாக அல்ல.”

“நீங்கள் என்ன சொல்கிறீர்கள் லூகாஸ்?”

“உங்களுக்கு அது தெரியாது; முன்பு அவன் புனிதர்களை விற்றிருக்கிறான். சந்தைகளில், தேவாலய வாயில்களில். அவனது பையை நான்தான் தூக்கிச் செல்வேன்.

“அப்படியாக நாங்கள் சென்றோம், நாங்கள் இருவரும் ஒருவர் பின் ஒருவராக ஒரு நகரிலிருந்து இன்னொரு நகரத்திற்கு. ஸான் பண்ட்டியோன், ஸான் அம்ப்ரோஸியோ மற்றும் ஸான் பாஸ்குவாலின் நவநாள் ஜெபவஸ்துக்களடங்கிய குறைந்தபட்சம் முந்நூறு பவுண்டுகள் எடையுள்ள பையைச் சுமந்துகொண்டு சென்றோம்.

"ஒரு நாள் நாங்கள் ஒரு புனிதத் தளத்திற்குச் சென்றோம். ஓர் எறும்புப் புற்றின் மேல் முழங்காலிட்டிருந்த அனக்லேட்டோ, நாம் நாக்கைக் கடித்துக்கொண்டிருந்தால் எறும்பு நம்மைக் கடிக்காது என்பதை நிறுவ முயன்றுகொண்டிருந்தான். அப்போது சில புனித யாத்ரீகர்கள் எங்களைக் கடந்து சென்றார்கள். அவர்கள் அவனைப் பார்த்தார்கள். அந்த ஆர்வமூட்டும் காட்சியைப் பார்த்து அவர்கள் நின்றார்கள். "எறும்புகள் கடிக்காமல் எப்படி உங்களால் ஒரு புற்றின்மேல் ஏறமுடிகிறது?" என அவர்கள் வினவினார்கள்.

"உடனே கைகளைக் கட்டிக் கொண்ட அவன், தற்போதுதான் தான் ரோமிலிருந்து வந்திருப்பதாகவும் இயேசு அறையப்பட்ட அந்தச் சிலுவையிலிருந்து ஒரு சிறு துண்டையும் ஒரு செய்தியையும் கொண்டு வந்திருப்பதாகவும் கூறத் தொடங்கினான்.

"அவர்கள் அவனைக் கைகளில் தூக்கிக்கொண்டார்கள். கூடையில் வைத்து அமுலா வரை தூக்கிச் சென்றனர். அப்போதுதான் அவன் புனிதனானான்; அவன் காலடியில் வீழ்ந்த அவர்கள் அற்புதங்கள் வேண்டி நின்றனர்.

"அதுதான் தொடக்கம். அவனைத் தேடிவரும் யாத்ரீகர்களை அவன் முட்டாளாக்குவதை வெறுமனே வாயைப் பிளந்தபடி பார்த்துக்கொண்டிருக்க மட்டுமே என்னால் முடிந்தது."

"நீங்கள் அதிகம் பேசுகிறீர்கள், அதையும் விட மோசமாக, தெய்வத்தை நிந்திப்பவர். அவரை அறிவதற்கு முன் நீங்கள் என்னவாக இருந்தீர்கள்? பன்றி மேய்ப்பவர். அவர் உங்களைப் பணக்காரனாக்கினார். உங்களிடம் இருப்பதெல்லாம் அவர் தந்தது. அப்படியிருந்தும் கூட நீங்கள் அவரைக் குறித்து நல்ல விதமாகப் பேசுவதில்லை. நன்றிகெட்ட ஆன்மா."

"அந்த விஷயத்தைப் பொறுத்தவரை, என் பசியை முடிவிற்குக் கொண்டு வந்ததற்காக நான் அவனுக்கு நன்றி கூறுகிறேன், ஆனால் அது அவன் உண்மையான சாத்தான் என்பதை மாற்றிவிடாது. இப்போதும்கூட, எங்கேயிருந்தாலும், அவன் அதுதான்."

“அவர் சொர்க்கத்தில் இருக்கிறார். தேவதைகளுக்கு மத்தியில். உங்களால் ஏற்றுக்கொள்ள முடியாவிட்டாலும் அங்குதான் அவர் இருக்கிறார்.”

“அவன் சிறையில் இருந்தான் என்பது எனக்குத் தெரியும்.”

“அது பல காலத்திற்கு முன்பு. அவர் அங்கிருந்து தப்பிவிட்டார். எந்தத் தடயமுமின்றி அவர் மறைந்துவிட்டார். தற்போது அவர் உடலாலும் ஆன்மாவாலும் சொர்க்கத்தில் இருக்கிறார். அங்கிருந்து அவர் எங்களை ஆசீர்வதிக்கிறார். பெண்களே முழங்கால் இடுங்கள்! நாம் பிரார்த்திக்கலாம், “நாங்கள் பாவத்திற்கு வருந்துகிறோம் இறைவா, ஸாண்டோ நினோ† எங்களுக்காக மன்றாடுவார்.”

முழங்காலிட்ட அம்மூதாட்டிகள், எங்கள் பிதா என்று கூறிய ஒவ்வொரு முறையும் தங்களது கழுத்துக்குட்டையை - அங்குதான் அனெக்லெட்டோ மொரோன்ஸின் படம் தையலிடப்பட்டிருந்தது - முத்தமிட்டனர்.

பிற்பகல் மூன்று மணியாகியிருந்தது.

அந்த நேரத்தைப் பயன்படுத்தி சமையலறைக்குச் சென்ற நான் கொஞ்சம் பீன் டேகோஸ் உண்டேன். நான் திரும்பி வந்தபோது ஐந்து பெண்கள் மட்டும்தான் இருந்தனர்.

“மற்றவர்களுக்கு என்னவாயிற்று? என வினவினேன்.

தனது மீசையிலிருந்த நான்கு முடிகளை விலக்கியபடி, “அவர்கள் கிளம்பிவிட்டார்கள். உங்களிடம் செய்வதற்கு அவர்களுக்கு எதுவுமில்லை,” என்றாள் பாஞ்ச்சா.

“மிக நல்லது. ஆளு குறைஞ்சா தீனி நிறைய. இன்னும் கொஞ்சம் மிர்டில் நீர் தரட்டுமா உங்களுக்கு?”

அவர்களில் ஒருத்தியான, இவ்வளவு நேரம் அமைதியாக இருந்த, தன் மோசமான நடத்தையால் பிரபலமாகி, “லா ம்யூர்டா” - இறந்துபோனவள் - எனப் பெயர் பெற்றிருந்த ஃபிலோமினா

† ஸாண்டோ நினோ – குழந்தை இயேசு, புனிதக் குழந்தை போன்ற அர்த்தங்களைக் கொண்டது.

எனது பூந்தொட்டிகளில் ஒன்றை நோக்கிக் குனிந்து வாயில் விரலைவிட்டு இதுவரை குடித்த எல்லா மிர்டில் நீரையும் கொடிக்காய் மற்றும் சிக்கரன் (chicharran) துகள்களுடன் வாந்தி எடுத்தாள்.

"தெய்வநிந்தனை செய்கிற உங்கள் மிர்டில்‡ பானம்கூட எனக்கு வேண்டாம். உங்களிடமிருந்து எனக்கு எதுவும் வேண்டாம்."

நான் அவளிடம் தந்த முட்டையையும் நாற்காலியில் வைத்தாள்.

"உங்களது முட்டையும்கூட எனக்குத் தேவையில்லை! நான் கிளம்புவதே நல்லது."

இப்போது நான்கு பேர் மட்டுமே இருந்தனர்.

"எனக்கும் வாந்தி வருவதுபோலிருக்கிறது," என்றாள் பாஞ்ச்சா என்னிடம். "ஆனால் மாட்டேன், என்ன நடந்தாலும் நாங்கள் உங்களை அமுலாவிற்கு அழைத்துச் செல்ல வேண்டும்."

"ஸாண்டோ நினோவின் புனிதத் தன்மைக்குச் சாட்சி நல்க உங்கள் ஒருவரால் மட்டுமே இயலும். அவர் உங்களது ஆன்மாவை மென்மைப்படுத்தட்டும். நாங்கள் ஏற்கெனவே அவரது படத்தைத் தேவாலயத்தில் வைத்துவிட்டோம், இப்போது உங்களால் அதனைத் தெருவில் எறிய நேர்ந்தால் அது சரியாக இருக்காது."

"வேறு யாரையாவது பாருங்கள். இந்த எவற்றோடும் எனக்கு எதுவும் செய்ய விருப்பமில்லை."

"நீங்கள் கிட்டத்தட்ட அவரது குழந்தையாய் இருந்தீர்கள். அவரது புனிதத் தன்மையின் பலன்களை நீங்கள்தான் ஸ்வீகரித்துக்கொண்டீர்கள். அழிவின்றி நித்தியமாய் வாழ அவர் உங்களைத்தான் தேர்ந்தெடுத்தார். அவர் தன் மகளை உங்களுக்குத் தந்தார்."

"ஆமாம், ஆனால் எனக்கு அவள் கிடைத்தபோது, அவள் ஏற்கெனவே நித்தியமடைந்திருந்தாள்."

"ஐயோ கடவுளே, நீங்கள் என்னவெல்லாம் சொல்கிறீர்கள் லூகாஸ் லுகடெரோ."

---

‡ மிர்டில் – Myrtle – கதலி மலர்ச் செடிவகையினைச் சேர்ந்தது.

"அது அப்படித்தான் இருந்தது. அவளை அவன் எனக்குத் தந்தபோது அவள் ஏற்கெனவே குறைந்தது நான்கு மாத கர்ப்பமாக இருந்தாள்."

"ஆனால் கன்னிமையின் நறுமணத்தோடு."

"கொள்ளை நோயின் நாற்றத்தைத் தவிர வேறொன்றும் இல்லை. தனக்கு முன்னால் யார் இருந்தாலும் அவர்களுக்குத் தன் வயிற்றை, அது சதையால் ஆகியிருக்கிறதென்பதைக் காட்ட விருப்பம் இருந்தது. தன் வீங்கிய வயிற்றை அவர்களிடம் காட்டுவாள், உள்ளே இருக்கிற குழந்தையின் காரணமாக வயிறு ஊதா நிறமாய் இருக்கும். உடனே அவர்கள் சிரிப்பார்கள். அது அவர்களுக்குக் கேலிப் பொருளாய் இருந்தது. அசிங்கமேயில்லை. அனக்லெட்டோ மொரோன்ஸின் மகள் அப்படித்தான் இருந்தாள்."

"பரிசுத்தமற்றவர் நீங்கள். அப்படியெல்லாம் பேசாதீர்கள். நாங்கள் உங்களுக்கு ஒரு கழுத்துக் குட்டையைப் பரிசாகத் தருகிறோம். அதைக் கொண்டு நீங்கள் சாத்தானை விரட்டிட முடியும்."

"... அவர்களில் ஒருவருடன் அவள் சென்றுவிட்டாள். அவன் அவளைக் காதலித்திருக்கக்கூடும். "உன் குழந்தைக்குத் தகப்பனாய் இருக்க நான் துணிகிறேன்," என்று மட்டும்தான் அவன் கூறியிருக்கிறான். அவள் அவனுடன் சென்றுவிட்டாள்.

"அவள் ஸாண்டோ நினோவின் மகள். ஒரு பெண். அவள் உங்களுக்குப் பரிசாகக் கிடைத்தாள். புனிதத் தன்மையிலிருந்து பிறந்த அந்தப் பொக்கிஷத்திற்கு நீங்கள்தான் உரிமையாளராக இருந்தீர்கள்."

"சுத்த முட்டாள்தனம்!"

"நீங்கள் என்ன சொல்கிறீர்கள்?"

"அனெக்லெட்டோ மொரோன்ஸின் மகளது வயிற்றுக்குள் இருந்த குழந்தை அனெக்லெட்டோ மொரோன்ஸுடையது."

"அவரைப் பற்றி அவதூறு பரப்புவதென நீங்கள் ஏற்கெனவே முடிவு செய்துவிட்டீர்கள். நீங்கள் எப்போதுமே ஒரு பொய்யர்தான்."

“நிஜமாகவா? என்னைப் பற்றி வேறு என்னவெல்லாம் சொல்வீர்கள் நீங்கள். தனது உறக்கத்தைக் காவல் காக்க எப்போதுமே ஒரு கன்னிப் பெண்தான் வேண்டுமெனக் கூறிய அவன், உலகின் இப்பகுதியைக் கன்னிப் பெண்களே இல்லாத ஒன்றாகச் செய்து விட்டான்.”

“பரிசுத்தத்தின் பொருட்டு அவர் அதனைச் செய்தார். பாவத்தின் கறை தன்மீது படியாமல் இருக்கும் பொருட்டு. தன்னைச் சுற்றிப் பரிசுத்தத்தால் நிரப்பிக்கொள்வதன் மூலம் தன் ஆன்மா கரைபட்டுவிடாமல் பார்த்துக்கொண்டார்.”

“அவன் ஒருபோதும் உன்னை அழைத்ததில்லை என்பதால்தான், நீ அப்படி நினைக்கிறாய்.”

“அவர் என்னை அழைத்தார்,” என்றாள் மெல்கொய்டெஸ் என்பவள். “நான் அவரது தூக்கத்தைக் காவல் காத்தேன்.”

“பிறகு என்ன நடந்தது?”

“ஒன்றுமில்லை, குளிர் சூழ்ந்துகொள்கிற அந்த மணித்தியாலத்தில் மட்டும் அவரது அற்புதக் கரங்கள் என்னைச் சுற்றி அணைத்துக் கொண்டன. நான் அவரது உடலின் கதகதப்பிற்கு நன்றி கூறினேன். அதற்கு மேல் ஒன்றுமில்லை.”

“நீ கிழவி என்பதுதான் அதற்குக் காரணம். அவன் இளமையான பெண்களைத்தான் விரும்பினான்; அவர்களது எலும்புகள் உடைவதை, நிலக்கடலைக் கூடுகளைப் போல அவை நொறுங்குவதைக் கேட்க.”

“நீங்கள் ஒரு மோசமான நாத்திகவாதி லூகாஸ் லுகடெரோ. மிக மோசமானவர்களில் ஒருவர்.”

இப்போது பேசியது எப்போதும் அழுதுகொண்டிருக்கிற, அனாதையான டா ஹ்யூயர்ஃபெனா. உள்ளவர்களிலேயே வயதானவள். அவளது கண்களில் கண்ணீர் இருக்க, கரங்கள் நடுங்கின:

“நான் ஓர் அனாதை, ஆனால் அவர் என்னை என் அனாதைத் தனத்திலிருந்து விடுவித்தார்; அவரில் என்னால் என்

அன்னையையும் தந்தையையும் காணமுடிந்தது. இரவு முழுவதும் என்னைத் தடவி என் துயரத்தைக் குறைக்க முயன்றார்."

பிறகு அவள் கண்ணீர் உகுத்தாள்.

"என்றால் அழுவதற்கு எந்தக் காரணமும் இல்லை," என்றேன் நான் அவளிடம்.

"என் பெற்றோர்கள் இறந்துவிட்டனர். என்னைத் தனியே விட்டுச் சென்றுவிட்டார்கள். இந்த வயதில் நீங்கள் ஓர் அனாதையாக இருக்கும்போது, துணையைக் கண்டறிவது சிரமம். நினோ அனெக்லெட்டோவின் ஆற்றுப்படுத்தும் கரங்களுக்குள் இருந்த அந்த ஒரே ஒரு இரவுதான் நான் மகிழ்ச்சியாக இருந்த இரவு. நீங்கள் எப்போதுமே அவரைக் குறித்துத் தவறாகப் பேசுகிறீர்கள்."

"அவர் ஒரு புனிதர்."

"நல்லெண்ணம் உடைய நல்ல மனிதர்."

"அவரது பணியை நீங்கள் தொடர்வீர்கள் என்று எதிர்பார்த்தோம். நீங்கள்தான் எல்லாவற்றையும் ஸ்வீகரித்தீர்கள்."

"எல்லாச் சாத்தான்களின் தீய குணங்களையும் ஒரு பை முழுக்க ஸ்வீகரித்தேன் நான். ஒரு பைத்தியக்காரியை. உங்கள் அளவிற்கு முதியவள் அல்ல; ஆனால் நல்ல பைத்தியம். அவள் போனது நல்லதுதான். நானே அவளுக்குக் கதவைத் திறந்துவிட்டேன்."

"மத துவேசி! பரிசுத்தமான துவேசத்திற்கு நீரே கண்டுபிடிப்பாளர்."

அந்தச் சமயத்தில் வெறும் இரண்டு கிழவிகள் மட்டுமே மீதம் இருந்தனர். மற்ற பெண்கள் ஒவ்வொருவராக எனக்குச் சிலுவைக் குறியிட்டு, பேயோட்டிகளுடன் திரும்ப வருவதாக வாக்களித்துவிட்டு, ஆத்திரத்துடன் கிளம்பியிருந்தனர்."

"நினே அனெக்லெட்டோ அற்புதங்களை நிகழ்த்துபவர் என்பதை நீங்கள் மறுக்க முடியாது," என்றாள் அனெஸ்தேஸியோவின் மகள். "உங்களால் அதனை மறுக்கவே இயலாது."

"பெண்களைக் கர்ப்பமாக்குவது அப்படி ஒன்றும் அற்புதச் செயல் அல்ல. அது அவனுடைய தனித்திறமை."

"என் கணவரது சிஃபிலஸை அவர் குணப்படுத்தினார்."

"உங்களுக்கு ஒரு கணவர் இருந்தது எனக்குத் தெரியாது. நாவிதர் அனெஸ்தேஸியோவின் மகள்தானே நீ? நானறிந்தவரை, டாசோவின் மகள் மணமாகாதவள்."

"நான் மணமாகாதவள்தான், ஆனால் எனக்குக் கணவர் இருக்கிறார். கன்னியாக இருப்பது வேறு, மணமாகாமல் இருப்பது வேறு. உங்களுக்கே அது தெரியும். நான் கன்னி கிடையாது, ஆனால் நான் மணமாகாதவள்."

"இந்த வயதில் இப்படிப்பட்ட செயல்களாக மிகேலா?"

"எனக்கு வேறு வழியில்லை. ஒரு கன்னியாக வாழ்வைக் கழிப்பதில் எனக்கு என்ன இருக்கிறது? நான் ஒரு பெண். எங்களுக்குக் கிடைத்ததை அடுத்தவருக்குக் கடத்துவதற்கே நாங்கள் பிறந்திருக்கிறோம்."

"அனெக்லெட்டோ மொரோன்ஸ் பயன்படுத்துகிற அதே சொற்களையே நீங்களும் பேசுகிறீர்கள்."

"எனது கல்லீரல் பிரச்சினைகளிலிருந்து நான் விடுபட எனக்கு அவர் அதைத்தான் பரிந்துரைத்தார். அதனால் நான் ஒருவருடன் சேர்ந்துகொண்டேன். ஐம்பது வயதில் கன்னியாக இருப்பது பாவமாகும்."

"அனெக்லெட்டோ மொரோன்ஸ் அப்படித்தான் உங்களிடம் சொன்னார்."

"அவர் அப்படித்தான் என்னிடம் சொன்னார், ஆமாம். ஆனால் நாங்கள் வேறு ஒரு காரணத்திற்காக வந்திருக்கிறோம்; நீங்கள் எங்களுடன் வந்து அவர் ஒரு புனிதர் என்று சான்றளிப்பதற்காக."

"நான் ஏன் அப்படி ஆகக்கூடாது?"

"நீங்கள் எந்த அற்புதத்தையும் நிகழ்த்தவில்லை. அவர் என் கணவரைக் குணப்படுத்தினார். என்னால் அதற்குச் சான்றளிக்க இயலும். நீங்கள் யாரையாவது சிஃபிலஸிலிருந்து குணப்படுத்தி இருக்கிறீர்களா?"

“இல்லை, எனக்கு அது குறித்து எதுவும் தெரியவும் செய்யாது.”

“அது சதை அழுகுவதைப் போன்ற ஒன்றுதான். ஊதா நிறமாகி அவர் உடலெங்கும் ரத்தக் கட்டிகள் உண்டாகின. அவரால் உறங்க முடியவில்லை. ஏதோ நரகத்தின் வாயில் வழியாகப் பார்ப்பது போல, எல்லாமே சிவப்பாகத் தெரிந்ததாக அவர் கூறினார். வலியால் துடிக்கும்படி அவருக்கு எரிச்சல் ஏற்பட்டது. அதனால் நாங்கள் நினோ அனெக்லெட்டோவைப் பார்க்கச் சென்றோம், அவர் இவரைக் குணப்படுத்தினார். எரியும் கதிரினைக் கொண்டு அவரைப் பொசுக்கிய அவர் தன் சொந்த எச்சிலை இவரது புண்களில் தடவினார், என்ன ஒரு ஆச்சரியம், இவரது துயரங்களெல்லாம் காணாமலாகிவிட்டன. அது ஓர் அற்புதம் இல்லையென்றால் சொல்லுங்கள்.”

“அவருக்கு அம்மை கண்டிருக்க வேண்டும். நான் சிறுவனாக இருந்தபோது எச்சிலைக் கொண்டுதான் அதனைக் குணப்படுத்தினார்கள்.”

“சற்றுமுன் நாங்கள் சொன்னது போல்தான். நீங்கள் ஒரு கடும் நாத்திகவாதி.”

“அனெக்லெட்டோ மொரோன்ஸ் என்னைவிட அதில் மோசமானவன் என்கிற ஆறுதலேனும் எனக்கு இருக்கிறது.”

“நீங்கள் அவரது மகன் என்பதைப் போல்தான் அவர் உங்களை நடத்தினார். ஆனால் இப்போது நீங்கள் எதற்கெல்லாம் துணிந்து விட்டீர்கள்... நல்லது, இனி நீங்கள் சொல்வது எதையும் நான் கேட்கமாட்டேன். நான் கிளம்புகிறேன். நீ இங்கே இருக்கப் போகிறாயா பாஞ்ச்சா?”

நான் இன்னும் சற்று நேரம் இங்கே இருக்கிறேன். கடைசிப் போரை நான் தனியாக நிகழ்த்துகிறேன்.

“பார் ஃப்ரான்சிஸ்கா, இப்போது மற்ற எல்லோரும் கிளம்பி விட்டதால், நீ இங்கேயே தங்கி என்னுடன் படுப்பாய், சரிதானே?”

"கடவுள் நிந்திக்கட்டும். மக்கள் என்ன நினைப்பார்கள்? உங்களை ஒப்புக்கொள்ளச் செய்ய மட்டுமே நான் விரும்புகிறேன்."

"என்றால் நாம் இருவரும் ஒருவரை ஒருவர் ஒப்புக்கொள்ளச் செய்யலாம். எப்படியாயினும் நீ எதை இழக்கப் போகிறாய்? உன்னைக் கவனித்துக் கொள்ளவோ உனக்கு உதவி செய்யவோ ஒருவரும் இல்லாதபடிக்கு நீ ஏற்கெனவே மிகவும் முதுமையடைந்து விட்டாய்."

"ஆனால் ரகசியமாய்ப் பேசிக்கொள்கிற மக்கள் இருக்கிறார்கள். பிறகு அவர்கள் மோசமான விஷயங்களை நினைப்பார்கள்."

"அவர்கள் என்ன வேண்டுமானாலும் நினைத்துக் கொள்ளட்டும். நமக்கென்ன கவலை! எப்படியோ, உன் பெயர் பாஞ்ச்சாதானே."

"சரி, நான் உங்களுடன் தங்குகிறேன்; ஆனால் சூரிய உதயம்வரை மட்டும்தான். அதுவும் நீங்கள் என்னுடன் அமுலாவிற்கு வருவதாக வாக்களித்தால் மட்டும்தான், அப்படியானால்தான் இரவெல்லாம் நான் கெஞ்சிக் கெஞ்சி உங்களைச் சம்மதிக்க வைத்தேன் என்று எல்லோரிடமும் சொல்ல முடியும். இல்லையென்றால் நான் வேறென்ன சொல்ல முடியும்?"

"சரி. முதலில் உன் மீசையில் இருக்கும் அந்த நான்கு முடிகளைக் கத்தரித்து விடு. நான் கத்திரிக்கோலை எடுத்து வருகிறேன்."

"நீங்கள் என்னிடம் விளையாடுகிறீர்கள் லூகாஸ் லுகடெரோ. உங்கள் மொத்த வாழ்க்கையையும் நீங்கள் பிறரது குறைகளைக் கண்டறிவதிலேயே செலவிட்டிருக்கிறீர்கள். என் மீசை அப்படியே இருக்கட்டும். அவர்களுக்கு அப்போதுதான் எதிலும் சந்தேகம் தோன்றாது."

"சரி, உன் விருப்பப்படி."

இரவானதும் அவள் நான் கோழிக்குஞ்சுகளைக் கூட்டிலடைக்க உதவினாள். தொழுவம் முழுவதும் நான் எறிந்த கற்களைப் பொறுக்கி முதலில் அவை இருந்த மூலையிலேயே போட உதவினாள்.

அனெக்லெட்டோ மொரோன்ஸ் அங்கே புதைக்கப்பட்டிருக்கிறான் என்கிற சந்தேகம் கூட அவளுக்கு எழவில்லை. சிறையிலிருந்து தப்பித்து என்னிடம் வந்து தனது சொத்துக்களைத் திருப்பிக் கோரிய அதே நாளில் அவன் இறந்துவிட்டான் என்பதையும் அவள் ஊகிக்கவில்லை. இங்கே வந்த அவன்,

"எல்லாவற்றையும் விற்று எனக்குப் பணத்தைக் கொடுத்து விடு, நான் எல் நார்டோவிற்குச் செல்லவிருக்கிறேன். அங்கிருந்து நான் உனக்குக் கடிதம் எழுதியபிறகு நாம் அங்கே சேர்ந்து தொழில் செய்யலாம்," என்றான்.

"நீ ஏன் உன் மகளை உன்னுடன் அழைத்துச் செல்லக்கூடாது? என வினவினேன். என்னிடமிருப்பதில் உன்னுடையது என்று நீ சொல்கிறவற்றில் அது ஒன்றுதான் மீதமிருக்கிறது. நீ உன் மோசமான தந்திரங்களிலும் கூட என்னைச் சேர்த்துக் கொண்டாய்."

"நான் எங்கிருக்கிறேன் என்று சொன்ன பிறகு நீங்கள் இருவரும் வரலாம். நமது கணக்குகளை நாம் அங்கே தீர்த்துக்கொள்ளலாம்."

"இப்போதே நாம் அவற்றைத் தீர்த்துக்கொள்வதுதான் மிகவும் நல்லது. அப்போதுதான் நாமிருவரும் சமமாக முடியும்."

"இப்போது உன்னுடன் விளையாடுவதற்கெல்லாம் எனக்கு விருப்பமில்லை." என்றான் அவன். என்னுடையதையெல்லாம் எனக்குக் கொடுத்துவிடு. நீ எவ்வளவு பணம் சேமித்து வைத்திருக்கிறாய்?"

"என்னிடம் கொஞ்சம் இருக்கிறது. ஆனால் நான் அதை உனக்குத் தரப்போவதில்லை. உன் வெட்கங்கெட்ட மகளுடன் என் வாழ்க்கை நரகம் போல் ஆகிவிட்டது. நான் அவளைப் பார்த்துக்கொள்வதன் மூலம் உனக்குத் தாராளமாகப் பணம் கிடைத்துவிட்டதாகவே நீ கருத வேண்டும்."

அவன் கோபமடைந்தான். தரையைக் காலால் உதைத்தான், கிளம்புவதற்காகப் பரபரத்தான்...

அவனைப் புதைத்தபோது, "உன் ஆத்மா சாந்தியடையட்டும் அனெக்லட்டோ மொரோன்ஸ்," என்றேன் நான். அவனைப்

புதைத்த போதும், அக்குழியில் கற்களைப் போட ஒவ்வொரு முறை ஆற்றுக்குச் சென்று வந்த போதும்,"உன் எல்லாத் தந்திரங்களையும் பயன்படுத்தினாலும்கூட இங்கிருந்து உன்னால் கிளம்ப முடியாது" என்றேன்.

இப்போது பாஞ்ச்சா அவனது கல்லறை மீது மீண்டும் நான் கனமான கற்களைப் போட உதவிக்கொண்டிருக்கிறாள். அவன் அதிலிருந்து எழுந்து வந்து எனக்குப் பிரச்சினை தருவான் என்கிற அச்சத்தில்தான் நான் அதைச் செய்கிறேன் என்கிற சந்தேகமும் அவளிடம் இல்லை, அவனுக்கிருந்த திறமைக்கு மீண்டும் உயிர் பெற்று அதிலிருந்து வெளியே வர அவனால் வழியைக் கண்டறிய முடியும் என்பதில் எனக்கு எந்தச் சந்தேகமும் இல்லை.

இன்னும் நிறைய கற்களைப் போடு பாஞ்ச்சா. அவற்றை இந்த மூலையில் குவி, என் தொழுவம் முழுவதும் கற்கள் கிடப்பதைக் காண எனக்கு விருப்பமில்லை."

மறுநாள் விடிந்தபோது அவள் என்னிடம் சொன்னாள்.

"நீங்கள் ஒரு சீரழிவு லூகாஸ் லுகடெரோ. கொஞ்சம்கூட அன்பேயில்லை உங்களிடம். உண்மையிலேயே அன்பான மனிதன் யாரென்று உங்களுக்குத் தெரியுமா?"

"யார்?"

"நினோ அனெக்லெட்டோதான். எப்படிப் புணர வேண்டுமென அவர் நன்கு அறிந்திருந்தார்."

◎

பின்னுரை

கையறு நிலை. யுவான் ரூல்ஃபோவின் இத்தொகுப்பிலுள்ள கதைகளின் மையப்புள்ளியாக எனக்குத் தோன்றியது கதாப்பாத்திரங்களின் கையறு நிலைதான். அவர்களின் வாழிடமே அத்தகையதாக இருக்கிறது. வருடத்தில் ஒருமாதம் மட்டுமே ஒட்டுமொத்தமாகப் பொழிந்துவிட்டுச் சென்றுவிடுகிறது மழை, ஆண்டு முழுவதும் வறண்டு கிடக்கிறது நிலம். வறட்சியின் விளைவு வறுமை என்பதைத் தனியாகச் சொல்லத் தேவையில்லை; வறுமை வன்முறையை நோக்கி அழைத்துச் செல்லும் என்பதையும்தான்.

இந்தக் கையறு நிலையிலிருந்து விடுபட அவர்கள் நம்புகிற தெய்வமும் அவர்களுக்கு நம்பிக்கை தரவேண்டிய அரசாங்கமும் அவர்கள் பக்கம் இல்லை. மருத்துவத்திற்காக ஓர் இரவு முழுவதும் சிரமப்பட்டு மகனைத் தூக்கிக்கொண்டு அலைகிற தந்தை, பல இரவுகளும் பகல்களும் அலைந்து தன்னை வந்து காண்கிற ரோகி என எவருக்கும் கண் திறப்பதில்லை தெய்வங்கள். வெயிலுக்கு அஞ்சி ஓணான்கள் பொந்துகளுக்குள் சென்று ஒதுங்குகின்ற நிலத்தினை விவசாயத்திற்காக மக்களுக்கு வழங்குகிறது அரசாங்கம், குற்றச் செயல்பாடுகளுக்கான தண்டனை அளிக்க மட்டுமே கிராமங்களுக்கு வருகின்றனர் அரசாங்கத்தின் பிரதிநிதிகள்.

La Revolucion(1910-1920), La Cristiada(1926-1929) என முறையே பத்து லட்சம் மற்றும் தொண்ணூறாயிரம் பேர் இறக்கக் காரணமாயிருந்த கலகங்கள் மெக்ஸிகோவில் நிகழ்ந்த காலகட்டமாகவும் அது

இருக்கிறது. தொலைத்தொடர்போ பயணத்திற்கான நவீன வசதிகளோ உண்டாகியிருக்காத கடந்த நூற்றாண்டின் துவக்கக்காலம் அது என்பதையும் நாம் நினைவில் கொள்கையில் இந்தக் கதாபாத்திரங்களின் நெருக்கடியான வாழ்க்கைச் சூழலை நம்மால் உணர்ந்துகொள்ள முடியும்.

அத்தகையதொரு சூழலில் தன் கதாப்பாத்திரங்கள் என்னவாய் வெளிப்படுகிறார்கள் என்பதை, எளிமையானது போல் தோன்றும் உரையாடல்களில், மிகக் குறைந்த பக்கங்களில் ரூல்ஃபோ எழுதியிருக்கும் நேர்த்தியும் நுட்பமும் நம்மை வியப்பில் ஸ்தம்பிக்கச் செய்வதாய் இருக்கின்றன. எங்கோ நடந்தவை என்றோ, எப்போதோ நடந்தவை என்றோ நம்மால் இவற்றிலிருந்து ஒருபோதும் விலகிநிற்க முடிவதில்லை. வர்க்க வேறுபாடுகள், வெற்றுக்கூடாய் உதிர்ந்துவிடுகிற அரசியல் சித்தாந்தங்கள், குடும்பப் பிணைப்புகள், பிழைப்பிற்காக மேற்கொள்ளும் இடப்பெயர்வுகள், தீராத நோய்கள், வளர்ந்துவரும் அறிவியலுக்கிணையாகவே ஆழம்பிடித்துக்கொண்டே செல்லும் மதநம்பிக்கைகள், கட்டுப்படுத்தவியலாத காமம், பழிவாங்குவதற்கான அடிப்படை உந்துதல், இயல்பாகவே மனிதர்களுக்குள் உறைந்திருக்கும் வன்முறை, இவை எல்லாவற்றையும் மீறி வாழ்க்கை மீது அவர்கள் கொண்டுள்ள நாட்டம் என இக்கதைகளில் வெளிப்படும் பல்வேறு நிஜங்கள் இவற்றை எல்லாக் காலத்திற்கானவையாகவும் எல்லா இடத்திற்கானவையாகவும் ஆக்கிவிடுகின்றன. மார்க்வெஸ் உள்ளிட்ட உலகின் பல எழுத்தாளர்களுக்கு இக்கதைகள் ஆதர்சமாய் இருப்பதில் ஆச்சர்யம் ஒன்றுமே இல்லை.

ஜார்ஜ் டி ஷேட் - எஸ். பாலச்சந்திரன் மொழிபெயர்ப்புகளில் வந்த முந்தைய தொகுப்பில் இருந்த 15 கதைகளோடு கூடுதலாக இரண்டு கதைகள் இத்தொகுப்பில் சேர்க்கப்பட்டுள்ளன. அதோடு, இத்தொகுப்பின் ஆங்கில மூலத்தை மொழிபெயர்த்த இலன் ஸ்தவன்ஸின் மதிப்பு வாய்ந்த முன்னுரையும் இதில் இடம்பெற்றுள்ளது. ரூல்ஃபோவின் வாழ்வு, மனநிலை, எழுதும் இயல்பு, கதைகளின் களம், மெக்ஸிகோவின் இன்றைய தலைமுறைக்கு இக்கதைகள் என்னவாய் இருக்கின்றன, உலகம் முழுக்க ரூல்ஃபோ என்னவாய் இருக்கிறார் என முழுமையான ஒரு சித்திரத்தை அது வழங்குகிறது.

இத்தொகுப்பினை மொழிபெயர்க்கக் கிடைத்த வாய்ப்பு மிகுந்த உவப்பளிப்பதாக இருந்தது. எதிர் வெளியீட்டிற்கு நன்றி.

இந்த மொழிபெயர்ப்பில் பொருட்பிழை ஏதும் நேராதபடி சரிபார்த்துக் கொள்ள எஸ். பாலச்சந்திரன் அவர்களது மொழிபெயர்ப்பு உதவியது. அவர் தன் தொகுப்புக்கு இட்டிருந்த 'எரியும் சமவெளி' என்னும் தலைப்பையே நானும் பயன்படுத்தி இருக்கிறேன். அவருக்கு மரியாதையுடனான நன்றி.

தன்னுடைய பரந்த வாசிப்பனுபவம் மற்றும் ஸ்பானிஷ் மொழி சார்ந்த அறிதல்களின் துணையுடன் இந்நூலை மிகுந்த அக்கறையாக மெய்ப்புப் பார்த்துத் தந்த வனிதா ரெஜி அவர்களுக்கு நன்றி.

ஒருநாள் முழுவதும் கூட எந்தக் குற்ற உணர்வுமின்றி கணினியின் முன் அமர முடிகிற சூழலையும் மனநிலையையும் சாத்தியப்படுத்தித் தந்துள்ள கணவர் லட்சுமி காந்தன் மற்றும் குடும்பத்தின் பிற உறுப்பினர்கள் அம்மா லட்சுமி, மாமா உத்தண்டராமன், குழந்தைகள் அஷ்வின், மதிவதனி மற்றும் சாரதா அக்காவிற்கு நன்றி.

யுவான் ரூல்ஃபோவை எனக்கு முதலில் அறிமுகப்படுத்தியவர் எழுத்தாளர் பா. திருச்செந்தாழை. ரூல்ஃபோ மீது மிகுந்த பிரேமை கொண்ட, எரியும் சமவெளி தொகுப்பினை ஒரு கனவுப் புத்தகம் என்னும் அளவிற்கு நேசிக்கிற அவருடன் இம்மொழிபெயர்ப்புத் தொகுப்பு வெளிவருகிற மகிழ்ச்சியினைப் பகிர்ந்துகொள்கிறேன். இப்பிரதியினை வாசித்து அவர் முன்வைத்த திருத்தங்களுக்கும் நன்றி.

இல. சுபத்ரா
29.11.24
subathralakshmanan@gmail.com